I want world
sympathy in
this battle of
Right against
Might.
Dandi M.K.Gandhi
5.4.'30

गांधी नावाचे महात्मा

संपादक

रॉय किणीकर

साहाय्यक

अनिल किणीकर

डायमंड पब्लिकेशन्स

गांधी नावाचे महात्मा

संपादक : रॉय किणीकर, साहाय्यक : अनिल किणीकर

Gandhi Nawache Mahatma

Edited by : Roy Kinikar, Coordinator : Anil Kinikar

प्रथम आवृत्ती : जानेवारी २०१२

ISBN 978-81-8483-406-2

अक्षरजुळणी : अक्षरवेल, पुणे

आतील चित्रे : राजेंद्र गिरधारी

मुखपृष्ठ : शाम भालेकर

मुद्रक : रेप्रो नॉलेजकास्ट लिमिटेड, ठाणे

प्रकाशक
डायमंड पब्लिकेशन्स
१२५५ सदाशिव पेठ
लेले संकुल, पहिला मजला
निंबाळकर तालमीसमोर, पुणे ४११ ०३०.
☎ ०२० - २४४५२३८७, २४४६६६४२

diamondpublications@vsnl.net
www.diamondbookspune.com

प्रमुख वितरक
डायमंड बुक डेपो
६६१ नारायण पेठ, अप्पा बळवंत चौक
पुणे ४११ ०३०. ☎ ०२० - २४४८०६७७

विचारी

आणि

अविचारी

भारतवासीयांना...

प्रकाशकीय

व्यक्तीची महानता तिच्या विचारांवर आणि कृतींवर ठरत असते; तसे नसते तर शिडशिडीत देहयष्टीची मध्यमवर्गीय वैष्णववंशीय सामान्य व्यक्ती 'महात्मा' झाली नसती!

मोहनदास करमचंद गांधी या मनुष्याशी 'गांधीवादाची' सांगड घालून त्याची आजच्या काळातील योग्यता ठरवण्यापेक्षा 'गांधीवाद' या 'विचारसरणी'चा विचार करून आजच्या काळाची गरज आणि योग्यता तपासणे अधिक सयुक्तिक होईल.

१९६९ साली गांधीजींच्या जन्म-शताब्दीच्या वर्षी रॉय किणीकर नामक एका वैचारिक साहित्यिकाने 'धरती' या मासिकातून गांधी आणि गांधीवादावर त्या काळातल्या अभ्यासकांची मते, तसेच गांधींच्या समकालीन व्यक्तींचे प्रकाशित-अप्रकाशित लेख, कविता यांचा संग्रह करून साकारलेली ही कल्पना गांधीजींना आणि गांधीवादाला खरोखर एक भावपूर्ण श्रद्धांजली होती; पण त्याहून अधिक ती 'गांधीवादा'ला जिवंत ठेवणारी आणि जनसामान्यांना गांधीजींची आठवण करून देणारी निश्चयी लेखणी होती!

माणूस इतिहास घडवतो आणि माणसाला घडवतात ते त्याचे विचार! येणाऱ्या पिढीला घडवण्यासाठी, त्यांच्या उज्ज्वल भविष्यासाठी आज पुन्हा एकदा सत्य, अहिंसा, आत्मबल... या तत्त्वांवर युद्ध लढून इतिहास घडवणाऱ्या त्या माणसाच्या विचारांवर-गांधीवादावर-विचार करायला लावण्याची गरज वाटते आहे. म्हणूनच रॉय किणीकरांनी १९६९ साली साकारलेली ही कल्पना आज ४२ वर्षांनी आजच्या सामान्य माणसापर्यंत पोहोचावी आणि पुन्हा एकदा 'गांधीवादाचे' बीज समाजात रुजावे यासाठी हा पुस्तकाचा घाट!

या पुस्तकात नेहरू, विवेकानंद, डॉ. आंबेडकर... यांसारख्या गांधीजींच्या समकालीन देशभक्त धुरंधरांपासून दि. के. बेडेकर, इंदू टिकेकर, वि. स. खांडेकर... यांसारख्या

अभ्यासक तथा वैचारिक साहित्यिक, देशभक्तांपर्यंतच्या व्यक्तींची मत-मतांतरे, त्यांची तत्त्वे, गांधी आणि गांधीवादाबद्दलचे दृष्टिकोन इ. लेखांच्या स्वरूपात 'धरती'मध्ये जसे होते तसेच घेण्यात आले आहेत. त्यात कोणताही बदल केला नाही, किंबहुना तो अधिकार घ्यावासा वाटला नाही; पण 'आजचा' काळ लक्षात घेऊन गांधीवादाकडे पहाणारा 'आजचा दृष्टिकोन'ही असावा म्हणून डॉ. आनंद पाटील यांचा लेख नव्याने समाविष्ट केला आहे.

कोणताही कटू दुराग्रह न ठेवता, स्वच्छ हेतूने आणि प्रांजळ मनाने हे पुस्तक आपल्यासमोर ठेवतो आहोत. मोठे समाजपरिवर्तन किंवा ऐतिहासिक कलाटणी देणारी कृती घडावी अशी खचितच अपेक्षा नाही; पण किमान वैयक्तिक जीवनात तरी सत्य, अहिंसा आणि प्रेमाच्या भावनेने बदल घडवता यावेत इतकीच आशा आहे...

– मानसी जोशी

डायमंड पब्लिकेशन, पुणे

शब्दांच्या अलीकडले...

'गांधी नावाचे महात्मा' या पुस्तकातील लेखांचे वाचन करतानाच, अत्यंत महत्त्वाच्या अशा एका पुस्तकाचे संपादन करायचे आहे याची जबाबदारी मला जाणवली.

या पुस्तकातील सर्व संबंधित लेखकांच्या, विचारवंतांच्या आणि काही जागतिक पातळीवरील महान व्यक्तिमत्त्वांच्या जीवनकार्याचा परिचय आवश्यक आणि महत्त्वाचा आहे, हा विचार मी माझे हक्काचे मित्र वसंत गोविंद गाडगीळ यांना सांगितला.त्यांनी आपल्या स्वभावाप्रमाणे चिंतन करून अत्यंत शांतपणे त्याला दुजोरा दिला. एवढेच नव्हे तर असे 'जीवनपट' करण्याची जबाबदारीही त्यांनी उत्साहाने स्वीकारली. त्यासाठी त्यांना काही वाचनालयांत जाऊन अनेक संदर्भग्रंथ, विश्वकोश इत्यादीचे बारकाईने वाचन करावे लागले. हे अत्यंत कष्टाचे काम होते. पण त्यांनी अत्यंत समाधानाने हे महत्त्वाचे काम काळजीपूर्वक केले. वसंत गोविंद गाडगीळ यांच्या सहकार्यामुळे या ग्रंथाला परिपूर्णता आली, त्याचे संदर्भमूल्य वाढले.

गांधी यांचे जीवन आणि विचार यांचे, जागतिकीकरण झालेल्या पुनर्रचित आणि नव्या जगात, स्थान काय? हा विचार मी ज्येष्ठ मित्र डॉ. आनंद पाटील यांच्या समोर मांडला. या विषयात त्यांनी केलेल्या विश्लेषणामुळे गांधींकडे पाहण्याची 'आणखी एक दृष्टी' मला मिळाली. डॉ. पाटील यांचा समकालीन, आधुनिक मराठी-इंग्लिश वाङ्मयाचा व्यासंग प्रचंड आहे. अनेक आंतरराष्ट्रीय साहित्य विचार संमेलनांत ते सक्रिय सहभागी असतात. त्यामुळे इतर देशांतील साहित्य, समाज आणि राजकारण यांचीही त्यांना चांगली जाण आहे. साहित्य हे केवळ जीवनाशी नाही तर विचारांशी आणि बौद्धिकतेच्या पातळीशीही निगडित असते. त्यावर अनेक घटकांचा कळत-नकळत प्रभाव पडत असतो. गांधी विचारांचाही या दृष्टिकोनातून विचार करून जागतिकीकरणाच्या संदर्भात डॉ. पाटील यांनी केलेले गांधीवादाचे विश्लेषण आणि गांधींचे मोठेपण अत्यंत महत्त्वाचे आहे. डॉ. पाटील यांच्या लेखामुळे गांधीविचारांना एक वेगळी दिशा आणि भान मिळेल. त्यांच्या या लेखामुळे पुस्तकाचे 'बौद्धिक वजन' वाढले...

माझे आणि पाष्टे पिता-पुत्र यांचे संबंध प्रथमपासूनच जिव्हाळ्याचे आहेत. आयुष्यात अनेक नात्यांनी आम्ही दोघं, नव्हे चौघं (माझी पत्नी मीना आणि पाष्टे पुत्र नीलेश) एकत्र काम करत आहोत, हे समाधान 'अमूल्य' आहे...

'गांधी नावाचे महात्मा' हे स्क्रिप्ट नीलेशला वाचायला दिले, त्याने ते बारकाईने वाचले आणि प्रसिद्ध करायचे ठरवले. 'महात्मा गांधी' यांच्या विचारांचा आणि व्यक्तिमत्त्वाचा प्रभाव हा अजूनही जागतिक पातळीवर आहे. विशेष म्हणजे आजच्या तरुण पिढीलाही महात्मा गांधी महत्त्वाचे, आवश्यक आणि अपरिहार्य वाटतात याचा प्रत्यय भारतीय राजकारणात आणि समाजकारणात अनेक संदर्भांनी वेळोवेळी येत असतो. आजच्या दैनंदिन व्यावहारिक जगात वावरताना न्यायाची आणि नैतिकतेची अपेक्षा करताना गांधी-विचारांचा आधार वाटतो. गांधीविचारांमुळेच तरुणांमध्ये आशावाद निर्माण झाला आहे. महात्मा गांधींचा आदर्शच आजच्या तरुण पिढीपुढे आहे, त्यामुळेच सामान्य माणसाला आहे हे वास्तव स्वीकारणे, जगणे, सुधारणे आणि पुढे जाणे 'सुखावह' होत आहे. आजच्या जीवनातील अनेक प्रश्नांकडे पाहण्याची एक वेगळी दृष्टी गांधी-विचारांतून मिळते आणि त्यामुळेच म्हणजे गांधी-विचारांतून स्फूर्ती घेऊन माणूस अन्यायाविरुद्ध उभा राहात आहे, त्याची संघर्ष करण्याची मनोवृत्ती निर्माण होत आहे.

– अनिल किणीकर

प्रतिभेचे पुत्र - रॉय किणीकर

महाराष्ट्राच्या संस्कृतीमध्ये झपाटलेल्या व्यक्तिमत्त्वांची एक थोर आणि मोठी परंपरा आहे. आपला व्यासंग आणि कार्य यांची सांगड घालून झपाटलेपणाने काम केल्यामुळे त्यांच्याकडून थोर कामगिरी झाली. आर्थिक लाभ, व्यवहार किंवा प्रलोभन यांपैकी कशाचाही विचार न करता आपल्या बुद्धीला पटेल त्याच पद्धतीने अभ्यास करणे आणि विषयाला न्याय देणे हा त्यांचा ध्यास होता. प्रसंगी त्यांनी मानसिक, शारीरिक आणि आर्थिक झीजही सोसली. त्याकाळी त्यांना कुटुंबाकडून किंवा समाजाकडून सहकार्य तर मिळालेच नाही, पण अवहेलना मात्र सोसावी लागली. ती अवहेलनाही सहन करून त्यांनी आपले आयुष्य त्यासाठी पणाला लावले. हेतू एकच होता; बौद्धिक समाधान आणि बौद्धिक आनंद! आपला आनंद आपल्या पुढच्या पिढ्यांनाही आपल्या पुस्तकांद्वारे अथवा प्रकल्पांद्वारे 'वारसा' म्हणून द्यायचा, अशा भूमिकेतून अनेक दिग्गजांनी काम केले. त्यामुळेच समाजकारण, राजकारण, अर्थकारण, तत्त्वज्ञान-मानसशास्त्र, इतिहास-भूगोल, गणित-विज्ञान, संगीत-कला, नाटक-चित्रपट, नृत्यकला-चित्रकला, वैद्यकीय-अभियांत्रिकी अशा संस्कृतीच्या जीवनाच्या अनेक विषयांत मूलभूत आणि भरीव कामगिरी झाल्यामुळे संस्कृती समृद्ध झाली. एकूणच माणूस म्हणून जगणे 'श्रीमंत' झाले!

दुर्दैव म्हणजे काही वंशजांनी आपल्या पूर्वजांच्या कामगिरीची दखल घेणे तर राहोच, पण त्याकडे दुर्लक्ष करून त्यांची अक्षम्य अशी अवहेलना केली, उपेक्षा केली. अशा प्रकारची वागणूक तर कित्येक दिग्गजांना जिवंत असतानाच सहन करावी लागली, भोगावी लागली. त्यांना किती वेदना-यातना झाल्या असतील त्याची किंचितही कल्पना करता येणार नाही. खरं तर त्या वंशजांना आपल्या पूर्वजांची 'महानता'च समजली नाही, असेच म्हणावे लागते...

काही दिग्गजांच्या सुदैवाने मात्र त्यांचे काम पुढच्या पिढ्यांना उपलब्ध झाले. याला एक कारण म्हणजे त्या दिग्गजांचे कामच मूलभूत आणि भरीव होते, आणि म्हणूनच संवेदनशील, जाणकार आणि ऋणानुबंध मानणारे काही लोक पुढे आले, त्यांनी

आपल्या समृद्ध संस्कृतीचा वारसा पुढच्या पिढ्यांना दिला.

१९६८ ते १९७१ या काळात रॉय किणीकर कोल्हापुरात गेले, ते 'धरती' या दिवाळी अंकाचे संपादक म्हणून. त्या आधी ते बेळगाव येथील 'विशाल महाराष्ट्र' या दैनिकाच्या रविवार आवृत्तीचे संपादक होते. 'धरती'च्या पहिल्या दिवाळी अंकानंतर ते षण्मासिक झाले. रॉय किणीकरांनी मला कोल्हापुरात बोलावून घेतले आणि दिवाळी अंकाची अनेक कामे करण्यास शिकवले. ह्या चार वर्षांच्या काळात प्रमुख काम होते संपादनाचे. संपादक म्हणजे कोण, संपादन म्हणजे काय, विषयाच्या अनुषंगाने दिवाळी अंकाची कलात्मक तरी प्रसन्न मांडणी (लेआउट्स) यांसारख्या विषयांपासून ते विषय, लेखक निवड आणि त्यांच्याशी करावयाचा पत्रव्यवहार इ. सर्व बाजू त्यांनी तपशिलाने सांगितल्या. एवढेच नव्हे तर व्यवहार म्हणजे जाहिरातदार, वितरण आणि मुख्य म्हणजे एकूण वसुली, या काही इतर मुद्द्यांचेही त्यांनी मार्गदर्शन केले.

मुख्य म्हणजे किणीकरांनी मला संपादनाची संधीसुद्धा दिली. काही कथा, लेखांचे संपादन, लीड वगैरे काही गोष्टी माझ्याकडून करवून घेतल्या. ते वाचून, पाहून काही सूचनाही केल्या. म्हणजे किणीकरांनी केवळ 'थेअरी'च मला सांगितली नाही तर 'प्रॅक्टिकलही' करवून घेतले. हे सगळे काम चालू असताना त्यांनी सुरू केलेल्या आणि संपादन केलेल्या 'दीपावली' (१९४५ ते १९५४) या दिवाळी अंकाच्या काही आठवणी सांगून तो काळ अक्षरश: डोळ्यांसमोर उभा केला.

१९६९ साली गांधी जन्म शताब्दी वर्ष होते. त्यानिमित्ताने गांधींचे व्यक्तिमत्त्व आणि त्यांच्या विचारांचे म्हणजे गांधीवादाच्या संदर्भात नामवंत विचारवंतांनी मूल्यमापन करावे या कल्पनेने रॉय किणीकर यांनी 'धरती' मासिकाचा विशेषांक १९६९ साली संपादित केला त्या अंकातील विवेकानंद, सुभाषचंद्र बोस, सावरकर, गोखले इ. लेख पुस्तकातही पूर्ववत घेतले, त्यांतून तत्कालीन विचारप्रवाह दिसून येतात. पुस्तकाच्या दृष्टीने ते लेख संपादन करताना मला १९६८ ते १९७२ मधील ते मंत्रमुग्ध दिवस आणि तो काळ आठवला आणि माझ्या अंगावर शहारे आले. हे संपादन करताना किणीकरांचे बोलणे, त्यांचे मार्गदर्शन माझ्या कानात आणि मनात सतत होते. जणू काही किणीकरांचा सहवास आणि तो काळ मी पुन्हा जगत होतो, इतका तो जिवंत होता! म्हणूनच रॉय किणीकर आज हयात नाहीत, यावर विश्वासच बसत नाही.... ते माझ्याबरोबर नेहमीच असतात....

एखादी व्यक्ती शिवाजी महाराजांचा तर आणखी एखादी व्यक्ती ज्ञानेश्वर महाराजांचा

किंवा आणखी कोणीतरी, कोणत्यातरी व्यक्तीचा म्हणजे त्यांच्या व्यक्तिमत्त्वाचा अभ्यास करत असते, त्याप्रमाणेच मी 'रॉय किणीकर' या व्यक्तिमत्त्वाचा अभ्यास करत आहे. आणि माझे भाग्य म्हणजे किणीकर घरातलेच–माझे जन्मदातेच!

१९८४ ते १९९५ या १२ वर्षांच्या कालावधीत मी स्वत: 'गुलमोहोर' नावाचा दिवाळी अंक सुरू करून संपादितही केला होता. त्यामागची अमूर्त प्रेरणा आणि उत्तेजन हेही किणीकरांचेच. 'गुलमोहोर' बंद होऊन कितीतरी वर्षे झाली, पण जाणकार वाचक–लेखक अजूनही त्याच्या आठवणी काढतात. एवढेच नव्हे तर आवर्जून कळवतातही! एका अर्थाने 'रॉय किणीकरांच्या'च महानतेला ही एक अनोखी दाद म्हणावी लागेल.....

रॉय किणीकर यांचा जन्म अंदाजे १९०७ चा आणि मृत्यू ५ सप्टेंबर १९७८ चा त्यांच्या ५० वर्षांच्या कारकिर्दीचा विचार केला आणि विविध क्षेत्रातील विविध विषयांवरील केलेले लेखन वाचले की थक्क व्हायला होतं. 'प्रतिभेचे पुत्र' असलेल्या रॉय किणीकरांचा पुत्र असण्याचे भाग्य मला मिळाले. मी एक त्यांचा सुदैवी वंशज असल्यामुळे अवलिया कलंदर त्यांच्यासारख्या पूर्वजांचे काम मी करू शकलो, म्हणून 'हे तो संचिताचे देणे' असेच म्हणावे लागते.

– अनिल किणीकर

हे मन असलेल्या माणसा,

येशू ख्रिस्ताप्रमाणे कधीतरी तुलाही हा आत्मसमर्पणाचा सूळ खांद्यावरून वाहून न्यावा लागणार आहे !

भगवान् श्रीकृष्ण, गौतम बुद्ध, महंमद पैगंबर, महावीर आणि झरतुष्ट्र यांनाही हा आत्मसमर्पणाचा सूळ असाच उचलावा लागला होता!

पण आत्मसमर्पणाचे का कधी ओझे वाटत असते?

आपला मृत्यू आपल्याच खांद्यावर वाहून नेण्यात एक मनस्वी सुख आणि अलोट समाधान असते! मृत्यूशी रात्रं-दिवस संवाद करणाऱ्यालाच मृत्यूतले अमृतत्त्व जाणवत असते. हे विसरू नकोस.

पण आत्मसमर्पणाचा हा सूळ कसा वाहून न्यावा?

पिता आपल्या तान्ह्या पुत्राला उचलून घेतो तशा वात्सल्याने. कुलस्त्री पाणवठ्यावरची भरलेली घागर जशी घरी नेते तितक्या विनम्रतेने. तुकोबांनी इन्द्रायणीत बुडवण्यासाठी गाथा वाहून नेली तशी अभंग पावले टाकीत. ज्ञानेश्वरांनी समाधीघरात प्रवेश करताना, जे अंधारात बाहेर उभे होते त्यांच्यासाठी भावार्थ-दीपिका उजळली तशा कनवाळूपणाने, छत्रपतींच्या राज्याभिषेकासाठी पहिला मंगल कलश जिजाईने वाहून नेला तितक्या संतृप्त अंत:करणाने!

बाबा रे, आत्मसमर्पणाचा अन्वयार्थ समजून घ्यावयाचा असेल तर तुला खूप उंच व्हायला हवे.

माथ्यावरचे उंच आभाळ उचलून धरण्याची ईर्षा असणाऱ्यालाच ते आभाळ पायाखाली दाबून ठेवता येते-चंद्राला शाबासकी देण्याची जिद्द बाळगणाऱ्या अंतराळ-वीराप्रमाणे!

अमृताशी पैजा मारणाऱ्या माणसा, आपल्या देव्हाऱ्यातील संपुष्टात मावेल असा हिमालय तुला हवा असेल तर हिमालयासारखेच तुझे हृदय भव्य आणि उदात्त असायला हवे; गंगा, यमुना, सिंधू, नर्मदा, ब्रह्मपुत्रा या पंचनद्या तुझ्या अंगणातून वाहाव्यात असे तुला वाटत असेल तर तुझ्या अंगणाला असलेले कुंपण तुला काढले पाहिजे आणि ते काढताना तुझे मन त्या पंचनद्यांप्रमाणेच निर्मल आणि उदार

असायला हवे!''

ऐकणार असशील तरच सांगतो मानवा, गांधीजींचा वध करणाऱ्या त्या तीन पोलादी निर्दय गोळ्या माझ्या अहंकाराला अनंत छिद्रे पाडीत होत्या!

महात्माजी हे थोर युगपुरुष होते का नव्हते यावर वाद घालणारे घालोत बिचारे! पण एका भूमिपुत्राने आपल्या मायभूमीला मानवतेच्या मंदिरात, गाभाऱ्याच्या शेवटच्या पायरीजवळ कासवाइतके क्षुद्र का होईना पण श्रद्धेचे स्थान मिळवून दिले, त्याच्या स्मृतीला कृतज्ञतेचे चार शब्दही आपण वाहू नयेत काय?

असतो मा सद्गमय।
मृत्योर्मा अमृतंगमय।
तमसो मा ज्योतिर्गमय।

– रॉय किणीकर

जे स्वातंत्र्य गरिबातील गरिबांना व दीन दुर्बलांना
उपभोगता येईल त्यालाच मी खरे स्वातंत्र्य म्हणतो.

गांधी मोहनदास करमचंद

(१८६९ ऑक्टोबर २ - १९४८ जानेवारी ३०)

१८६९ – ऑक्टोबर २ रोजी, पोरबंदर (गुजरात) येथील वैष्णव कुटुंबात जन्म. वडील करमचंद, आई पुतळीबाई.

१८८२ – वयाच्या तेराव्या वर्षी कस्तुरबांबरोबर विवाह, दोघेही एकाच वयाचे.

१८८५ – वडील करमचंद यांचे निधन.

१८८७ – मॅट्रिकची परीक्षा उत्तीर्ण.

१८८८ – बॅरिस्टर होण्यासाठी इंग्लंडला रवाना. मोठा मुलगा हरीलालचा जन्म.

१८९१ – बॅरिस्टर पदवी प्राप्त. स्वदेशी परत. आईचे निधन. मुंबईला वकिली सुरू.

१८९३ – पोरबंदरच्या एका व्यापाऱ्याने एक वर्षाच्या करारावर द. आफ्रिकेत नेले. वर्ष संपत असतानाच हिंदूंवरील अन्यायकारक वागणुकीविरुद्ध लढा सुरू. २० वर्षे वास्तव्य.

१९१५ – द. आफ्रिकेला कायमचा रामराम, मुंबईला परत. द. आफ्रिकेतील कामामुळे प्रसिद्धी, भारतात जंगी स्वागत, हरद्वारच्या कांगडी गुरुकुलाच्या आचार्य श्रद्धानंद यांच्याकडून 'महात्मा' पदवी प्राप्त (रवींद्रनाथ टागोर यांनीही 'महात्मा' पदवी दिली).

१९१७ – चंपारण्यातील शेतकऱ्यांचा प्रश्न सोडविण्यासाठी लढा. लॉर्ड चेम्सफर्ड यांनी आयोजिलेल्या परिषदेमध्ये हिंदीत भाषण. पहिल्या महायुद्धात भारतीयांनी मित्र राष्ट्रांना मदत करावी असे आवाहन.

१९१८ – जर्मनीचा पराभव. पहिले महायुद्ध समाप्त. खिलाफत चळवळीला पाठिंबा. रौलट ॲक्टविरुद्ध सत्याग्रह.

१९१९ – ६ एप्रिल रोजी देशभर हरताळ.

१९२० – नागपूर काँग्रेसच्या अधिवेशनात असहकारितेचे आंदोलन सुरू ठेवण्याचा ठराव. खिलाफत चळवळ सुरू ठेवण्याचा ठराव. असहकार चळवळीचा जोर. परिणामी ब्रिटिश सरकार अडचणीत.

१९२२ – मार्च १० रोजी अहमदाबाद येथे अटक, सहा वर्षांची कैद येरवडा जेलमध्ये रवानगी.

१९२५ – फेब्रुवारी ५ रोजी सुटका.

१९८२ – ब्रिटिशांच्या सायमन आयोगाला ठिकठिकाणी विरोध, ''सायमन गो बॅक'' अशा जोरदार घोषणा.

१९३० – सविनय कायदेभंगाची घोषणा.
मार्च १२ रोजी 'दांडी' (जि. सुरत) येथे ७२ सत्याग्रहींसमवेत मिठाचा सत्याग्रह. मे ४ रोजी अटक, येरवडा जेलमध्ये रवानगी.

१९३१ – लॉर्ड आयर्विनकडून सुटका. मार्च ५ – गांधी – आयर्विन करार.

१९३२ – सप्टेंबर २६ – डॉ. आंबेडकर–गांधी यांच्यात 'पुणे करार'.

१९३९ – दुसरे महायुद्ध सुरू. गांधींचा ब्रिटिशांना प्रथम पाठिंबा. काही काळानंतर विरोध. युद्ध संपल्याबरोबर स्वराज्यहक्क देण्याचा चर्चिल मंत्रिमंडळाचा निर्णय, त्याप्रमाणे क्रिप्स यांचे भारतात आगमन. गांधी – क्रिप्स वाटाघाटी फिसकटल्या.

१९४२ – ऑगस्ट ८ – मुंबईला अखिल भारतीय काँग्रेस समितीच्या बैठकीत, ''छोडो भारत'' आणि ''चले जाव'' आंदोलनाची गांधींची घोषणा
ऑगस्ट ९ – गांधींसह शेकडो नेत्यांची धरपकड. गांधी पुण्यातील आगाखान पॅलेसमध्ये स्थानबद्ध.

१९४३ – स्वीय सचिव महादेवभाई देसाई यांच्या पाठोपाठ कस्तुरबांचाही मृत्यू.

१९४४ – मे ६ रोजी स्थानबद्धतेतून बिनशर्त मुक्तता.

१९४५ – जवाहरलाल नेहरूंसह इतर काँग्रेस नेत्यांची मुक्तता.

१९४६ – इंग्लंडमध्ये मजूर पक्षाच्या ॲटली सरकारकडून भारताच्या स्वराज्याची योजना तयार. गव्हर्नर म्हणून लॉर्ड माउंटबॅटन यांची नियुक्ती.
जुलै २९ – मुस्लिम लीगचे पाकिस्तान मागणीचे आंदोलन सुरू. फाळणी अपरिहार्य.

१९४७ – जून ३ रोजी जवाहरलाल वगैरे नेत्यांना फाळणी मान्य. ऑगस्ट १५, स्वतंत्र भारताबरोबरच पाकिस्तानची निर्मिती. फाळणीविरोधात देशभर हिंदू–मुस्लिम दंगली सुरू.

१९४८ – जानेवारी १३ रोजी गांधींचे बेमुदत उपोषण सुरू. पाकिस्तान सरकारला ५५ कोटी रु. द्यावेत, ही मागणी – मागणी मान्य. जानेवारी १६ – उपोषण सोडले.

१९४८ – जानेवारी ३० – संध्याकाळच्या प्रार्थनासभेत ६ वाजण्याच्या सुमारास नथुराम गोडसेने गांधींवर गोळ्या झाडल्या. गांधींचा मृत्यू.

अनुक्रम

सत्याचे प्रयोग...

जरी देव्हाऱ्यातून, उठून गेले देव
मोडला जरी, देव्हारा जपुनी ठेव।
कापूर जळू दे, जळणे त्याचे काम
कोसळली पृथ्वी, म्हणताना 'हे राम'॥

का कुणी पाहिले, सत्याचे ते रूप
कुणी सांगितले रे, असत्य म्हणजे पाप।
सत्यार्थ जन्मते, असत्य व्यभिचाराचे
फुलतात अग्निकण, त्यातून संघर्षाचे॥

महान जीवन गांधीजींचे
अवतरले दुसरे सिद्धार्थ।
सत्य, अहिंसा अन् शांतीचे
राजघाट हे प्रयागतीर्थ॥

चरखा, चष्मा, चपला, चटई
का बापूजींची हीच कमाई।
चमत्कार तो मिठाचा मोठा
तीन गोळ्या... मृत्यु झाला खोटा॥

इतिहास घडविला, त्यांची झाली कीर्ति
इतिहास तुडविला, त्यांचीदेखील कीर्ति।
गहिरवला अश्रू, कीर्तिस्तंभावरला
पिंडास कावळा, अजून नाही शिवला॥

- रॉय किणीकर

हे राम
रॉय किणीकर

२ ऑक्टोबर १९६९ रोजी महात्मा गांधींचा जन्म झाला आणि ३० जानेवारी १९४८ रोजी त्यांचे निर्वाण झाले! ७९ वर्षांतील जवळजवळ ५५ वर्षे महात्माजींनी भारताच्या सेवेत घालविली. अत्यंत श्रेष्ठ प्राचीन संस्कृतीने परिभूषित असा हा महान देश सुमारे दीडशे वर्षे ब्रिटिशांच्या बंधनांत होता. या कालखंडात भारताची अस्मिता हरवलेली होती. येथील जनता परकीयांच्या सेवेत मग्न झालेली होती आणि त्यातच तिला समाधान वाटत होते. भारतातले ऐतिहासिक चैतन्य आणि आत्मा नष्टप्राण होऊ लागलेला होता. ही पराधीनता नष्ट केल्याखेरीज भारताचा पुनर्जन्म होणार नाही, भारताची अस्मिता जागृत होणार नाही आणि भारताला स्वत:चे उज्ज्वल भवितव्य घडविता येणार नाही, म्हणून महात्माजींनी भारताच्या राजकीय कुरुक्षेत्रात पदार्पण केले आणि सतत पन्नास वर्षे ब्रिटिश राज्यसत्तेशी अपूर्व झुंज देऊन भारताला स्वातंत्र्य मिळवून दिले.

जागतिक इतिहासात आजवर जे जे युगपुरुष होऊन गेले त्यात महात्माजींचे स्थान फारच वरचे आहे. महात्माजींनी भारताचा इतिहास घडविला हे तर खरेच, परंतु जगाच्या इतिहासालादेखील त्यांनी नवे वळण लावले. जगाचा भूगोल बदलत नसतो, बदलत असतो तो इतिहास आणि हा इतिहास माणूस घडवीत असतो. जीवनकलहाचा संघर्ष हा केवळ पोटापाण्याचा आणि जीवनावश्यक सुखसोयींच्या उपलाभावर उभा नसून तो संघर्ष खरा मानवांच्या सुष्ट आणि दुष्ट प्रवृत्तीवर आणि अंत:प्रेरणेवर अवलंबून असतो असे महात्माजींनी सांगितले.

भारताचे राजकीय बंधन सोडविताना अथवा तोडताना महात्माजींच्या डोळ्यापुढे, जगात जेथे जेथे मानवांची सत्तेच्या आणि संपत्तीच्या बळावर पिळवणूक चाललेली आहे, ते देश आणि ते प्रदेश उभे होते. माणूस माणसाचा वैरी का होतो याचे सूक्ष्म संशोधन महात्माजींनी हयातभर केले. ते करीत असता अविनाशी आणि चिरंतन सत्याचे स्वरूप कसे असू शकते या आध्यात्मिक तत्त्वाचा त्यांनी मागोवा घेतला. सत्याच्या मागोमाग हिंसा आणि अहिंसेचेही तत्त्वज्ञान त्यांनी संशोधिले. माणूस माणसाची हिंसा का करतो ? मानवाच्या इतिहासाच्या प्रारंभापासून माणूस माणसाचा वैरी झाला आहे, ते का?

महाभारतकाळात कुरुक्षेत्रावर याच एका प्रश्नाने अर्जुनाला मोह घातला होता. भगवान श्रीकृष्णांनी अर्जुनाला पडलेल्या या प्रश्नाचे १८ अध्यायांची भगवद्गीता सांगून निराकरण केले. महात्माजींचे जीवन, महात्माजींचा आयुष्यक्रम, महात्माजींचे सत्याचे आणि अहिंसेचे प्रयोग, महात्माजींचे अध्यात्मपूर्ण राजकीय तत्त्वज्ञान – या सर्व विषयांचा आपण अभ्यास करू लागलो म्हणजे वाटते की भारत हा खरोखर अत्यंत भाग्यशाली देश

आहे की जेथे भगवान राम – कृष्ण जन्मले, जेथे भगवान बुद्ध जन्मले, जेथे भगवान शंकराचार्य जन्मले, जेथे महात्माजी – नेहरू जन्मले, जेथे सावरकर – आंबेडकर जन्मले! आणि एक दिवस भारताचा आजपर्यंत कधीही न मावळलेला ब्रिटिश साम्राज्याचा सूर्य कायमचा अस्तंगत झाला. स्वातंत्र्य मिळाले पण ते मिळताना भारताचे विभाजन झाले. हिंदुस्थान आणि पाकिस्तान अशी भारताची दोन शकले झाली. स्वातंत्र्य मिळाले ते रक्तलांच्छित ठरले. उत्तरेच्या सरहद्दीवर आणि पूर्वेच्या सीमेवर हिंदू – मुसलमानांचे दंगे झाले. हिंदू निराश्रितांचे मैल मैल काफिले स्वतंत्र हिंदुस्थानात येण्यासाठी वाटचाल करू लागले. ज्या जमिनीत पिढ्यान् पिढ्या जगले, वाढले ती मायजमीन सोडून त्यांना जीवाच्या भीतीने इकडे यावे लागले. त्यांचे घर उद्ध्वस्त झाले! ज्या जमिनीवर त्यांनी पिढ्यान् पिढ्या मातृवत् प्रेम केले त्या जमिनीवर कृतज्ञतेचे दोन अश्रू गाळून त्यांना इकडे मनाविरुद्ध यावे लागले. त्यांच्या संसाराची वाताहत झाली. या रणधुमाळीत अनेक कुटुंबेच्या कुटुंबे नष्ट झाली, नामशेष झाली. स्वतंत्र भारताची सीमारेषा ही रौद्र तांडवाची अग्निरेषा आणि रक्तरेषा ठरली! एका ताटात भाऊ-भाऊ म्हणून घास घेणारे हिंदू आणि मुसलमान हे आता उत्तरपूर्व आणि पश्चिम सीमेवर एकमेकांचे वैरी ठरले. पंजाब पेटला, सिंध पेटला, बंगाल पेटला! महात्माजींना ते पाहवले नाही! अरे, ज्या ध्येयासाठी, भारताच्या ज्या संपूर्ण स्वातंत्र्यासाठी आपण एवढी हयात घालविली त्याची अशी माती माती व्हावी, हे पाहून तो वृद्ध महात्मा अंत:करणात खचला! काय मागितले, कशासाठी झुंज दिली, आणि काय पदरात पडले! तिकडे नौखाली पेटलेली होती! हिंदू आणि मुसलमान हातात जळते पलिते घेऊन एकमेकांच्या घरादारांना, खोपट्या झोपड्यांना आगी लावत पिसाटासारखे धावत होते! ती आग शांत करावी, त्या आगीने होरपळून निघालेल्या निराधार, निष्पाप, निराश्रितांचे अश्रू पुसावेत म्हणून हा वयोवृद्ध आणि तपोवृद्ध महात्मा बाहेर पडला.

मानवधर्माला जेव्हा जेव्हा ग्लानी येते तेव्हा तेव्हा त्याला संजीवन देण्यासाठी महात्माजींसारखे योगिराज द्रष्टे अवतरत असतात. परपीडा जाणून घेणारे, परपीडेची यातना समजणारे महात्माजी एक अत्यंत थोर वैष्णवजन होते! मानवतेला आणि मानवाला सत्याचे, अहिंसेचे, साधनशुचितेचे आणि मांगल्याचे अधिष्ठान लाभावे म्हणून महात्माजींनी एकेक श्वास वेचला होता! एखाद्या नंदादीपासारखे ते जन्मभर तेवत होते, स्वत:ला जाळून घेत दुसऱ्याला प्रकाश देत होते!

३० जानेवारी १९४८! ती अशुभ सायंकाळ! नित्याप्रमाणे अचूक पाच वाजता बापूजी प्रार्थनेला निघाले. प्रार्थनेच्या व्यासपीठाजवळ येत असतानाच एका क्रूर, निर्दय, अमानुष पिस्तुलातून थाड् थाड् तीन गोळ्या सुटल्या आणि ७९ वर्षांचे बापूजी कोसळले! बिर्ला भवनाच्या आवारात एकच आर्त आकांताची आरोळी उठली, 'बापूजी कोसळले!

बापूजी गेले! महात्माजी आम्हांला सोडून गेले!' ही काळीकभिन्न अशुभ वार्ता साऱ्या भारतातच नव्हे तर साऱ्या जगात हां हां म्हणता पसरली – बापूजी गेले! महात्माजी गेले! Gandhiji is dead! या बातमीवर सुरुवातीला कुणाचाच विश्वास बसला नाही. प्रार्थनेसाठी निघालेल्या वृद्ध गांधीजींवर पिस्तूल रोखून गोळ्या झाडून महात्माजींचा वध केला गेला होता! उरात त्या तीन गोळ्या बसताच रक्ताची चिळकांडी उडाली! ते रक्त आपल्या उजव्या हाताने झाकून ठेवीत महात्माजी खाली कोसळताना म्हणाले, ''हे परमेश्वरा! त्याला क्षमा कर! हे राम!'' आणि ती दिव्य अमरज्योत बिर्ला भवनाच्या आवारात अकस्मात शांत झाली – मालवली गेली, स्वर्गस्थ झाली!

गांधी नावाचे महात्मा...

काळाच्या वाळूवर आपल्या पावलांचे ठसे उमटविणाऱ्या कीर्तिमान देशभक्तांच्या स्फूर्तिदायक कथांनी देशाच्या इतिहासाची पाने भरलेली असतात. क्वचित् प्रसंगी त्यात अतिशयोक्तीही असते. अशा तेज:पुंज वीरपुरुषांनी आपला असा एक काळ गाजविलेला असतो.

त्याच इतिहासाच्या पुस्तकावरून असेही आढळून येते की या देशभक्तांचे अनुकरण करणारे असंख्य अनुयायी त्यांच्या मागून येतात. या देशभक्तांनी घालून दिलेल्या मार्गाचा अवलंब करणे एवढेच आपले कर्तव्य आहे असे ते समजतात. या अनुयायांचा सर्व काळ, होऊन गेलेल्या नेत्यांचे गोडवे गाण्यातच निघून जातो.

कारण या तथाकथित अनुयायांना स्तुती, प्रार्थना, गाणे, बोलणे, घोषणा देणे, ओरडणे, यांखेरीज अन्य मार्ग अवगत नसतो. तेच आपले कर्तव्य आहे असे समजून स्वत: थोडेफार आपल्या नेत्यांच्या, त्यांच्या तत्त्वज्ञानाच्या व काही मर्यादित प्रमाणात जगाच्या उपयोगी पडल्याच्या भावनेत ते असतात.

कदाचित म्हणूनच जीवनाच्या प्रगतीसंबंधी शेक्सपिअरच्या मॅक्बेथमधील एक सुभाषित अर्थवाही वाटते. त्याचा मथितार्थ असा की, कुणा एका मूर्खाने सांगितलेली सुखदु:खाने मिश्रित परंतु अर्थहीन अशी बडबड म्हणजे जीवनगाथा. Life is a story told by an idiot full of sound and fury signifying nothing. गांधीजींच्या बाबतीत हे असे घडू नये. आणि तसे घडत असेल तर त्यापासून सावध होण्याचे मार्गही आम्ही धुंडाळले पाहिजेत.

३० जानेवारी १९४८ रोजी निधन पावलेल्या महात्म्याला आपण ज्या तऱ्हेने सत्कारीत आहोत त्या पद्धती धोकादायक निशाणी ठरणाऱ्या आहेत. भाषणे, पुतळे, रस्त्याचे नामकरण आणि सदिच्छा – बस्स, पुष्कळ झाले हे! याहूनही अनेक गोष्टी आहेत.

थोडक्यात म्हणजे आम्ही तोंडाने बोलतो, डोळ्याने पाहतो, परंतु हृदयाचा ओलावा मात्र आढळत नाही.

आम्ही भारतवासीयांनी, विशेषत: सध्याच्या तरुण पिढीने, जी उद्याच्या भारताचा वारसा सांगणार आहे, विशेष लक्षात ठेवले पाहिजे, गांधीजींचा वारसा हा साधा व सोपा नाही. आम्हां सगळ्यांकडून चांगले तेच मागणारे ते एक ऐतिहासिक अभिमानाचे लेणे आहे. निव्वळ आनंददायी शब्द व सदिच्छा यांहून अधिक उच्चतर असे ते लेणे आहे.

गांधी म्हणजे मूर्तिमंत चैतन्य. आणि आपणा सर्वांना जर गांधीजींच्या तत्त्वज्ञानाशी प्रामाणिकपणा दाखवायचा असेल तर आपणही क्रियाशील बनले पाहिजे. आणि या क्रियाशील वृत्तीकरिता प्रेरणा हवी असेल तर ती कवी लाँगफेलोच्या सामर्थ्यशाली व हेतूपूर्ण शब्दात आढळते - ''सतत कार्य हेच आपले ध्येय ठेवा, कोणतेही कार्य अंत:करणापासून करा. देवाला साक्षी ठेवून करा.''

पुन्हा प्रश्न निर्माण होतो. त्याचे उत्तर एक किंवा अनेकही असू शकतील. प्रश्न असा की, आम्ही कोणते कार्य करावे? कोणते? केव्हा? व कसे? या प्रश्नाचे उत्तर जरी मोठे लांबलचक असले तरी ते साधेच आहे.

आमच्या प्रत्येक कार्यात, प्रत्येक ठिकाणी गांधीजींच्याप्रमाणेच सत्याचा प्रकाश आपल्या पाठीशी असावा. याचाच अर्थ असा की, आम्ही नेहमी चांगले तेच केले पाहिजे. जरी ते सोईचे नसले, किंवा कायद्याचे नसले तरीसुद्धा!

सत्याच्या या प्रकाशात आपल्याला असे आढळून येते की, आनंदी जिणे जगण्याकरिता माणसाने अंत:करणाने निर्हेतुक प्रेम करावे लागते.

आपल्या सहकाऱ्यावरील प्रेमामुळे आपण सत्याकडे ओढले जातो. जगण्याची आणि विचार करण्याची अशी पुढे एक पायरी गाठली जाते की, जिथे परमेश्वरावर पूर्ण विश्वास ठेवायचा असतो.

या सगळ्या गोष्टी घडायच्या तर दूषित पूर्वग्रह नष्ट झाले पाहिजेत व आपला सर्वार्थीने ख्रिस्ताच्या पुढील सुवर्णतुल्य शब्दांवर विश्वास पाहिजे, ''जे या धरतीची मनापासून सेवा करतात तेच यशाचे खरे मानकरी आहेत.''

ज्या वेळी आम्ही कार्याला सुरुवात करू तेव्हा व गांधीजींच्या आनंददायी जगाची अभिलाषा धरू तेव्हा, उद्या, पुढच्या आठवड्यात, पुढच्या महिन्यात या शब्दांना काही अर्थ उरणार नाही. सुरुवातीची खरी वेळ आत्ताच आहे. आज आत्ता या क्षणी, कारण दुसरी एखादी वेळ म्हणजे पुन्हा विलंब होणार.

या चांगल्या कामाची सुरुवात कोण करणार? आपले शेजारी? भाईबंद? का मित्र? नव्हे, सर्वांत सोपा आणि उत्तम मार्ग म्हणजे या कार्यांचे सर्वप्रथम उद्गाते तुम्ही स्वत:

आहात. तुम्हीच वाचक आहात. कारण फार फार वर्षांपूर्वी एका विद्वान माणसाने आपल्याला सांगितले होते -

''हृदयात चांगुलपणा असेल तर स्वभावात सौंदर्य येते. स्वभावात सौंदर्य असेल तर घरात सुसूत्रता येते. जर घर सुघटित असेल तर राष्ट्रात शिस्त येते. शिस्तीचे राष्ट्र जगाच्या शांततेत भर घालते.''

आपल्याला जे काही जीवनमृत्यूचे तत्त्व माहीत आहे त्या दृष्टीने विचार करता गांधीकथेचा उत्तरार्ध दु:खद आणि लाजिरवाणाच होता असे म्हणावे लागेल. नाहीतर त्यांच्यानंतर आलेल्या आमच्या पिढीत, मनात आणले तर दु:खाचे अन्य कशात तरी रूपांतर करण्याचे सामर्थ्य खचितच आले असते.

आपल्याला हे माहीत आहे की देवाला प्रिय अशा व्यक्तीचे अस्तित्व पर्ण – पुष्प – वृक्ष यांच्यातून सत्यरूपाने वास करीत असते. या सत्यस्वरूपी वृक्षाचा अंश त्यांच्यात असल्याने चिरंतन जगण्याची उमेद बाळगून असे महात्मे मृत्यूला हसत असतात. लोकांनी वृक्षावर प्रेम करून त्याविषयी कष्ट घेतले तर चांगली फळे प्रसवतात. गांधीजीवनकथेत आणखी एखादी भर टाकायची ठरवली तर आपण सर्वांनी कष्टाळू माळ्याच्या भूमिकेतून वेगाने कार्यरत झाले पाहिजे.

जर आम्ही असे वागलो तर पुढील काळातील स्त्री – पुरुष गांधीजीवनकथा पुढीलप्रमाणे वाचतील, ''कोणे एके काळी गांधी नावाचा एक मनुष्य होऊन गेला. त्याच्यावर प्रेम करणाऱ्यांनी त्यांचे कार्य असे काही पुढे नेले की जणू काय त्याचा मृत्यू घडलाच नाही आणि तो चिरंजीव अमर ठरला !''

''महात्माजींविषयी नवीन आणि वेगळे असे आज काय सांगता येईल? उत्तुंग पर्वताचे शिखर, खळाळणारे सप्तसागर किंवा लखलखणारी नवलाख नक्षत्रे यांच्याविषयी तरी असे काय नवीन आणि वेगळे सांगता येणार आहे? तो पर्वत, ते सप्तसागर आणि ती नक्षत्रे यांचे दर्शन घडताच मानवाच्या मनाचे हात अपार श्रद्धेने आपोआप जुळतात, तसेच महात्माजींच्या नामोच्चारानेही होते. भव्य पर्वताची उदात्तता, सागर तळाशी अंथरलेली निगूढ एकांतता, नक्षत्रांचे मांगल्य आणि अचल निष्ठा – या साऱ्या श्रेष्ठ सद्गुणांचा समन्वय म्हणजेच महात्माजी!''

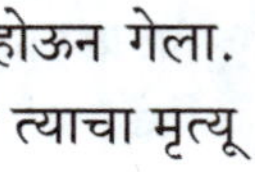

पंडित जवाहरलाल नेहरू
(१८८९ नोव्हेंबर १४ – १९६४ मे २७)

- नेहरू जवाहरलाल मोतीलाल.
- अलाहाबाद येथे जन्म.
- मोतीलाल नेहरूंचे एकुलते एक सुपुत्र.
- १९१२ इंग्लंडमधील केंब्रिज विद्यापीठाची बॅरिस्टर पदवी प्राप्त.
- १९१३ – १९२० अलाहाबाद हायकोर्टात वकिली.
- मोतीलाल नेहरूंनी सुरू केलेल्या 'इंडिपेन्डंट' दैनिकाचे संचालक व लेखक.
- १९४७ ते १९६४ - स्वतंत्र भारताचे पहिले पंतप्रधान.
- स्वातंत्र्यचळवळीतील अग्रगण्य नेते.
- १९५५ साली 'भारतरत्न' पुरस्कार.
- त्यांच्या अनेक पुस्तकांचे मराठीत अनुवाद.
- महत्त्वपूर्ण पुस्तके :
  - Soviet Russia
  - Letters from a father to his daughter ('इंदिरेस पत्रे' या नावाने अनुवाद)
  - Unity of India
  - Discovery of India ('शोध भारताचा' या नावाने अनुवाद)

महामानव बापूजी

पंडित जवाहरलाल नेहरू

संकलन : ह. वि. देसाई

कोणत्याही देशाच्या इतिहासात गांधीजींना स्वत:च्या जीवनात मिळालेले पूर्णत्व क्वचित इतरांच्या वाट्याला आले असेल! जणू ते लिव्हिंग लिजंडच होते!

बापूजींनी ज्या गोष्टीला स्पर्श केला तिला मौलिकता प्राप्त झाली. त्या गोष्टींचे सोने झाले! त्यांच्या कल्पनेप्रमाणे त्यांनी प्रारंभ केलेल्या कार्यात पूर्णता मिळालेली नाही असे जरी त्यांना वाटत होते तरी त्यांच्या कार्यात त्यांना भरपूर यश मिळाले. गीतेच्या तत्त्वज्ञानाप्रमाणे फलाची अपेक्षा न करता त्यांनी कार्य केले आणि फळ त्यांच्या पाठीमागे धावत आले. त्यांचे दीर्घ जीवन, त्या जीवनात त्यांनी केलेली कष्टाची कामे, ठराविक चाकोरीच्या जीवनक्रमातूनच त्यांनी केलेले विलक्षण धाडसी प्रयोग या सर्वांकडे दृष्टी टाकल्यानंतर त्यांच्या जीवनक्रमात कुठेही कसलाही विसंवादी स्वर ऐकू येत नाही. त्यांचे विविध क्षेत्रातले कार्य म्हणजे जणू काय स्वरैक्य. त्यांचा प्रत्येक शब्द व हालचाल म्हणजे जणू स्वरमालिका! त्यांनी ज्या जीवनक्रमाची निवड केली तो जीवनक्रम जगाच्या रूढीपेक्षा भिन्न असला तरी त्यांनी जीवनाची कला आत्मसात केल्यामुळे नकळत ते एक संपन्न कलाकार झाले! सत्याच्या व चांगुलपणाच्या शोधानेच मानवी जीवनाला कलेचा आकार मिळत जातो.

शक्तिमान आत्मा

गांधीजी जसजसे वृद्ध होत जाऊ लागले तसतसे त्यांचे शरीर म्हणजे त्यांच्या शरीरात वास करीत असलेल्या शक्तिमान आत्म्याचे ते एक कार्यवाहू साधन आहे याचा प्रत्यय येऊ लागला. त्यांचे भाषण आपण ऐकू लागलो, त्यांच्याकडे दृष्टी टाकली की त्यांच्या शरीराचा आपणांस विसर पडू लागला, व ते जिथे स्थानापन्न झाले ते मंदिर व त्यांनी पाऊल टाकले ती पवित्र भूमी असे आपणांस वाटू लागले!

त्यांच्या मृत्यूतदेखील उज्ज्वलता, विकलात्मकता होती. बापूजी ज्या प्रकारचे जीवन जगले त्या जीवनाच्या दृष्टीने विचार करता त्यांचा मृत्यू हा त्यांच्या जीवनक्रमाचा कळस आहे असे सर्वार्थाने म्हणता येईल. सामर्थ्याची पूर्ण सूत्रे हाती असतानाच त्यांना मृत्यू आला! प्रार्थनेच्या क्षणी त्यांना मृत्यू आला याचे नि:संशय त्यांना समाधान वाटले असेल! ज्या ऐक्यासाठी त्यांनी आपल्या संबंध आयुष्यात अविरत कार्य केले, सारे जीवन वाहून घेतले व आयुष्याच्या अखेरीलाही त्यांनी आपली निष्ठा सोडली नाही त्या निष्ठेच्या परिपूर्णतेसाठी त्यांनी हौतात्म्य पत्करले! क्षणात मृत्यू यावा असे साऱ्यांना वाटते, तसाच

डोळ्याचे पाते लवते न लवते तोच त्यांना मृत्यू आला! वयोमानाने अगर आजाराने शरीर कोमेजून जाते, निस्तेज होते अगर मनाला विस्मृती येते असे काही त्यांच्या बाबतीत झाले नाही. त्यांच्या शक्तीचा परमोत्कर्ष झालेला असतानाच त्यांना मृत्यू आला. आमच्या मनात व ज्या युगात आपण राहात आहोत त्या युगाच्या मनोमनी त्यांनी जे चित्र निर्माण केले आहे ते कधीच पुसले जाणार नाही.

ते चित्र तर कधीच पुसट होणार नाही. पण गांधीजींनी त्यापेक्षाही मोठी किमया घडवून आणलेली आहे. त्यांनी आमच्या मनाचा व बुद्धीचा ठाव घेऊन त्यांना वळण लावले. त्यांच्या कर्तृत्वाच्या काळात घडलेली पिढी काळाच्या प्रवाहात गडप होईल. पण त्यांनी या पिढीला जी शिकवण दिली ती शिकवण या नंतरच्या अनेक पिढ्यांना मार्गदर्शक ठरेल. कारण गांधीजींनी दिलेली शिकवण ही भारताच्या आत्म्याचा एक भाग होऊन बसलेली आहे. ती भारताची अस्मिता आहे!

राष्ट्रीय वारसा

बापूजींनी भारताच्या राजकीय क्षितिजावर पदार्पण केले ते आम्हाला संपन्न करण्यासाठी, आम्हाला समर्थ बनविण्यासाठी. पण त्यांनी आम्हाला जे सामर्थ्य दिले ते एक क्षणाचे, एक दिवस पुरणारे, वर्षभर टिकणारे नसून त्या सामर्थ्याने आपणास राष्ट्रीय वारसा प्राप्त झाला आहे. त्यांनी आपल्या देशासाठीच नव्हे तर जगासाठीही महान कामगिरी बजावलेली आहे. तीसुद्धा विलक्षण प्रभावाने. आता त्यांनी जी कर्तव्ये, जीवनपद्धती निश्चित केली आहे तिच्याशी प्रामाणिक राहून आपले कर्तव्य पार पाडण्याची जबाबदारी आपल्यावर आहे. आपण आता कर्तव्यपराङ्मुख होता कामा नये. त्यांच्या स्मृतीची आपणास कधी विस्मृती पडता कामा नये. आपण देशकार्याच्या बाबतीत जी प्रतिज्ञा घेतलेली आहे, ज्या प्रतिज्ञेचा आपण वारंवार पुनरुच्चार करतो ती प्रतिज्ञा साकार करण्यासाठी आपण आपल्या प्रयत्नांची व आपल्या शक्तीची पराकाष्ठा करायला हवी.

अशक्त शरीराच्या या छोट्या माणसाच्या शरीरात काहीतरी पोलादासारखे होते. कोणत्याही महान शक्तीपुढे त्यांचे ते शरीर नमले नाही. त्यांच्या चेहऱ्यात देखणेपणा नसला, त्यांनी कमरेला छोटेसे वस्त्र गुंडाळलेले असले तरी त्यांच्याकडे पाहताच आपण त्यांच्या राजेशाही तेजाने दिपून जात होतो, त्यांच्यापुढे आपण विनम्र होत होतो. आणि ज्या वेळी गांधीजी कोणतीही आज्ञा करीत असत त्या वेळी ती आज्ञा मानावीच लागे. त्या बाबतीत ते कुणाचीही गय करीत नसत. त्यांचे शांत, सखोल डोळे इतरांच्या अंत:करणात भावनात्मक प्रतिसाद निर्माण करीत. त्यांच्या भाषणाच्या वेळी एखादा प्रेक्षक असो अगर हजारो प्रेक्षक असोत इतकी छाप पडे की, प्रत्येक जण गांधीजींशी तद्रूप होई. त्यांच्या भाषणाने श्रोते मोहित होतात, समरस होतात याचे कारण गांधीजींच्या

वक्तृत्वशैलीने अगर शब्दावडंबराने ते भारले जातात असे नव्हे तर त्यांची भाषा साधी सोपी असते, त्यात मुळीच पाल्हाळ नसतो, त्यात एखादासुद्धा अनावश्यक शब्द नसतो. निर्विवाद प्रामाणिकपणा, व्यक्ती – वैशिष्ट्य यांचा लोकांवर प्रभाव पडतो. त्यांचे भाषण ऐकताना या छोट्या मूर्तीत प्रचंड आंतरिक सामर्थ्य असल्याचा प्रत्यय येतो. लोकांच्यावर प्रभाव पाडणे व प्रतिस्पर्ध्यांना जिंकणे ही गांधीजीची शक्ती विलक्षण आहे.

गांधीजी जितके नम्र होते तितकेच तत्त्वाचा प्रश्न आला तर कठोर व कणखर होते. जितके मधुभाषी तितकेच तत्त्वाच्या बाबतीत कधी नमते न घेणारे, तितकेच प्रत्येक बाबतीत प्रामाणिक. त्यांचे डोळे दिसायला शांत पण त्या नेत्रांत निश्चयाची व शक्तीची ज्योत सतत तेवणारी! त्यांचा आवाज शांत स्वरुपाचा, कधी न चढणारा. लक्षावधी लोकांच्या गोंगाटात तो आवाज साऱ्यांना ऐकू येणारा! त्यांच्या शांत व मधुर आवाजात कुठे तरी पोलादाचा रस दडवला असावा! त्यांच्या आवाजात सभ्यतेचे व विनम्रतेचे मिश्रण झालेले होते. तरीही त्या आवाजात भीती वाटावी इतकी गंभीरता सामावलेली होती. प्रत्येक शब्दात अर्थपूर्णता व काटेकोर आस्थेवाईकपणा. पण त्यांच्या प्रत्येक शांततेच्या व मैत्रीच्या शब्दांत ओतप्रोत सामर्थ्य सामावलेले होते व त्या प्रत्येक शब्दांत अन्यायाचा प्रतिकार करण्याच्या निश्चयाची नि कृतीची शक्ती प्रतीत होत होती.

गांधीजी : एक कोडे

गांधीजी हे एक कोडे आहे, गूढ प्रश्न आहे. ती ब्रिटिश सरकारपुढे एक समस्या होती असे नव्हे तर त्यांचे स्वकीय नि सहकारी यांच्यापुढेही ती एक समस्याच होती. भारताखेरीज अन्य देशांत गांधीजींसारख्या धार्मिक द्रष्ट्याला काही स्थान मिळाले नसते. पण भारत अजूनही अशा धर्मात्म्याची भाषा समजू शकतो. म्हणूनच गांधीजी पापपुण्याच्या, सत्याच्या नि अहिंसेच्या गोष्टी बोलू शकले. भारतीय पौराणिक काळात अशा संन्यस्त महापुरुषांच्या असंख्य गोष्टी असून या महापुरुषांनी आपल्या त्यागी जीवनाने नि तप:सामर्थ्याचा पर्वत निर्माण करून देवादिकांनाही हालविले आहे! आध्यात्मिक हानीच्या जलसंचयातून निर्माण झालेल्या गांधीजींच्या विलक्षण सामर्थ्याचा प्रत्यय येताच मला नेहमी पुराणकालातील महापुरुषांच्या चमत्कारांची आठवण येते. गांधीजी हे या जगातले साधेसुधे नाणे नव्हते, हे वेगळ्या पद्धतीचे, धातूचे, नाणे होते. त्यांच्या नेत्रातून नेहमी कुणीतरी 'अज्ञात' आमच्याकडे टवकारून पाहत होता!

अबाधित मोहकपणा, गूढ सामर्थ्य यांचा लोकमतावर प्रभाव पाडणारे गांधीजी लोकविलक्षण होते. गांधीजींचे लेखन अगर त्यांची सुभाषिते यावरूनही या लेखनाच्या मागे असणाऱ्या गांधींच्या स्वभावाची अगर त्यांच्या व्यक्तिमत्त्वाची काही कल्पना येत

नाही. गांधीजींनी देशाची जी सेवा केली आहे, ती किती अभूतपूर्व! त्यांनी आपल्या देशबांधवांच्या अंत:करणात धैर्य व पौरुषत्त्व निर्माण केले. त्यांनी जनतेला अहिंसा व सहनशीलतेची शिकवण दिली. त्यांनी लोकांना ध्येयासाठी आनंदाने त्यागाची परिसीमा गाठण्याची शिकवण दिली व त्यांच्यांत अभिमान निर्माण केला. धैर्य हा चारित्र्याचा प्रबल पाया आहे असे त्यांचे स्पष्ट मत होते. त्यांनी एकदा असे उद्‌गार काढले होते, ''धैर्याखेरीज जीवनात नैतिकता, धर्म व प्रेम यांना स्थान नाही. भीतीच्या भावनेतून सत्याचा अगर प्रेमाचा मार्ग दिसत नाही!'' हिंसेपेक्षाही भ्याडपणा तिरस्करणीय आहे असे त्यांनी एकदा आम्हाला बजावले होते. माणसाला काही ध्येय गाठायचे असले तर शिस्त ही त्या कार्याची प्रतिज्ञा व हमी आहे! त्याग, शिस्त अगर मनोनिग्रह यांखेरीज मानवजीवनात अन्य मुक्ती नाही, शिस्तीखेरीज निव्वळ त्याग निरर्थक आहे असे गांधीजींचे स्पष्ट मत होते.

पुनरुज्जीवनाचा हेतू

गांधीजींशी ज्यांची प्रत्यक्ष ओळख नव्हती व ज्यांनी त्यांचे फक्त लिखाणच वाचलेले होते त्यांना गांधीजी म्हणजे एखाद्या धर्मोपदेशकासारखे कडक धोरणाचे, लांबट चेहऱ्याचे, धर्मोपदेशकाप्रमाणे काळा झगा घालून फिरणारे असावेत असे वाटणे साहजिक आहे. पण गांधीजींच्या लेखनावरून त्यांच्या स्वभावाची पारख करणे अन्यायाचे ठरेल, गांधीजींनी जे लेखन केले त्यापेक्षाही ते फार मोठे होते. त्यांनी केलेल्या लिखाणावर टीका करून त्यांच्या मोठेपणाचे मूल्यमापन करता येणार नाही. त्यांचे हास्य जितके आनंददायक वाटत असे तितकेच ते परिणामकारक होते व त्या हास्यातून मनाच्या मोकळेपणाचा प्रत्यय येत असे. त्यांच्या स्वभावात बालकाचा निर्व्याजपणा दिसत असे. मुलाच्या स्वभावातल्या मोहकपणाचाही त्यांच्या स्वभावात प्रत्यय येत असे. त्यांनी एखाद्या ठिकाणी प्रवेश केला की त्यांच्या पदार्पणासमवेत स्वच्छ वाऱ्याची झुळूक येऊन तिथले वातावरण तेजाळून टाकीत असे. गांधीजी नैसर्गिक सौंदर्याची वाखाणणी करीत असत तरी मानवनिर्मित सौंदर्याविषयी अगर कलेविषयी त्यांना फारशी कदर, आस्था नव्हती. पण त्यांनी आपल्या जीवनपद्धतीत आपल्या कल्पनेप्रमाणे जीवनसौंदर्य निर्माण केले होते. त्यांच्या प्रत्येक वागणुकीत अर्थ, सौंदर्य होते व कृत्रिमतेचा पूर्ण अभाव होता.

राष्ट्रीय चळवळीतही गांधीजींनी धार्मिकतेवर व आध्यात्मिकतेवर भर दिला. पण त्यांच्या धर्माच्या कल्पनेत ठोकळेबाजपणा अगर हटवादीपणा नव्हता. त्यांची जीवनाकडे पाहायची दृष्टी धार्मिकतेवर आधारलेली होती व त्यांच्या चळवळीवरही धार्मिक भावनेचा प्रभाव होता. तसेच सर्वसाधारण जनतेच्या हितसंबंधाच्या दृष्टीने गांधीजींच्या धोरणात पुनरुज्जीवनाचाच हेतू प्रामुख्याने सामावलेला होता. राजकारणात हिंदूंची अगर

मुसलमानांचीही बाजू मांडताना धार्मिक प्रवृत्तीवर जो भर दिला जात होता त्याचे मला फार दु:ख होत होते. हे धोरण मला मुळीच आवडत नव्हते. मौलवी, मौलाना व स्वामी लोक आपल्या भाषणांत जाहीरपणाने ज्या घोषणा करीत असत त्या मला अत्यंत दुर्दैवी वाटत होत्या. *त्यांचे इतिहासाचे, समाजकारणाचे व अर्थशास्त्राचे ज्ञान मला अगदी चुकीचे वाटत होते आणि प्रत्येक गोष्टीला जे धार्मिक वळण दिले जात होते, त्यामुळे स्पष्ट विचारसरणीला पायबंद पडतो असे मला वाटत होते.* गांधीजींचे काही विचारही मला विसंवादी वाटत असत. ते रामराज्याचा सुवर्ण युग म्हणून उल्लेख करीत असत व ते युग आपल्याला देशात निर्माण करावयाचे आहे असा वारंवार उल्लेख करीत असत. पण या बाबतीत गांधीजींशी वादविवाद करायला मी असमर्थ होतो. मी माझ्या मनाचे एवढेच समाधान करून घेत होतो की, रामराज्य हा शब्द लोकप्रिय आहे, लोकांना कळतो म्हणून गांधीजी त्या शब्दाचा उल्लेख करतात. कोणतेही विचार लोकांच्या अंत:करणापर्यंत नेऊन पोहोचवायची त्यांना चांगली कला साधलेली होती.

गांधीजींचे व्यक्तिमत्त्व समजून घेणे अत्यंत कठीण होते. सर्वसाधारण आधुनिक माणसाला त्यांची भाषाही समजत नसे. गांधीजींना आम्ही ओळखू शकलो असे आम्हाला वाटत असे. ते महान नेते आहेत या जाणिवेने आम्ही त्यांच्यावर विश्वास ठेवून त्यांच्या हाती काही काळापर्यंत तरी कोरा चेक दिला होता.

नैतिक अधिष्ठानावर जोर

राजकारणात व इतर क्षेत्रांतही आम्हा सर्वांवर गांधीजींच्या विचारसरणीचा प्रभाव पडलेला होता. धर्मांच्या क्षेत्रातही आम्ही या प्रभावापासून फारसे अलिप्त नव्हतो. या विचारसरणीचा आमच्यावर प्रत्यक्ष प्रभाव पडत नव्हता तरी अप्रत्यक्षपणे प्रभाव पडला. आमच्या विचारसरणीच्या संरक्षणाचे किल्ले ढासळून पडत असत. धर्माचे बाह्य मार्ग, पद्धती मला मुळीच मान्य नव्हत्या व धर्माच्या नावाखाली धर्मवीरांनी जनतेची जी पिळवणूक अगर बनवाबनवी चालविली होती त्याचा मला मनापासून तिटकारा वाटत होता. पण आमच्या चळवळीला नि सत्याग्रहाला तेच नैतिक अधिष्ठान होते. अहिंसेच्या धोरणास मात्र मी कधीच पूर्ण मान्यता दिली नाही. त्या धोरणाचे मला जरासे आकर्षण वाटले. भारतातील परिस्थिती, आमच्या रूढी नि त्यांची पार्श्वभूमी यांचा विचार करता सध्याच्या परिस्थितीत हे धोरण ठीक आहे असे मला वाटते. पण ते धोरण कायमचे असावे असे मला कधीच वाटले नाही. धर्माचा संकुचित अर्थ न करता राजकारणात धार्मिक मूल्यांना स्थान देण्याची कल्पना मला बरी वाटली. योग्य साधनांनी योग्य साध्य गाठणे काही वाईट नाही. हे धोरण मला नैतिक तत्त्वाचे वाटते इतकेच नव्हे तर या धोरणात व्यवहारी राजकारणाचे धोरण सामावले आहे असेही वाटते. कारण *साधने योग्य नसली तर आपण*

मनात बाळगलेल्या साध्यात आपल्याला अपयश मिळते. अनेक समस्या नि अडचणी उपस्थित होतात.

गांधीजी हे मूलत: धार्मिक प्रवृत्तीचे गृहस्थ होते. ते अंत:करणाने हिंदू होते, त्यांच्या अंत:करणाच्या कोपऱ्यातही हिंदुत्व होते. पण त्यांच्या धर्माच्या कल्पनेत मुळीच ठोकळेबाजपणा नव्हता. धार्मिक विधींवर त्यांचा विश्वास नव्हता. गांधीजींची धर्माची कल्पना म्हणजे नैतिक नियम, सत्याचे नि प्रेमाचे नियम! सत्य नि अहिंसा हे शब्द गांधींजी एकाच अर्थाने वापरीत असत. हिंदुधर्माचे मूलभूत तत्त्वज्ञान आपणास अवगत आहे असा त्यांचा दावा होता. तेव्हा ज्या धर्मग्रंथात त्यांच्या ध्येयवादी धर्मतत्त्वाशी न जुळणारे धर्मतत्त्व नसेल त्या धर्मग्रंथांत कुणी तरी आगंतुकपणाने प्रक्षिप्त मजकूर घुसडलेला आहे असे त्यांचे मत होते. ''नैतिक पातळीवरून ज्या धार्मिक रूढीचे मी समर्थन करू शकत नाही अगर ज्या रूढीचे मला आकलन होऊ शकत नाही त्या रूढींचा नि रीतिरिवाजांचा मी गुलाम होऊ इच्छित नाही,'' असे गांधीजींनी एकदा जाहीर केले होते.

स्वतंत्र धोरण

आपल्या कल्पनेप्रमाणे व तात्त्विक भूमिकेप्रमाणे मार्ग पत्करण्याचे गांधीजींचे स्वतंत्र धोरण होते. या धोरणानेच ते आपल्या जीवनविषयक तत्त्वज्ञानाला मुरड घालीत असत. त्या तत्त्वज्ञानाचा विकास करीत असत. पण त्यांनी जी नैतिक मूल्ये निश्चित केली त्या अनुरोधानेच ते जीवनविषयक तत्त्वज्ञानाकडे पाहात असत. त्यांचे ते तत्त्वज्ञान योग्य होते की अयोग्य होते हा वादाचा मुद्दा असू शकेल पण हे मूलभूत मोजमाप ते प्रत्येक गोष्टीस व स्वत:लाही लावीत असत. राजकारणात व इतर बाबतीतही सर्वसाधारण माणसाला ही गोष्ट अडचणीची भासू लागली. त्यामुळेही गैरसमजही निर्माण झाला. बदलत्या परिस्थितीशी समन्वय साधण्याचा गांधीजींचा सतत प्रयत्न चालू होता. कोणत्याही अडचणीच्या परिस्थितीशी मिळते न घेता त्यांनी आपला सरळ मार्ग बदलण्याचा कधींही प्रयत्न केला नाही. त्यांनी ज्या सुधारणा सुचविल्या, जो उपदेश केला त्याची त्यांनी सरळ आपल्या जीवनात अंमलबजावणी केली. त्यांनी कोणत्याही सुधारणेची सुरुवात स्वत:पासून सुरू केली. आपल्या हातांवर हातमोजे घट्ट बसावे त्याचप्रमाणे गांधीजीचे शब्द नि कृती एकमेकात सामावून जात असत. म्हणूनच काहीही घडले तरी त्यांनी आपल्या मूलभूत धोरणातील प्रामाणिकपणा व एकात्मता कधी सोडली नाही. त्यामुळेच त्यांचे कार्य व जीवन यांचा पूर्ण मिलाफ झालेला दिसून येतो. त्यामुळे त्यांच्या जीवनात पराभवाचे ज्या ज्या वेळी प्रसंग आले त्या वेळीही त्यांचे व्यक्तिमत्त्व तेजाळल्याचा आपल्याला प्रत्यय आला.

त्यांच्या भारतासंबंधी कोणत्या कल्पना होत्या, कोणत्या ध्येयवादी कल्पनांनी त्यांना

भारत घडवायचा होता? गांधीजींनी असे उद्‌गार काढले होते, ''हा देश आपला आहे, असे गरिबांतल्या गरीब भारतीयाला अभिमानाने म्हणता येईल असा भारत देश मला घडवायचा आहे. असा देश घडविण्यात या साऱ्या गरिबांनाही अधिकार राहील. या देशातील जनतेत उच्च व नीच असा वर्ग राहणार नाही. या देशात सर्व जातीजमाती पूर्ण सलोख्याने एकत्र नांदतील, या भारतात अस्पृश्यतेच्या शापाचा कलंक कुठे दिसणार नाही, मादक पदार्थांच्या सेवनाला स्थान मिळणार नाही. पुरुषांप्रमाणे स्त्रियांनाही समान हक्क मिळतील. माझ्या स्वप्नसृष्टीतला हा असा भारत देश आहे!''

पददलित जनतेचा उद्धार

हिंदूंना परंपरेने जो वारसा मिळालेला आहे त्याचा गांधीजींना अभिमान वाटत होता. त्यांनी हिंदुधर्माला विश्वव्यापी रूप देण्याचा प्रयत्न केला व सर्व धर्मांना सत्याच्या कक्षेत नेऊन बसविले. हिंदुधर्माला संकुचित स्वरूप देण्यास त्यांनी नेहमीच नकार दिलेला आहे. त्यांनी एकदा लिहिले होते, ''भारतीय संस्कृती ही निव्वळ हिंदू, इस्लामी अगर कोणतीही पूर्ण संस्कृती नाही. या सर्व संस्कृतींचा तो एक संगम आहे.'' त्यांनी आणखी एकदा लिहिले होते की, ''जगातील सर्व देशांतील संस्कृतींचे वारे अगदी मुक्तपणे माझ्या घराभोवती वाहात राहावे अशी माझी इच्छा आहे; पण यांपैकी कोणत्याही देशातील वायुगतीने माझ्या भूमीवरील माझे स्थान उडून जाणार नाही याची मी खबरदारी घेईन. परक्यांच्या घरात आगंतुक, भिकारी अगर गुलाम म्हणून राहाण्यास मी स्पष्ट नकार देईन!'' आधुनिक विचारधारेचा गांधीजींच्या जीवनावर परिणाम झालेला होता तरी त्यांनी आपल्या भारतीय विचारमूल्यांचे मूळ सोडलेले नव्हते. उलट त्या मुळाला ते निग्रहाने चिकटून राहिलेले होते.

भारतातल्याच नव्हे तर जगातील पददलित जनतेशी एकरूप होण्याची, त्यांच्याशी समभावनेने मिसळण्याची गांधीजींची मनोभूमिका होती. पददलित जनतेचा उद्धार करण्याच्या ध्येयवादी भूमिकेने त्यांनी आपल्या जीवनात धर्मालाही दुय्यम स्थान दिले. ''अर्धपोटी असणाऱ्या राष्ट्राला धर्म नसतो अगर त्या राष्ट्राला कसली कला माहीत नसते. लक्षावधी उपाशी लोकांना जी गोष्ट उपायकारक ठरते त्या गोष्टीतच माझ्या डोळ्यांना सौंदर्य दिसते. लक्षावधी लोकांशी बोलू शकेल, त्यांना समजू शकेल अशी कला अगर साहित्य यांची आपणास आज जरूरी आहे.'' प्रत्येकाच्या डोळ्यांतून वाहाणाऱ्या अश्रुधारा कायमच्या पुसून टाकायची त्यांची महत्त्वाकांक्षा होती.

स्वत:वर पूर्ण विश्वास, विलक्षण शक्तीची जोड, प्रत्येकाला स्वातंत्र्य नि समानता मिळवून देण्याचे ध्येय, गरिबांच्या जीवनाच्या दृष्टीने या साऱ्या ध्येयधोरणांचा वापर करायची मनोभूमिका यामुळे लोहचुंबकाकडे लोखंड आकर्षित होते त्याप्रमाणे सर्वसाधारण जनता

गांधीजींकडे आकर्षिली गेली यात आश्चर्य वाटण्याचे कारण नाही. गांधीजी आपल्या धोरणाने भूतकाळाचा भविष्यकाळाशी मेळ घालीत असून सध्याचा जो भयाण वर्तमानकाळ आहे त्याचा केवळ सोपानशिलेसारखा उपयोग करीत आहेत, नि भविष्यकाळातील आशाआकांक्षांचे व जीवनाचे मंदिर उभारीत आहेत असे सर्वसाधारण जनतेला वाटले. सर्वसाधारण जनतेचीच ही भूमिका होती असे नव्हे तर विचारवंतांचीही हीच भूमिका होती. गांधीजींच्या विचाराप्रमाणे व मार्गदर्शनाप्रमाणे या विचारवंतांना आपल्या जीवनातल्या सवयी बदलणे जड गेले व या बदलांमुळे त्यांचे मन संभ्रमित झाले, गोंधळले तरी त्यांनी गांधीजींच्या नेतृत्वाला मान दिला. गांधीजींनी आपल्या अनुयायांतच नव्हे तर त्यांच्या विरोधकांतही व ज्या तटस्थ लोकांची मने गोंधळलेली होती, कोणत्या बाजूने विचार करावा हे त्यांना समजत नव्हते, त्यांच्यातही गांधीजींनीच मानसिक क्रांती घडवून आणली.

कारभाराची लोकशाही

गांधीजींची लोकशाही कारभाराची जी कल्पना होती तीमध्ये बहुसंख्य अथवा प्रतिनिधित्व यांना स्थान नव्हते. त्यांची लोकशाहीची कल्पना सेवाधर्म, त्याग व नैतिक मूल्ये यांच्यावर आधारलेली होती. आपण जन्मजात लोकशाहीवादी आहोत असा गांधीजींचा दावा होता. गांधीजी लोकशाहीवादी असोत अगर नसोत, पण लक्षावधी जनतेच्या ज्ञात-अज्ञात अशा आकांक्षांचे ते सारतत्त्व होते. अर्थातच आपण ज्याला लोकशाही भाषेत जनतेचे प्रतिनिधित्व मानतो त्यापेक्षाही गांधीजींचे हे वैचारिक व मानसिक प्रतिनिधित्व जास्त महत्त्वाचे मानता येईल. लक्षावधी लोकांच्या आशा आकाक्षांची गांधीजी म्हणजे प्रत्यक्ष मूर्तीच होय. गांधीजी हे शेतकऱ्यांचे प्रतिनिधी होते अगर त्यांच्या भावनांचे प्रतिबिंब त्यांच्या ठायी दिसत होते तरी ते सामान्य नव्हते. तीव्र बुद्धिमत्ता, शुद्ध भावना, उत्कृष्ट सदाभिरुची, विशाल दृष्टी, मानवतावादी दृष्टिकोन व आपल्या भावनांवर व वासनांवर कब्जा ठेवणारा संन्यस्त, भावनांचे उदात्तीकरण करणारा ध्येयवादी पुरुष, लोहचुंबकाप्रमाणे लोकांना आपल्याकडे खेचून घेणारा माणूस, या दृष्टीने गांधीजींकडे पाहिले तर त्यांना सामान्य शेतकऱ्याची संज्ञा कशी लावता येईल? तरीही ते मनोभावनेने शेतकरी होते. प्रत्येक प्रश्नाकडे पाहायची त्यांची दृष्टी शेतकऱ्याची होती. जीवनातील काही गोष्टींकडे शेतकऱ्याच्याच अंधदृष्टीने ते पाहात होते. भारतदेश हा शेतकरी भारत आहे. त्यामुळे या भारताला गांधीजी चांगले ओळखत होते. भारतातील लहानसहान कंपनांचीही त्यांच्यावर प्रतिक्रिया होत होती. भारतातील परिस्थितीचे त्यांना उपजत ज्ञान होते. माणसाच्या मानसशास्त्राचा त्यांचा सूक्ष्म अभ्यास होता. त्यामुळे कोणत्या क्षणी आपण कोणत्याही समस्येबाबत हस्तक्षेप करावा याचे त्यांना ज्ञान होते.

वैचारिकदृष्ट्या पाहिले तर गांधीजी विलक्षण रीतीने मागासलेले असल्याचे दिसून येत होते. पण कृतीची वेळ आली की, त्यांच्यासारखा महान क्रांतिकारक अलीकडच्या काळात भारतात झाला नाही असे म्हटले तरी चालेल. त्यांचे अद्वितीय असे व्यक्तिमत्त्व होते. सर्वसाधारण मोजमापाने अगर तर्कशास्त्राच्या ठोकळनियमांनी त्यांच्या व्यक्तिमत्त्वाचे मूल्यमापन करणे अशक्य होते. आरामखुर्चीवर बसून समाजवादाच्या गप्पा मारणारे समाजवादी लोक गांधीजींना पहिल्या नंबरचा 'प्रतिगामी' समजत असत; पण वस्तुस्थिती अशी होती की, या 'प्रतिगामी' माणसाला भारत म्हणजे काय हे माहीत होते, भारताचा अर्थ त्यांनी समजून घेतला होता. ते बहुतांशी शेतकरीच होते व ठोकळेबाज धोरणाच्या कोणत्याही क्रांतिकारकाला जे जमले नाही ते गांधीजींनी करून दाखविले. त्यांनी सारा भारत हालवून टाकला.

स्वयंपूर्ण खेड्याचे स्वप्न

गांधीजी प्रतिगामी असोत अगर क्रांतिकारक असोत, त्यांनी भारताचा चेहरामोहरा बदलून टाकला. परिस्थितीने बदललेल्या अवनतीच्या अवस्थेत खितपत पडलेल्या भारतीयांचा त्यांनी अभिमान जागृत केला, त्यांना चारित्र्याचा धडा शिकविला, सर्वसामान्य जनतेत शक्ती व जागृती निर्माण केली व भारतीय प्रश्नाला जागतिक महत्त्व आणून दिले. गांधीजींचे ध्येयधोरण व ते साध्य करण्यासाठी अध्यात्माचा केलेला वापर आपण एकवेळ बाजूला ठेवला तरी त्यांनी अहिंसावाद व सविनय कायदेभंगाचा आपल्या आंदोलनात जो उपयोग केला ती पद्धती म्हणजे गांधीजींनी देशाला व जगाला दिलेली एक अद्वितीय देणगी आहे, असे म्हणता येईल. भारतीय परिस्थितीला त्यांचे ते अहिंसेचे व सविनय कायदेभंगाचे तत्त्व पुरेपूर जुळणारे होते असे म्हणता येईल.

गांधीजींचा जीवनविषयक दृष्टिकोन व आपण ज्याला आधुनिक दृष्टिकोन म्हणतो त्यात मूलभूत मतभेद आहेत ही गोष्ट खरी आहे असे मला वाटते. आधुनिक जगातले वाढते जीवनमान व छानछोकीपणाची वाढती प्रवृत्ती यांचे त्यांना कधी आकर्षण वाटले नाही. कारण या छानछोकीपणामुळे नैतिक मूल्यांचा अपहार होतो असे त्यांचे मत होते. त्यांना छानछोकीपणाचे आयुष्य आवडत नव्हते. कष्टाळू जीवनाचाच मार्ग त्यांना मान्य होता. चैनबाजीच्या धोरणाने लबाडीचा जन्म होतो व सद्गुणांचा लोप होतो असे त्यांना वाटत होते. गरीब श्रीमंतांच्या जीवनपद्धतीत व जीवनविकासासाठी त्यांना प्राप्त होणाऱ्या संधींमध्ये जे महदंतर दिसून येत होते त्याचा त्यांच्या मनावर फार परिणाम होत होता. म्हणूनच त्यांनी स्वतःच्या मानसिक समाधानासाठी, गरीब श्रीमंतांमधील महदंतर कमी करण्यासाठी गरिबांची जीवनपद्धती स्वीकारली, त्यांचा पोषाख अगर अर्धनग्नपणा जाणूनबुजून स्वीकारला, गरीब व श्रीमंत यांच्यात जी अंतराची खोल, विशाल दरी आहे

याची दोन मुख्य कारणे आहेत असे गांधीजींना वाटत होते. पहिले कारण, परकीयांची राज्यसत्ता नि राज्यसत्तेमुळे होणारे रक्तशोषण. दुसरे कारण, पाश्चिमात्य देशात यांत्रिक युगाने निर्माण झालेली भांडवलशाही, औद्योगिक संस्कृती! या दोन्ही बाबतीत त्यांची प्रतिक्रिया अत्यंत तीव्र स्वरूपाची होती. जुन्या काळातील स्वयंशासित, स्वयंपूर्ण खेड्यांकडे त्यांचे मन वेध घेत होते. त्या जुन्या काळातील स्वयंपूर्ण खेड्यात उत्पादन त्याची विभागणी व त्याचा समतोलपणा त्यांना हवा होता. आजच्याप्रमाणे त्या काळी राजकीय अगर आर्थिक सत्ता केंद्रित नव्हती, विकेंद्रित होती. त्या काळी तेथे विशुद्ध लोकशाहीचा अंमल चालू होता. त्या काळात गरीब श्रीमंतांच्या राहणीमानात फारसे अंतर नव्हते. शहराचे आजच्यासारखे अरिष्ट त्यावेळी नव्हते व जीवनसत्त्वे देणाऱ्या भूमीशी लोकांचा संपर्क राहात होता व उघड्या जागेत लोकांना शुद्ध हवा मिळत होती. जीवनाच्या अर्थाबाबत त्यांच्यात व इतरांत अशा प्रकारे मूलभूत मतभेद होते. अर्थात हे केवळ मतभेद होते. पण हे मतभेद त्यांच्या भाषेत व प्रत्येक कृतीत प्रतीत होत होते. त्यांच्या नि:संदिग्ध व तेजस्वी भाषेच्या शक्तीचे मुख्यत: भारतातील व अनेक राष्ट्रांतील धार्मिक, नैतिक शिकवणुकीतच मूळ होते. तेथूनच त्यांना स्फूर्ती मिळत होती. नैतिक मूल्ये अबाधित राहिली पाहिजेत, साध्यासाठी अयोग्य साधनांची तरफदारी केली जाता कामा नये, साध्यासाठी अयोग्य साधनाचे 'समर्थन' झाले, आणि नैतिक मूल्ये राहिली नाहीत तर व्यक्ती व समाज नष्ट होईल, त्यांची अधोगती होईल असे गांधीजींचे आग्रही मत होते.

गांधीजींच्या व्यक्तिमत्त्वाचा प्रभाव देशातील जनतेत अनेक बाजूंनी पसरला व त्या प्रभावाचे जनमनावर ठसेही उमटले; पण भारतातील जनतेच्या अंत:करणात त्यांना नेता या नात्याने पहिल्या दर्जाचे श्रेष्ठ स्थान मिळाले ते केवळ त्यांच्या अहिंसेच्या धोरणाने अगर त्यांच्या अर्थशास्त्रीय सिद्धान्तांनी नव्हे. पारतंत्र्यातून मुक्त होण्याचा भारताचा निर्धार, जाज्वल्य राष्ट्रीयत्व, उन्मत्त सत्तेपुढे नमते घेण्यास पूर्ण नकार, राष्ट्राच्या इभ्रतीला धक्का पोहोचेल असे कोणतेही धोरण स्वीकारण्यास नकार, या जनतेच्या भावनांची मूर्तिमंत प्रतिमा म्हणजे गांधीजी! भारतातील अनेक लोकांनी शेकडो प्रश्नांच्या बाबतीत जरी त्यांच्याशी मतभेद व्यक्त केले, त्यांच्यावर टीका केली व मतभेदांमुळे ते त्यांच्यापासून दूर झाले तरी भारतीय स्वातंत्र्यासाठी आंदोलनाचा व कृतीचा समय आला त्यावेळी गांधीजींपासून दूर गेलेली माणसे परत आली नि त्यांनी गांधीजींना आपला नेता मानले. नव्हे, गांधीजींना नेता मानणे त्यांना अगदी अपरिहार्य वाटले.

जनतेचा मनोधर्म

गांधीजींनी भारतीय जनतेचा मनोधर्म समजून घेण्याचा प्रयत्न केला तसा भूतकाळात अगर वर्तमानकाळात क्वचितच अन्य नेत्यांनी प्रयत्न केला असेल.

गांधीजी भारतातल्या खेड्यापाड्यात सर्वत्र हिंडले व तेथील लक्षावधी लोकांशी त्यांनी संपर्क साधला. इतकेच नव्हे तर तेथील लोकांच्या अंत:करणाचा त्यांनी ठाव घेतला, त्यांच्या दु:खात ते समरस झाले. त्यामुळेच लक्षावधी लोकांनी त्यांच्यावर प्रेमाचा वर्षाव केला.

भारतदेश नि भारतीय जनतेच्या समस्या यासंबंधी त्यांना कोणती माहिती नव्हती असे नाही. *त्यांना इतिहासाबद्दल फारशी आवड नव्हती व इतिहासाचा अभ्यास करण्यासाठी त्यांची जरी प्रवृत्ती नव्हती, तरी भारताच्या इतिहासाचे मूळ ते कधी विसरले नव्हते.* भारताच्या प्रचलित राजकीय प्रश्नावर त्यांनी आपले लक्ष केंद्रिभूत केले होते तरी *चालू घडामोडींचा त्यांचा चांगला अभ्यास होता.* त्या घडामोडींकडे त्यांचे चांगले लक्ष असे. कोणत्याही प्रश्नातील अनावश्यक बाजूकडे दुर्लक्ष करून कोणत्याही प्रश्नातील मुख्य सूत्र अगर प्रश्नाचा गाभा हाती घेण्याची प्रगल्भता त्यांना चांगली साधलेली होती. कोणत्याही प्रश्नाची कसोटी नैतिक मूल्यांनी लावावयाची त्यांची पद्धती होती. ते जो प्रश्न हाताळीत असत त्यावर त्यांची जबरदस्त पकड असल्या. गांधीजींनी आपल्या आंदोलनाच्या मधल्या काळात कितीही चुका केल्या 'तरी त्यांची युद्धाची जी मूलभूत रचना असते त्यात ते कधी बदल करीत नाहीत', असे बर्नार्ड शॉ यांनी एकदा उद्‌गार काढले होते.

काँग्रेसच्या नेतृत्वाखाली गांधीजींनी जी आंदोलने सुरू केली ती आंदोलने म्हणजे भारत व भारतातील सामान्य जनता यांच्या हितसंबंधांच्या दिशेने त्यांनी पार पाडलेली महान कामगिरी आहे असे म्हणता येईल. त्यांनी राष्ट्रीय पातळीवरून आंदोलन सुरू करून देशातील लक्षावधी पददलित जनतेचे जीवन घडविण्याचा प्रयत्न केला. अनेक प्रकारच्या दडपणांमुळे कोणत्याही प्रकारचा प्रतिकार करण्यास असमर्थ ठरलेल्या जनतेला त्यांनी स्वाभिमानाची जाणीव करून दिली. त्यांनी जनतेला देशातील राजकीय व आर्थिक प्रश्नांबाबत विचार करायची शिकवण दिली. भारतीयांच्या जीवनात गांधीजींनी क्रांतिकारक कार्य केले. वैचारिक दृष्ट्या गांधीजींपेक्षा जास्त प्रगतिपर विचारसरणी असलेले अनेक राजकीय गट त्यावेळी भारतात कार्य करीत होते; पण या गटांचे जमिनीवर पाय नव्हते. ते अंतरिक्षात विहार करीत होते. त्यामुळे जनतेकडून त्यांना प्रतिसाद मिळाला नाही. पण आवश्यक ती परिस्थिती निर्माण करून जनतेची मने कशी काबीज करावीत हे गांधीजींना माहीत होते.

सामान्य असून असामान्य

सोसाट्याचा वारा यावा व त्या वायुलहरीत आपण शुद्ध हवेत श्वासोच्छ्वास करावा, प्रकाशकिरणांच्या झोताने काळोखाचा भेद होऊन आपल्या नेत्रांपुढील अंधकार क्षणार्धात

नष्ट व्हावा असे गांधीजींचे व्यक्तिमत्त्व होते! झंझावाताने सारी उलथापालथ होते तशी गांधीजींच्या व्यक्तिमत्त्वाने लोकांच्या मनाची उलथापालथ झाली! गांधीजी काही कुठून तरी आकाशातून उतरले असे नाही. ते सर्वसामान्य जनतेतूनच निर्माण झाले. त्यांनी सामान्यांची भाषा बोलायला सुरुवात केली व त्यांच्या जीवनातून भयाण परिस्थितीकडे त्यांनी आत्मीयतेने लक्ष दिले. ''किसान कामगारांच्या पाठीवरचे तुमचे ओझे आधी फेकून द्या, त्यांच्या रक्तशोषणावर तुम्ही जगता आहात, दारिद्र्य व दुःखे निर्माण करणारी ही समाजपद्धती बदलून टाका, नष्ट करा!'' असा गांधीजींनी आम्हांला आदेश दिलेला होता.

निर्भयपणा, सत्य व कृती हा त्यांच्या शिकवणुकीचा मूलमंत्र होता. अर्थातच या मूलमंत्राच्या मुळाशी सर्वसामान्य जनतेचे कल्याण करणे हाच हेतू होता. आमच्या प्राचीन ग्रंथांतून आपणास शिकवण मिळाली आहे की, व्यक्तीला अगर राष्ट्राला मिळणारी अमोल देणगी म्हणजे अभय, निर्भयता! हे निव्वळ शारीरिक धैर्य नसून मनाचे धैर्य आहे! भारतीय इतिहासाच्या उष:कालात चाणक्य व याज्ञवल्क्य यांनी आपणांस असे मार्गदर्शन केले होते की जनतेला पूर्णपणे निर्भय बनविणे हे लोकनेत्याचे परम कर्तव्य आहे. ब्रिटिश राजवटीच्या काळात सारा देश भीतीच्या भावनेने व्यापलेला होता. सर्वसाधारण जनतेची मने दारुण भीतीने जर्जर झालेली होती. सैन्याची भीती, पोलिसांची दहशत, सर्वत्र पसरलेल्या गुप्त पोलिसांच्या जाळ्याची चिंता, अधिकारी वर्गाविषयी वाटणारा धसका, दडपशाही, कायद्यांनी होणारा थरकाप, सावकार व जमीनदारांनी चालविलेला छळ, बेकारी व उपासमार यांनी दुबळ्या झालेल्या मनात निर्माण झालेले भय या सर्व भयभीती विरुद्ध गांधीजींनी आपला निश्चयी आवाज उठविला, ''घाबरू नका!''

शांततावादाचा समन्वय

जनतेच्या अंगावर जे भीतीचे वस्त्र पसरलेले होते ते पूर्णपणे नाही तरी बऱ्याच प्रमाणाने बाजूला सारले गेले. खरे म्हटले तर भारतीय तत्त्वज्ञानाच्या संस्काराने आपल्या पूर्वजांनी जीवनाकडे पहाण्याची तशी शांततावादी भूमिका निश्चित केली होती. पूर्णांशाने भारतीय संस्कृतीचा परिपाक असलेल्या गांधीजींच्या जीवनात शांततावादाचा समन्वय झालेला होता. पण ध्येयधोरणाच्या बाबतीत कार्य करताना अलौकिक उत्साह व कृती याबाबतीत त्यांच्याजवळ राक्षसी सामर्थ्य होते असे म्हटले तरी अतिशयोक्तीचे होणार नाहीं. त्यांच्या पायांना तर अखंड गती होतीच. पण इतरांनाही त्यांनी आपल्या पायांच्या गतीबरोबर अखंडित चालायला भाग पाडले.

त्यांनी आम्हांला खेड्यात पाठविले. त्यांनी आपल्या असंख्य अनुयायांना खेड्यांत पाठवून जनतेपर्यंत जो नवा संदेश पाठविला त्या संदेशाने सारी खेडी गजबजून गेली. शेतकरी वर्ग अनेक शतकांच्या घोर निद्रेतून थरकाप होऊन जागा झाला. मानसिक

समाधानाच्या कवचातून तो बाहेर फेकला गेला. या परिस्थितीचा आमच्या मनावरही दूरवर परिणाम झाला. उपासमारीने होरपळलेला, चिखलाच्या भीतीने बांधलेल्या घरांत दारिद्र्य सहन करीत धरणीमातेची सेवा करणारा शेतकरी प्रथमच आम्हाला पहायला मिळाला. पुस्तकांपेक्षा या खेड्यांत जाऊन आम्ही भारतीय अर्थशास्त्राचे धडे घेतले. खेड्यांत जाऊन जो भावनात्मक अनुभव आम्ही घेतला त्यामुळे आमच्या जुन्या जीवनमानाकडे वळणे आम्हांला कठीण गेले.

स्वातंत्र्य आले. अनेक वर्षे मनात असलेली आमची स्वातंत्र्याची आकांक्षा सफल झाली. आणि हे स्वातंत्र्यही हिंसक मार्गांनी मिळाले नाही. पण स्वातंत्र्यसूर्याच्या उदयानंतर क्षणार्धात देशात काळोखाचे साम्राज्य पसरले! लोकांची डोकी फिरली! भीती व द्वेषभावनांनी आमची मने आंधळी झाली व आमच्या संस्कृतीने आमच्यावर लादलेली संयमाची सारी बंधने तटातट तुटली गेली! भीतीचे भयानक डोंगर पुढे उभे राहिले व माणसांनी केलेल्या राक्षसी कृत्यांनी आमच्या मनात क्षणात भयाण शून्यता निर्माण झाली! प्रकाश मावळत चालला असे आम्हाला क्षणभर वाटले. पण एक तेजस्वी ज्योत तेवत होती, आजूबाजूला पसरलेल्या काळोखाला भेदून सर्वत्र प्रकाशकिरणे फेकीत होती! या पवित्र ज्योतीचा प्रकाश आमच्या नेत्रांवर पडताच आमच्यातील शक्ती व ज्या आशा लुप्त झाल्या होत्या त्या पुन: जिवंत झाल्या व आम्हाला विश्वासाने वाटू लागले की, क्षणिक संकटांनी आपल्या जनतेची अंत:करणे व्यापून टाकलेली असली तरी या साऱ्या परिस्थितीवर मात करून आम्हाला मार्गदर्शन करणारा भारताचा तेजस्वी आत्मा अविचल आहे! या भयाण संकटांत गांधीजींच्या अस्तित्वाचा आधार किती महान होता याची तुमच्यापैकी किती जणांना कल्पना असू शकेल? त्यांनी अर्धशतकापेक्षा जास्त काळात देशाची अभूतपूर्व सेवा केली, स्वातंत्र्यकालीन देशाला मार्गदर्शन केले याची आपल्या सर्वांना जाणीव आहे. पण त्यांनी स्वातंत्र्यानंतर निर्माण झालेल्या पाशवी अत्याचाराच्या परिस्थितीत जी देशाची सेवा केली त्या अविस्मरणीय सेवेशी कोणतीच तुलना करता येणार नाही. आपल्या सभोवतालचे जग विनाशाकडे जात आहे, अशा परिस्थितीत एखाद्या प्रचंड खडकाप्रमाणे अगर दीपगृहाप्रमाणे सत्याचा प्रकाश दाखवीत ते निश्चल राहिले. साऱ्या गोंधळात व गजबजाटात त्यांचा शांत आवाज साऱ्यांना योग्य तो मार्ग दाखवीत होता.

चिरस्थायी विजयाकरिता प्रयत्न

गांधीजीनी आपल्या जीवनात भारताखेरीज, भारतातील गरीब व पददलित जनता यांच्याखेरीज अन्य विचार केला नाही. त्यांना मुक्त करणे नि त्यांचे जीवनमान उंचावणे हेच त्यांचे ध्येय होते. देशातील गोरगरिबांना किमान कपडे वापरता येत नाहीत म्हणून

गांधीजींनी त्यांच्यासारखे साधे कपडे घालून ते वावरू लागले. देशातील असंख्य अर्धनग्न लोकांप्रमाणे गांधीजी राहू लागले.

चिरस्थायी विजयासाठी त्याचा पाया सत्याच्या कठीण खडकावर उभारला पाहिजे असे गांधीजीचे स्पष्ट मत होते. त्यांनी आम्हांला चळवळीची नि राजकीय युद्धाची नवी पद्धती शिकविली, लोकशाहीचा नवा मार्ग दाखविला. राजकारणात सत्य, सद्भावना नि अहिंसा यांचा प्रभाव किती पडू शकतो हे गांधीजींनी प्रत्यक्ष कृतीने सिद्ध केले. भारतातील कोणत्याही नागरिकाचे राजकीय अगर धर्मतत्त्व कोणतेही असले तरी त्याचा मान राखून त्याच्याशी सहकार्य करण्याची अमोल शिकवण त्यांनी आम्हाला दिली. आपण सारे भारतमातेचे पाईक आहोत नि इथेच आपल्याला राहायचे आहे, इथेच देह सोडायचा आहे! आपण संपादन केलेल्या स्वातंत्र्यात आपण समान भागीदार आहोत! भारतातील असंख्य कोटी जनतेपैकी प्रत्येकाला समान संधी मिळायला हवी, स्वतंत्र भारताला जे काही मिळेल ते समान तत्त्वाने मिळायला हवे. समाजात काही विशेष अधिकार असलेल्या हितसंबंधी लोकांसाठीच गांधीजी जगले नि त्यांनी देह ठेवला असे नाही. तेव्हा गांधीजींनी ज्या धोरणाने नि मार्गाने कार्य केले तसेच आपणास करायला हवे.

गांधीजींनी कसे जगावे नि कसे मरावे याचा मार्ग दाखविला आहे. त्यांनी आम्हाला शिकविलेला हा धडाच आहे. त्यांनी आम्हाला जो मार्ग दाखविला आहे त्या मार्गाने त्यांच्याविषयी आदरभाव व्यक्त करून ध्येयसिद्धीकडे जाणे हेच प्रमुख कर्तव्य आहे! त्यांनी दाखविलेल्या मार्गाने जाऊन आम्ही जीवनात नि मृत्यूतही कर्तव्य करणे यापेक्षा आणखी मोक्ष तो कोणता?

गेल्या अनेक पिढ्यांत जे थोर हिंदू भारतीय होऊन गेले त्यापैकी गांधीजी एक थोर भारतीय होते. *आपण हिंदू भारतीय आहोत याचा त्यांना अभिमान वाटत होता. त्यांना आपला भारतदेश प्राणाहून प्रिय वाटत होता.* याचे कारण म्हणजे युगानुयुगे भारताने कधीही न बदलणाऱ्या सत्याची कास धरलेली होती, हे होय. *ते मूलतः धार्मिक प्रवृत्तीचे होते. त्यांनी स्वातंत्र्य मिळवून दिलेल्या भारताचे ते राष्ट्रपिता होते. तरी कोणत्याही धार्मिक अगर राष्ट्रीय सीमेपुरते त्यांच्या तत्त्वज्ञानाचे क्षेत्र मर्यादित नव्हते. माणसामाणसांमध्ये, धर्माधर्मांमध्ये ऐक्य घडून यावे अशा आंतरराष्ट्रीय दृष्टिकोनाचे ते मानवतावादी होते.*

माणसांच्या मनावर व अंत:करणावर एवढा महान प्रभाव त्यांना कसा गाजवता आला? भावी युगातील लोक त्याला निवाडा देतील त्यांच्या संपन्न व अलौकिक व्यक्तित्वातील काही बाजूंचा त्यांच्या सान्निध्यातील लोकांनी अर्थ लावावयाचा प्रयत्न करायला हवा. त्यांच्या जीवनातील त्यांचा महत्त्वाचा दृष्टिकोन म्हणजे सत्य. अयोग्य आणि अन्याय्य मार्गाने चांगले साध्य संपादन करता येणार नाही असे त्यांनी सत्याची

भूमिका डोळ्यासमोर ठेवून जाहीर केले. सत्याच्या या जाणिवेनेच त्यांनी आपल्या हातून चुका होताच आपण हिमालयाएवढ्या चुका केल्या हे त्यांनी जाहीर केले.

अलौकिक कामगिरी

गांधीजींनी गेल्या अर्धशतकात भारतीय स्वातंत्र्यासाठी जशी अलौकिक कामगिरी बजावली त्याचप्रमाणे जागतिक शांततेच्या दृष्टीनेही महत्त्वाची कामगिरी पार पाडली. त्यांनी आम्हाला अहिंसेच्या तत्त्वज्ञानाची शिकवण दिली. पण दुष्ट प्रवृत्तीमुळे नमते घेणारे ते निष्क्रिय तत्त्वज्ञान नव्हते. आंतरराष्ट्रीय मतभेदामध्येसुद्धा शांततेने निवाडा देणारे ते क्रियाशील तत्त्वज्ञान होते. जगातील कोणत्याही सामर्थ्यवान सैन्यापेक्षा, युद्धसाहित्यापेक्षा मानवाचे मानसिक सामर्थ्य मोठे असते हे त्यांनी आम्हाला दाखवून दिले. त्यांनी राजकीय चळवळीला नैतिक मूल्यांची जोड दिली व साध्य नि साधने भिन्न मानता येणार नाहीत; कारण शेवटी साधनांनीच साध्य नियंत्रित केले जाते असा त्यांनी आदेश दिला.

मनुष्यस्वभावाला असलेल्या मर्यादांकडे आपल्याला दुर्लक्ष करता येणार नाही त्याचप्रमाणे मुत्सद्द्यांपुढे ज्या समस्या आहेत त्यांकडेही आपण कानाडोळा करू शकत नाही. आज जगाची जी रचना आहे तिचा विचार करता जगात युद्धाचा मुळीच संभव नाही असेही आपण म्हणू शकत नाही; पण दिवसेंदिवस अशी खात्री होत चालली आहे की, *नैतिक कायद्याचे श्रेष्ठत्व आपण मानले नाही तर आपल्या राष्ट्रीय व आंतरराष्ट्रीय संबंधात कायमची शांतता नांदणार नाही. जोपर्यंत योग्य साधनांनी योग्य साध्ये निर्माण होणार नाहीत, तोपर्यंत यातून नव्या अनिष्ट गोष्टी निर्माण होतील,* गांधीजींच्या संदेशाचे हे मूल सूत्र होते. जीवनात योग्य रीतीने पाऊल टाकण्यासाठी मानवसमाजाने गांधीजींच्या संदेशाचा अर्थ समजावून घ्यायला हवा.

कोणत्याही प्रकारची भीती, भय न बाळगण्याचा त्यांनी आम्हाला आदेश दिला. भीतीची भावना अत्यंत नीच आहे इतकेच नव्हे तर भीतीच्या पोटी द्वेष व हिंसेचा जन्म होतो. आपल्या अनेक लोकांना या शिकवणीची विस्मृती पडली नि भीतीने आम्हाला ग्रासून टाकले. पण भीती लांबच्या शत्रूची नव्हती तर एकमेकांची आपल्याला भीती वाटत होती. त्यातूनच अनिष्ट कृत्यांचा प्रादुर्भाव झाला.

गांधीजींनी आम्हाला सत्यावर कसे प्रेम करावे व वैयक्तिक व्यवहारातच नव्हे तर सार्वजनिक राष्ट्राराष्ट्रांमधील व्यवहारातही सरळ धोरणाने कसे वागावे हेही शिकविले. त्यांनी आम्हाला माणसाच्या प्रतिष्ठेचे महत्त्व समजावून दिले, द्वेषातून नि हिंसेतून द्वेषाचा, हिंसेचा नि विध्वंसाचाच उदय होतो हे त्यांनी शिकविले. त्यांनी आम्हाला निर्भयतेचा, ऐक्याचा, सहिष्णुतेचा नि शांततेचा मार्ग दाखविला.

भारताने आज जगात फार नाव मिळविलेले आहे. ही महानता मिळण्याची जी

अनेक कारणे आहेत त्यांत गांधीजी हे एक मोठे कारण आहे. गांधीजींनीच हा मोठेपणा भारताला मिळवून दिला. भारताच्या सैन्याने, आरमाराने अगर संपत्तीने प्राप्त झालेला हा मोठेपणा नाही. या थोर पुरुषाने जगातल्या नैतिक क्षेत्रातला व जगातल्या मुत्सद्द्यांमधला क्षुद्रपणा जगाच्या नजरेला आणला. जगात भारताला हे असे मानाचे स्थान मिळाले याचे कारण नैतिक मूल्यांच्या दृष्टीने सारे जग भारताकडे पहाते हे आहे.

साम्राज्याशी सामना

काही बाबतीत आपण दुबळे असलो तरी आमच्या महान नेत्याकडून आम्हाला त्या दुबळ्या परिस्थितीतही शिकवण मिळाली. आमचे लोक नि:शस्त्र असले, त्यांच्याकडे काही संपत्ती नसली अगर संपत्तीचे कोणतेही प्रतीक त्यांच्या हाती नसले तरी त्यांनी भारतातल्या अनेक वर्षे ठाण मारून बसलेल्या संपन्न साम्राज्याशी निकराचा सामना दिला. हा एक विलक्षण सामना होता. सुमारे पन्नास वर्षांपूर्वी गांधीजींनी भारतीय राजकारणाच्या क्षितिजावर पदार्पण केले त्या काळाकडे मी आज मागे वळून पाहात आहे. त्यांनी दक्षिण आफ्रिकेत केलेल्या कार्यामुळे त्यांना लोकप्रियता मिळालेली होती नि त्यांची सर्वत्र वाखाणणी होत होती हे खरे असले तरी भारतीय राजकारणाच्या पातळीवरून त्यांनी आपल्या राजकीय हालचालींना सुरुवात केली नव्हती. पण त्यांनी एकदम भारतीय राजकारणात पदार्पण करून जनतेला संदेश दिला. त्या संदेशात एक प्रकारची जादू होती. तसा तो संदेश अगदी साधा होता. त्यांनी भारतातील परिस्थितीचे विश्लेषण केले ते असे होते की, मुख्यत: सर्वसाधारण जनता नि अन्य लोक यांच्यातसुद्धा भीतीची भावना पसरलेली होती म्हणून गांधीजींनी आम्हाला बजावून सांगितले, ‘‘भिऊ नका, कसली भीती वाटते, तुम्हाला काय होणार आहे असे तुम्हाला वाटते?’’ ते अशा अनुरोधाने बोलत होते की, भारतीय जनतेला राजकीय परिस्थितीची भीती वाटत असावी. आम्ही काही केले व ती गोष्ट ब्रिटिश सरकारला आवडली नाही तर आम्हाला शिक्षा होईल, आम्हाला तुरुंगात टाकले जाईल, आमच्यावर गोळ्याही झाडल्या जातील, अशी भीती सर्वत्र पसरलेली होती. गरिबातल्या गरीब शेतकऱ्याला व खालच्या थरातील सर्व लोकांना ही भीती वाटणे साहजिकच होते. कारण गरीब शेतकऱ्याने कष्टाने पिकविलेले सारे धान्य जमीनदाराच्या घशात जात होते व धान्य पिकविणाऱ्या शेतकऱ्याला उपाशी राहावे लागत होते. जमीनदार, जमीनदाराचा कारभारी, पोलिस व सावकार या सर्वांच्या लाथा आणि बुक्के त्या बिचाऱ्या शेतकऱ्यालाच खावे लागत होते.

वातावरणात फरक झाला होता की गांधीजींच्या आवाजातच काही जादू होती ते मला कळत नाही. पण गांधीजींनी ज्यावेळी ‘भिऊ नका’ या शब्दांची घोषणा केली त्यावेळी त्यांच्या शब्दांनी योग्य पकड घेतली. आमची अंत:करणे एकदम उचंबळून

आली व आमची खात्री पटली की, आता घाबरण्यासारखे काही राहिलेले नाही. गरीब शेतकऱ्यानेसुद्धा आपली वाकलेली पाठ ताठ केली नि तो निर्भयपणाने लोकांच्या नजरेला नजर भिडवू लागला. त्याच्या खोल गेलेल्या डोळ्यात आशेचे किरण दिसू लागले! याचा परिणाम म्हणजे साऱ्या देशात जादूची कांडी फिरल्याप्रमाणे सर्वत्र स्थित्यंतर घडून आले.

अनेक उलथापालथीला आम्हाला तोंड द्यावे लागले. पण 'घाबरू नका' या गांधीजीच्या संदेशाने आम्हाला तारले व आता घाबरण्यासारखे काही नाही याची आम्हाला खात्री पटली. भीती म्हणजे काय – ती आम्हीच मनात निर्माण केलेली होती. आम्ही लाखो लोक तुरुंगात गेलो. तुरुंगात जाणे हे काही तितके सुखाचे नव्हते. काही लोकांना त्रास झाला व दु:खही सहन करावे लागले. आपण ज्या दृष्टीने पहातो त्या दृष्टीवर सुखदु:खांच्या कल्पना अवलंबून असतात. आम्ही कोणत्या तरी दुराचरणाने, दुष्कृत्याने कलंकित होऊन तुरुंगात गेलो असतो तर त्यामुळे आम्हाला अतिशय दु:ख झाले असते. आम्ही जे केले त्यात घाबरण्यासारखे काही नाही; उलट अभिलाषा बाळगण्यासारखी ती गोष्ट आहे असे आम्हांला आत्मीयतेने वाटू लागले.

गांधीजींच्या स्फूर्तिदायक मार्गदर्शनाने भारतात जी शांततावादी क्रांती झाली, त्या क्रांतीचे नियम जगातील अनेक समस्या सोडविण्यासाठी लागू केले जाण्याची शक्यता आहे. भारतातील या क्रांतीने जगाच्या नजरेला अशी गोष्ट आलेली आहे की, शारीरिक बलाने काही माणसाच्या नशिबाचा निकाल लावता येत नाही. याबबतीत आपण ज्या पद्धतीने लढा देतो नि ज्या पद्धतीने त्याचा शेवट होतो तीच गोष्ट अत्यंत महत्त्वाची मानली जाते.

गांधीजींच्या शिकवणीनेच भारताच्या परराष्ट्रीय धोरणाची उद्दिष्टे आम्ही निश्चित केलेली आहेत. जगात शांतता प्रस्थापित करण्यासाठी प्रयत्न करताना कोणत्याही शक्तिमान राष्ट्राशी अगर राष्ट्रगटाशी हातमिळवणी न करता स्वतंत्र धोरणाने प्रत्येक वादग्रस्त तेढीच्या प्रश्नाचा विचार करावयाचा. गुलामगिरीत खितपत घडलेल्या लोकांना मुक्त करायचे. राष्ट्रीय नि वैयक्तिक स्वातंत्र्याचा पुरस्कार करायचा. वर्णभेदाचें उच्चाटन करायचे त्याचप्रमाणे जगातील बहुसंख्य जनतेला ग्रासणाऱ्या अज्ञानाचा, रोगराईचा नि उणिवांचा उच्छेद (समूळ नाश) करायचा! भारताने जे परराष्ट्रीय धोरण अंगीकारले आहे ते नकारात्मक नाही अगर तटस्थपणाचे नाही. ते निश्चित नि महत्त्वाचे धोरण आहे.

भारताची प्रगती घडवून आणण्यासाठीच केवळ शांततेच्या धोरणाची भारताला जरुरी आहे असे नसून त्या शांततेचे जागतिक दृष्ट्याही महत्त्व आहे. जगात युद्धाची जी भीती आहे ती कमी करणे व अखेरीलाही युद्धाची भीती माणसाच्या मनातून काढून टाकणे ही आमच्यापुढील समस्या आहे. पण साऱ्या जगाने युद्धाची भाषा बोलायला सुरुवात केली, राष्ट्रगटांनी एकमेकांची बाजू घेतली तर युद्धाची भीती कशी टाळता येईल?

राष्ट्र या नात्याने आमचा दुबळेपणा अगर आमच्या उणिवा यांची आम्हाला जाणीव आहे. आमच्यात कोणता तरी सर्वश्रेष्ठ गुण आहे असाही आमचा दावा नाही. पण सध्या जागतिक राजकारणाबाबत आमचे जे स्वतंत्र, अलिप्ततेचे धोरण आहे त्या धोरणापासून मिळणारे फायदे गमावून बसण्याची आमची तयारी नाही. हे अलिप्ततेचे जागतिक संघर्षात सहभागी होण्याचे धोरण केवळ आम्हालाच उपकारक आहे असे नव्हे तर जागतिक शांतता नि स्वातंत्र्य यासाठीही उपकारक आहे. शांतता व स्वातंत्र्य यांच्यावर घाला पडण्याची वेळ आली, मानवी स्वातंत्र्यावर व शांततेवर संकट आले की भारत मूग मिळून स्वस्थ बसेल असे नाही. या परिस्थितीत भारताने तटस्थ धोरण स्वीकारले तर त्या उद्दिष्टांचा विश्वासघात केल्यासारखे होईल. म्हणूनच भारताचे आजचे अलिप्ततेचे धोरण म्हणजे संघर्षाकडे पाठ फिरवून दूर पळून जाण्याचे, बेफिकिरीचे अगर पूर्ण तटस्थेतेचे धोरण नाही. भारताच्या या अलिप्ततेच्या धोरणात जागतिक क्षेत्रात सहजीवन निर्माण करण्याचे तत्त्व सामावलेले आहे. शांततावादी सहजीवन म्हणजे कोणत्याही समस्येबाबत शांततेने वादविवाद करणे, इतरांचा दृष्टिकोन समजून घेणे, आपल्या मतांचा दुसऱ्यावर प्रभाव पाडण्याचा प्रयत्न करणे आणि कोणत्याही आंतरराष्ट्रीय प्रश्नात हस्तक्षेप करून उलथापालथ न करणे! आपण जी गोष्ट प्राणांपेक्षाही प्रिय मानतो तिचाच त्याग करणे अगर आमचा निर्णय इतर राष्ट्रांवर लादणे असा मात्र या धोरणाचा अर्थ नव्हे, अलिप्ततेचे धोरण हे एक मूलभूत उद्दिष्ट आहे, पण एखाद्या विशिष्ट परिस्थितीला अगर प्रसंगाला ते कसे लागू करायचे याबाबतीत निर्णय घेण्याचा आम्हाला अधिकार आहे. आमचे अलिप्ततेचे असे धोरण आहे. याचा अर्थ आपण एखादी गोष्ट मान्य करायची अगर करायची नाही असे नाही. जे उद्दिष्ट आपले ठरले आहे ते साध्य करण्यासाठी स्वतंत्र निर्णय घेण्याचे तत्त्व तटस्थतेच्या धोरणात सामावलेले आहे.

आपण ज्याला गांधी – तत्त्वज्ञान अगर वैचारिक भूमिका म्हणतो त्या वैचारिक पातळीवर आपण पोहोचलो नाही. पण त्यांच्या तत्त्वज्ञानाचा आमचा आमच्या धोरणावर अजूनही प्रभाव आहे. आम्हाला शांतता हवी असेल तर त्या शांततेचे वातावरण आपण निर्माण करायला हवे. आपल्याविषयी ज्यांना संशय वाटतो त्यांना आपण जिंकण्याचा प्रयत्न करायला हवा. आमची बाजू, आमची मनोभूमिका इतरांनी समजून घ्यावी अशी आपली अपेक्षा असते. त्याचप्रमाणे इतरांचीही भूमिका आपण समजून घ्यायला हवी. अनिष्ट गोष्टींचा अगर आक्रमणाचासुद्धा प्रतिकार करताना आपण शांततेची भूमिका पत्करायला हवी व जे केवळ भीतीने अगर अन्य कारणांनीही आपले शत्रुत्व पत्करण्यास तयार झाले आहेत त्यांच्यापुढे मैत्रीचा हात पुढे करायला हवा. ही शिकवण आम्हाला गांधीजींनी दिली. आमच्यातील अपूर्णत्वाची जाणीव असतानाही त्यांच्या महान शिकवणीपासून स्फूर्ती घेण्याचा आम्ही प्रयत्न केला. आपले ध्येय उच्च असले तर आपण

उच्च तत्त्वांनाही चिकटून रहायला हवे. बुद्धकालापासून ते आजच्या गांधी–युगापर्यंत भारताची उच्च परंपरेची ही पार्श्वभूमी आहे.

आजच्या परिस्थितीत कोणत्याही सरकारला राज्यकारभार चालविताना अहिंसेच्या तत्त्वाचा पुरस्कार करता येणार नाही. अहिंसेच्या तत्त्वाला आपण चिकटून राहिलो तर आपणास सैन्य, आरमार, वैमानिक दल इतकेच नव्हे तर पोलिस पथकेही ठेवता येणार नाहीत. आजच्या परिस्थितीच्या संदर्भात एखादे उच्च ध्येय लगेच अंमलात आणता येईल असे नाही. हे ध्येय साकार करण्यासाठी आपणास वाट पहावी लागेल.

काश्मीरवर टोळीवाल्यांनी हल्ला केला त्यावेळी तेथे भारतीय सैन्य पाठविल्याच्या आमच्या धोरणांचे गांधीजीनी समर्थनच केले. इतकेच नव्हे तर त्यांनी आम्हाला प्रोत्साहन देऊन आशीर्वाद दिला! संपूर्णपणे अहिंसेच्या तत्त्वाला चिकटून राहणाऱ्या नि त्या तत्त्वाचा पूर्ण पुरस्कार करणाऱ्या गांधीजींनी आमच्या धोरणाला मान्यता दिली ही खरोखरच आश्चर्याची गोष्ट आहे. विशिष्ट परिस्थितीत सरकारला संरक्षणासाठी हिंसेचा वापर करण्याचा अधिकार पोहोचतो हे गांधीजींनी मान्य केले. भारत सरकार आजच्या परिस्थितीत आपला हा हक्क अबाधित राखील हे तितकेच खरे आहे. तथापि आम्ही आमची भूमिका अशी स्पष्ट केलेली होती. की, निव्वळ संरक्षणासाठीच सैन्याचा वापर करायचा, युद्धाला चिथावणी द्यायची नाही, अगर युद्ध सुरू करायचे नाही. अगर आक्रमक हालचाली सुरू करायच्या नाहीत. हेच आमचे मूलभूत धोरण होते!

गांधीजींची हुकूमशहाप्रमाणे भूमिका नव्हती. कुणाही माणसावर आपला निर्णय लादण्याची त्यांच्यात शक्ती होती. त्यांना इतरांवर निर्णय लादता आला असता. पण त्यांनी तसे केले नाही. त्यांनी जे काम करायचे ते प्रेमाने, सलोख्याने केले. आम्ही वारंवार त्यांच्याशी वादविवाद केला, त्यांशी भांडलोसुद्धा व त्यांना आमची विचारसरणी पटविण्याचा प्रयत्न केला. गांधीजींमधला अलौकिक गुण म्हणजे इतरांतून चांगले गुण शोधून काढण्याचे त्यांचे कौशल्य! एखाद्या माणसामध्ये अनेक दुर्गुण असले तरी नेमके त्याच्यातले गुण शोधून काढण्याची कला गांधीजींना चांगली साधलेली होती. त्यामुळे त्या बिचाऱ्या माणसाला त्याच्या इच्छेविरुद्धही चांगले वागावे लागत असे. गांधीजी आपला निर्णय इतरांवर लादण्याचा प्रयत्न न करता इतरांची मने जिंकण्याचा प्रयत्न करीत असत. लोकांनी आपले विचार दाबून टाकावे आणि आंधळेपणाने त्यांचे अनुकरण करावे. असे गांधींना कधीच वाटले नाही. त्यांना असे अंधानुकरण नको होते. पण त्यांच्या व्यक्तिमत्त्वामुळे अपरिहार्यपणे लोकांना स्वतंत्रपणे आपली भूमिका मांडणे अनेक प्रसंगी कठीण जात असे. तरीही गांधीजींनी लोकांच्या या भूमिकेला कधी प्रोत्साहन दिले नाही.

गांधीजींविषयी बोलणे मला आवडते याचे कारण त्यामुळे माझ्या मनाला समाधान वाटते व एका महानतेची जाणीव होते. त्या जाणिवेने मन वेगळ्या वातावरणात जाते.

आपल्या स्वत:भोवतीच्या संकुचित भूमिकेपासून आपण वेगळ्या प्रदेशाच्या वातावरणात पदार्पण करतो नि त्या वातावरणात आपणास जीवनातले क्षुद्र हेवेदावे, द्वेष, मत्सर दिसत नाहीत! गांधीजींचा विचार केल्याने मनाला एक प्रकारचे समाधान लाभत होते. पण आता आपण त्यांचे वारंवार नाव घेऊनही त्यांच्या तत्त्वाप्रमाणे आपले आचरण का होत नाही या विचाराने व शंकेने मन व्यथित होते. गांधीजींच्या सान्निध्यात येत असताना अंत:करणात अशी कालवाकालव होते की आपण गांधीजींचे अनुयायी होण्यास लायक आहोत की नाही! आपण बोलतो एक व दाखवतो अगर कृती करतो दुसरी, असे तर आपल्या हातून होत नाही ना? ते हयात असताना जर अशी परिस्थिती तर ते आमच्या सान्निध्यात नसताना आमची भूमिका कशी राहील? तेव्हा गांधीजींची स्मृती नेहमीच आमच्यापुढे ही समस्या उभी करते! पण अशा प्रकारे निरर्थक प्रश्नचिन्हात आम्हाला फार वेळ गुरफटून राहाता येत नाही. चालू परिस्थितीच्या अनुरोधाने आमच्या कल्पनेप्रमाणे आम्हाला निर्णय घ्यायला हवा आहे.

गांधीजी हे निव्वळ उच्च तत्त्वे बाळगणारे व सत्याचे पुरस्कर्ते होते असे नव्हे तर त्यांना पूर्णपणाने जनमनाची नाडीही अवगत होती. भारतीय जनतेचा प्रतिनिधी म्हणून घेण्याचा कुणाला खरा हक्क असेल तर तो गांधीजींनाच! गांधींजी भारतीय जनतेला ओळखत होते इतकेच नव्हे तर ते आम्हा कुणापेक्षाही जनतेच्या जीवनाचा एक भाग होऊन बसले होते गांधीजींनी जनतेला ज्या काही अलौकिक गोष्टी करायला सांगितल्या त्या लोकांनी त्यांच्या आदेशाप्रमाणे पार पाडल्याही; पण त्यांनी जनतेला कोणती अशक्य गोष्ट पार पाडण्यास सांगितली असेही नाही. एखाद्या व्यक्तीकडून गांधीजी कडक शिस्त पाळण्याची अपेक्षा करतील पण सर्वसाधारण जनतेकडून मात्र ते सक्तीच्या शिस्तीची अपेक्षा करणार नाहीत. तथापि त्यांनी अनिष्ट गोष्टींच्या बाबतीत कधी तडजोडीची भूमिका स्वीकारली नाही. या विशाल जगात केवढाही महान नेता असला तरी त्याला दैनंदिन कार्यात कधी तडजोडीची भूमिका स्वीकारावी लागतच नाही असे काही म्हणता येत नाही.

भावी इतिहासकार गतेतिहासाबद्दल लिहिताना आमच्या देशातील चालू परिस्थितीच्या अनुरोधाने काय लिहितील? ते इतिहासकार आमच्या महान नेत्याबद्दल असे लिहितील की, भारतात जन्म घेतलेल्या या नेत्याने हातात हातात हात घालून सहकार्याने कसे वागावे हे गुलामगिरीत खितपत पडलेल्या आपल्या देशबांधवांना शिकविले! एकाच देशात जन्मलेल्या व एकाच संस्कृतीच्या जनतेला विभागणाऱ्या ज्या कृत्रिम भिंती होत्या त्या पार जमीनदोस्त करून आपल्यापेक्षा कमनशिबी असलेल्या हरिजनांना उच्च दर्जा देण्यास त्या नेत्याने आपल्या शिकवणीने भाग पाडले. ते इतिहासकार आणखी असेही लिहितील की, हिमालयापासून कन्याकुमारीपर्यंत पसरलेली भारतीय जनता असंख्य वर्षांच्या निद्रेतून जागी झाली व अभिमानाने मान उंचावून त्यांनी गांधीजींच्या नेतृत्वाखाली

आपल्या देशाला स्वातंत्र्य प्राप्त करून घेतले व इतर देशांच्या स्वातंत्र्याचाही पुरस्कार केला. शेकडो वर्षांनंतर भारताने आपले तेज प्रगट केले. आपल्या प्राचीन संस्कृतीने तेजाळलेला आपला आवाज जगाला ऐकविला व त्या आवाजाचा साऱ्या जगावर परिणाम घडून आला! आम्ही भारतीयांनी आम्हांला अनेक शतकांपासून मिळालेला महान वारसा दूर फेकून दिला व धर्म, जात नि प्रांत यांचे भांडवल करून आम्ही एकमेकांमध्ये भांडत रहाण्याची नीच पातळी स्वीकारली तर सारे जग आपल्याला काय म्हणेल?

आपल्या जगात अनेक अनिष्ट गोष्टी आहेत अगर अनेक प्रकारचे द्रौर्बल्य आहे. *पण मोठा दुबळेपणा म्हणजे भीती – भीतीची भावना! भीती हे अनेक अनिष्ट गोष्टींचे मूळ आहे. ज्या व्यक्तीला अगर राष्ट्राला भीतीने पछाडलेले आहे त्या व्यक्तीला, राष्ट्राला अनेक अडचणींना तोंड द्यावे लागते* व अभिमानाने मान उंचवण्यासही ते राष्ट्र समर्थ होऊ शकत नाही. पण गांधीजींच्या तत्त्वज्ञानापासून आम्हाला हे सामर्थ्य मिळाले. मनातील सारी भीती टाकून एकजुटीने निर्भयपणे शक्तिमान साम्राज्याशी सामना देण्याची शिकवण गांधीजीनी भारतीय जनतेस दिली! *मग आता बंगालमध्ये अगर आसाममध्ये राहणाऱ्या आमच्या लोकांनी एकमेकांची भीती का बाळगावी? अशिक्षित लोक अगर छोट्या मनाचे लोकच एक भाषा दुसऱ्या भाषेविरुद्ध उलटविण्याचा नि भाषा भगिनींमध्ये भांडण लावायचा प्रयत्न करतात; पण शहाणे लोक मात्र भाषाभाषांमध्ये वितुष्ट न आणता मातृभाषेखेरीज अन्य भाषा शिकण्याचा प्रयत्न करतात!*

आपल्या सभोवतालच्या जगापुढे आपण दृष्टी फेकूया. आंतरराष्ट्रीय परिस्थितीत अनुकूल पालट झाला आहे असे आपणास वाटते. आता मात्र परिस्थिती जास्त बिकट झाली आहे. *लोकांनी एकमेकांविरुद्ध तलवारीचा खणखणाट करायला प्रारंभ केला आहे!* अशा परिस्थितीत आम्ही किंचित प्रमाणात जरी आत्मसंतुष्ट वृत्ती दाखविली, ऐक्याचा अभाव व्यक्त केला तर आपण दुबळे ठरू, आपल्याला अपयश येईल! आपण आपली मने नि डोळे उघडे ठेवून वागायला हवे. ज्या थोर नेत्याने भारतीय जनतेत एवढी प्रचंड शक्ती निर्माण केली, त्यांच्यात एकजूट करून देशाला स्वातंत्र्य मिळवून दिले त्या थोर नेत्याची आपण या प्रसंगी सतत स्मृती वागवायला हवी. आपल्या या थोर नेत्याच्या नावाचा पुनरुच्चार करणे अगर त्याची स्मृती बाळगणे यानेच केवळ भागणार नाही. त्याने आपल्याला जी अमोल शिकवण दिली आहे ती सदैव मनात बाळगून आपण त्या शिकवणीच्या अमृताने सारा देश संपन्न केला पाहिजे.

आमच्या जीवनातला प्रकाश मावळला असून सर्वत्र काळोखाचे साम्राज्य पसरले आहे. आमचे परमप्रिय बापूजी, आमचे राष्ट्रपिता आम्हास सोडून गेले! आमच्या जीवनातला प्रकाश मावळला असे मी एकदा उद्‌गार काढले तथापि माझे ते उद्‌गार चुकीचेही होते. कारण आपल्या देशात ज्या प्रकाशाचे तेज फुंकले गेले होते तो प्रकाश काही सामान्य

प्रकारचा प्रकाश नव्हता! ज्या प्रकाशाने हा सारा देश दशदिशा उजळून टाकला तो प्रकाश आणखी असंख्य वर्षे या देशात प्रकाशत राहील! हजारो वर्षांनंतरही या प्रकाशाची तेजस्वी किरणे आपल्या देशात चकाकत राहतील. साऱ्या जगाला ती प्रकाशकिरणे पाहायला सापडतील व त्या प्रकाशकिरणांनी अनेकांच्या अंत:करणाला समाधान लाभेल. कारण त्या प्रकाशात आजच्या घडीपेक्षा उद्याच्या घडीचे प्रतिबिंब जास्त प्रमाणाने एकवटलेले आहे. त्या प्रकाशात जिवंत शाश्वत सत्य सामावलेले आहे. तो प्रकाश आम्हाला योग्य मार्ग दाखवीत आहे, प्रमादापासून बाजूला सारून अनादी काळापासून अस्तित्वात असलेल्या या देशाला स्वातंत्र्याप्रत नेत आहे!

आचार्य कालेलकर

(१८८५ डिसेंबर – १९८१ ऑगस्ट २१)

- कालेलकर दत्तात्रय बाळकृष्ण.
- मराठी, हिंदी, गुजराती भाषांवर प्रभुत्व.
- म. गांधींचे सच्चे अनुयायी.
- साबरमतीच्या आश्रमात कार्याला सुरुवात.
- म. गांधींची गुजरात विद्यापीठाची योजना अंमलात.
- वर्धा आश्रमात राहून राष्ट्रभाषाप्रचाराचे कार्य.
- भारतीय भाषासंघ, सार्वभाषिक वर्गकोश, हिंदुस्थानी प्रचारसभा वगैरे अनेक संस्थांची स्थापना.
- १९४२ चले जाव चळवळीत तुरुंगवास.
- गुजरातीमध्ये 'जोडणी – कोश' हा पायाभूत ग्रंथ प्रसिद्ध.
- 'सर्वोदय' व 'सबकी बोली' या वृत्तपत्रांचे द्वारा राष्ट्रभाषेच्या प्रश्नाला चालना.
- ग्रंथसंपदा :
  - हिंडलग्याचा प्रसाद
  - हिमालयाचा प्रवास
  - कला – एक जीवनदर्शन
  - जीवनसाहित्य
  - गांधीवाद-समाजवाद
  - लोकजीवन
  - लोकमाता

गांधीवाद इतिहासजमा झाला?

आचार्य कालेलकर

कित्येक लोक आता म्हणू लागले आहेत की, भारताला स्वराज्य मिळालेच नाही. जागतिक परिस्थिती बदलली, युद्धे अंगाशी आली म्हणून इंग्रजांना येथून जावे लागले. सशस्त्र क्रांतिकारकांची सरकारला भीती वाटली. म्हणूनही ते येथून गेले. त्यांना लोकांनी विचारले की, ''एवढ्या मोठ्या देशातून इंग्रजांना जावे लागेल, तसेच ते इतर लहान मोठ्या प्रदेशांतूनही गेले असते पण तसे झाले नाही. हे का?''

गांधींनी देशात अभूतपूर्व जागृती आणली, राष्ट्रीय जीवनाला नवा पाया दिला, हिंदू संस्कृतीला नवे वळण लावले आणि जगात भारताला मानाचे स्थान मिळवून दिले ही गोष्ट नाकबूल करता येणार नाही. इतर देशांनादेखील गांधींपासून प्रेरणा आज मिळत आहे ही गोष्ट ध्यानात आणली पाहिजे. या गोष्टी ज्यांना मान्य आहेत असे लोकदेखील आता म्हणू लागले आहेत की गांधीजींची लोकोत्तर कामगिरी मान्य, पण आता त्याचे महत्त्व किती? फार तर गांधीजींविषयी कृतज्ञता व्यक्त करू. पण गांधी आता इतिहासजमा झाले आहेत एवढे गांधीवाद्यांनी मान्य केले पाहिजे.

कित्येक लोक गांधीजींचे धार्मिक, आध्यात्मिक आणि सांस्कृतिक क्रांतिकार्य मान्य करतात पण राजकारणात ह्या वस्तूंना महत्त्व देऊ इच्छित नाहीत. अशा लोकांना उत्तर दिले पाहिजे.

सर्वच लोक स्वीकारतात की गांधीजींची हिंदुस्थानाला आणि जगाला सर्वांत मोठी देणगी म्हणजे सत्याग्रह. तो तर गांधीवादी राज्यकर्त्यांनी सोडून दिला. इतकेच नव्हे तर सार्वत्रिक बहुमताने चालणाऱ्या सरकारविरुद्ध सत्याग्रह होऊच शकत नाही, असा प्रचार करून त्यांनी जिकडे तिकडे सत्याग्रहाला विरोध चालविला. याचा परिणाम असा झाला की काही लोक म्हणू लागले, ''एव्ही तेव्ही सत्याग्रहाला नेत्यांचा पाठिंबा मिळणार नाही आणि सत्याग्रहाला चारित्र्याचा भक्कम पाठिंबा असावा लागतो तेव्हा त्या रस्त्याने जाच कशाला? बहुमताच्या जोरावर चालणारे प्रजाराज्य कधीही खंबीर असत नाही. अशा राज्याचा एक डोळा असतो पुढची इलेक्शने जिंकण्यावर, तेव्हा सत्याग्रहापेक्षा हत्याग्रह चांगला.'' हत्याग्रहाविरुद्ध गोळी चालवण्याची पोलिसांना मुभा असते हे खरे. पण नेत्यांना त्याची भीती बाळगण्याचे कारण नाही. कारण हत्याग्रह सुरू होण्यापूर्वीच नेत्यांना सरकार पकडून ठेवते. आणि थोडी शांतता होताच लोकक्षोभ टाळण्यासाठी नेत्यांना तुरुंगातून सोडून देते. त्यामुळे नेत्यांना भिण्याजोगे काही नसते. हत्याग्रहात सामान्य लोकांपैकी थोडी लोकं मरतात हे खरे पण तेवढ्या बलिदानाच्या जोरावर पुष्कळ मिळवता येते.

अशा रीतीने विचार करणाऱ्या लोकांनी हाकाटी चालवली आहे की, ''आजच्या

काळात गांधीविचार कितपत ग्राह्य आहे? कितपत व्यवहार्य आहे?''

गांधी होऊन गेल्या गोष्टीला शंभर दोनशे किंवा हजार वर्षे झाली नाहीत. दहा वीस वर्षांत काळ बदलत नसतो. तेव्हा त्या प्रश्नाचा अर्थ एवढाच होतो की गांधींच्या काळी लोकांत स्वार्थत्याग करून देशसेवा करण्याची वृत्ती होती. उच्च जीवनाची प्रेरणा झाल्यास तिचा स्वीकार करून लोक बलिदानाला तयार होत. तसे आता आम्ही उरलो नाही. आम्हाला निवडणुका जिंकून राष्ट्रीय सत्ता आणि संपत्ती वापरण्याची संधी मिळवावयाची आहे. या कामी गांधीवाद काय मदत करणार? एवढाच वरील प्रश्नांचा अर्थ होतो. गांधींनी कोठेही म्हटले नाही की लोकनियुक्त सरकार कधीच चुका करणार नाही आणि त्याच्या विरुद्ध सत्याग्रह होऊच शकत नाही! आणि सत्याग्रह हे काही फक्त सरकारविरुद्ध वापरण्याचे शस्त्र नव्हे. व्यक्तिगत जीवनात, सामाजिक जीवनात, राष्ट्रीय जीवनात आणि आंतरराष्ट्रीय संबंधांत तेजस्वी, सात्त्विक लोकांनी केव्हाही वापरण्याचे ते शस्त्र आहे. ते नेहमी पाजळून तयार ठेवावयाचे असते. सत्याग्रहाचे शेवटचे बळ म्हणजे जगातील सर्व तेजस्वी सज्जनांचा त्याला पाठिंबा मिळत असतो आणि दुर्जनांनादेखील हे शस्त्र वापरणाऱ्या पक्षाची तेजस्विता आणि नैतिक श्रेष्ठता स्वीकारून तिच्यापुढे मान वाकवावी लागते. सत्याची ही शक्ती अपार आहे आणि सार्वभौम आहे. एवढा विश्वास ज्यांच्यात आहे तेच लोक खरे आस्तिक. स्वराज्य होताच आणि नेत्यांच्या हाती अधिकार येताच त्यांनी ठरवून टाकले की आता या देशात आमचे राज्य झाले. त्यामुळे सत्याग्रहाला आधार राहिला नाही. लोकांनीही पाहिले की खरा सत्याग्रह करू जाता, या गांधीवादी नेत्यांचाही पाठिंबा मिळणार नाही. तेव्हा अन्याय दिसला तरी डोळेझाक करून गप्प बसणे हाच मार्ग आहे. पण जगाचा सिद्धान्त आहे - Nature abhores vacuum. निसर्गामध्ये म्हणजेच जगामध्ये पोकळी फार वेळ टिकू शकत नाही. पोकळी उत्पन्न झाली की ती जागा भरून काढण्यासाठी कसले तरी तत्त्व धावून येतेच. सत्याग्रहाला अवकाश राहिला नाही तेव्हा ती जागा हत्याग्रहाने घेतली. आणि हा हत्याग्रह वाटेल तसल्या लोकांनी चातुर्याने हाती घेतला. वर म्हटलेच आहे की, लोकसत्तात्मक राज्यात हत्याग्रह चालविणारे नेते सुरक्षित असतात. लढाईत ज्याप्रमाणे सैनिकांचा बळी द्यावाच लागतो त्याचप्रमाणे भावनेला वश होणाऱ्या सामान्य लोकांना थोडासा वाव दिला अथवा होऊ दिला तर पुष्कळसे काम होते. हे चातुर्य आजच्या लोकनेत्यांमध्ये आहे. आणि जे सरकार सत्याग्रहाला दाद देत नाही त्या सरकारला हत्याग्रहापुढे नमावेच लागते.

यालाच जर 'आजचा काल' म्हणावयाचा असेल तर लोकांनी खुशाल म्हणावे. अशा कालोचित मार्गाने कोणतेही लोकनियुक्त सरकार सहज पाडता येईल. पण त्याच्या ठिकाणी दुसरे तेजस्वी किंवा समर्थ सरकार स्थापन होणे शक्य नाही. एकामागून एक सरकारे कोलमडून पडू लागली म्हणजे जनता आणि नेतृत्वाचे उमेदवार लोक डिक्टेटरशिपचे

आवाहन करतात, ''या निवडणुका नकोत, लोकमताचा खेळखंडोबा नको, मारील त्याला तलवार या न्यायाने नादीरशाही स्थापन केली पाहिजे.''

आपल्याला एक खूणगाठ बांधून ठेवलीच पाहिजे, की हिंदुस्थानात आपल्याला स्वर्ग उत्पन्न करता येईल. नरकही उत्पन्न करता येईल पण डिक्टेटरशिप या देशात कधीही येऊ शकणार नाही. एखादा मंत्र बोलल्याबरोबर स्थापन होणारा तो राज्यप्रकार नव्हे. हिंदुस्थानाची जनता एकजिनसी (Homogenous) नाही. हिंदुस्थानची फौज एकजिनसी नाही (आणि हेही लक्षात ठेवले पाहिजे की ज्याला आपण हिंदुसमाज म्हणतो त्यातही आंतरिक एकजिनसीपणा नाही). किती का असेना, एक मनुष्य डिक्टेटर म्हणून उभा राहताच त्याला प्रतिस्पर्धी दुसरा डिक्टेटर उभा राहणारच. आणि दोघांनाही जनतेचा पाठिंबा मिळणार. फौजेची निष्ठादेखील अशा डिक्टेटरांमध्ये वाटली जाणार. मग यांनी वाटल्यास एकमेकांना मारून क्षीण व्हावे किंवा देशाचे तुकडे पाडून लहान लहान राज्ये स्थापन करावीत.

दहा हजार वर्षांच्या आपल्या इतिहासात राजनैतिक एकता केव्हा व किती वर्षे टिकली याचा हिशोब काढला पाहिजे. 'आविक्षित' सारखे वेदकालीन सम्राट केवढ्या मुलखावर राज्य करीत होते. आणि त्यांचे स्वराज्य अथवा साम्राज्य किती टिकले यांची चर्चा न करणे बरे! आपले सर्व सम्राट राजसूय यज्ञ करून सम्राट झाले. त्यांचे ते साम्राज्य दोन पिढ्या चालले की नाही याची वानवाच आहे. बाकी हिंदू काळात अधिकांश तर लहान लहान राज्येच होती. या राज्यांचे आपापसात हेवेदावे चालत. सामान्य प्रजा शांततावादी, शांतताप्रेमी आणि सांस्कृतिक एकता चालवणारी हाती. प्रजेला स्वदेशी-परदेशी कोणीही राजा असो, चालत असे. त्याने लोकजीवनात ढवळाढवळ न केली म्हणजे बरे. आणि त्याने ढवळाढवळ केली तर जनता ईश्वराची प्रार्थना करीत असे की, देवा, आता अवतार घे आणि आम्हाला या जुलमातून वाचीव. सत्यवानाचा पिता लोकप्रिय राजा होता. त्याला गादीवरून हाकून लावणाऱ्या राजाविरुद्ध प्रजेने काहीच केले नाही. राजा गेला वनवासाला आणि प्रजा मुकाट्याने बसून राहिली. पुढे देवाला दया आली. शत्रूचा नाश झाला. प्रजा आनंदली.

म्हणूनच तर कोट्यवधी जनतेच्या देशात लाखाहून कमी परकीय लोक घुसून राज्य करू शकले.

परकीय लोकांनी या देशातील लहान लहान राजांना पाळीपाळीने परास्त करावे. संबंध देश पादाक्रांत करावा. पण चार क्षत्रिय एकत्र होऊन लढणार नाहीत. पठाणांनी येऊन हिंदुस्थानावर प्रत्येक ठिकाणी आपली राज्ये स्थापन केली. तत्पूर्वी शंभर वर्षे तरी ते या देशात येऊन लोकस्वभाव अजमावू शकले होते. हीच गोष्ट मोगलांची. त्या दोघांना अनुभव आला की येथील लोक विदेशी आक्रमणकारी लोकांचे राज्य मजबूत करायला

तटस्थ असतात. ते खाल्ल्या मिठाला जागतील आणि स्वदेशी रक्ताचा द्रोहदेखील करतील. जो कोणी अन्न देईल त्याच्याशी स्वामिनिष्ठ राहिलेच पाहिजे असे मानणाऱ्या लोकांना परक्याचे अन्न खाऊ नये असा उपदेश कुणीच दिला नव्हता. आजही परक्याचे अन्न खाऊ नये असा बाणा दिसून येत नाही!

राजनैतिक एकता आपण टिकवू शकू असा आत्मविश्वास आज किती लोकांत आहे? आणि सांस्कृतिक एकता तर भूतकाळाची उपासना करून, जुने हेवेदावे जिवंत ठेवून, कधीच उत्पन्न करता येत नाही. हा सार्वभौम सिद्धान्त नेत्यांच्या डोक्यात तरी कधी आला आहे का? सांस्कृतिक एकता समाजाच्या जोरावरच उत्पन्न करता येते. सांस्कृतिक एकता जर मजबूत करावयाची तर भूतकाळाचे ध्यान धरून चालणार नाही. त्यांना भविष्यकाळ समजला पाहिजे. समन्वयाच्या जोरावर तो निर्माण करता आला पाहिजे. *जे लोक भूतकाळ विसरू शकत नाहीत त्यांना वर्तमानकाळात सुप्त असलेले सामर्थ्य ओळखता येत नाही.* गांधींना हे ओळखता येत होते. त्यांनी आत्मघाती चर्चा न करता, राष्ट्राला समन्वयाचा रस्ता दाखवून दिला आणि आंतरिक एकता वाढविण्यासाठी उदारतेचा उपदेश शहाणपणाने कसा करावा हेही दाखवून दिले. खरे म्हणावयाचे म्हणजे, गांधींचा पूर्ण उपयोग आजच आहे. त्यांच्या मार्गाने जाण्याची हिम्मत दीर्घदृष्टी आणि कुशलता जर आपण मिळवू शकलो तर आजचे जटिल प्रश्न सोडविता येतील. जे लोक गांधीमार्गाला कालबाह्य ठरवतात त्यांनी आजचे प्रश्न सोडविण्याचा एकही मार्ग अमलात आणून दाखवला नाही. वादाच्या इरेस पेटलेल्या एकाने जोराने म्हटले, ''जीवनात हरलो तरी बेहत्तर पण वादांत आम्ही हार खायला तयार नाही.'' माणूस सहज बोलून गेला खरा पण त्याने आपल्या लोकांच्या स्वभावावर या एका वाक्याने चांगलाच विदारक प्रकाश पाडला आहे.

आज जगात युद्धाची तयारी सर्वत्र चालत असते. या क्षेत्रात पुढारलेली राष्ट्रे दोन, रशिया आणि अमेरिका. या दोन्ही राष्ट्रांजवळ आज शस्त्रांचा साठा इतका तयार आहे की जगाचा नाश त्यांना तीन वेळा करता येईल. तरीही हे लोक युद्ध छेडू धजत नाहीत. त्यांना कळून चुकले आहे, युद्धाच्या अंती एका पक्षाचा विजय आणि दुसऱ्याचा पराजय ही स्थिती आता उरली नाही. आधुनिक शस्त्रास्त्रे वापरून युद्ध सुरू केले तर दोन्ही पक्षांचा सर्वनाश खात्रीने होणार याविषयी शंका उरली नाही. या दोन्ही राष्ट्रांचे पुढारी म्हणतात, युद्धावर आमचा विश्वास नाही. पण सैन्यावाचून आणि आधुनिक शस्त्रास्त्रांवाचून राष्ट्र सुरक्षित कसे राहील, हे आम्हाला समजत नाही. म्हणून आम्ही युद्धाची तयारी ठेवून आहोत. पण ही तयारी दिवसेंदिवस इतकी महाग होत आहे. *युद्धात राष्ट्राचे रक्त सांडेल तेव्हा सांडेल पण तत्पूर्वी युद्धाच्या तयारीतच राष्ट्र – रक्ताचे भयंकर शोषण करावे लागत आहे.*

तेव्हा एकीकडे युद्धाला तयारी तर दुसरीकडे आपापल्या बाजूला अनेक राष्ट्रांना खेचून गटबंदीचे राजकारण आणि तिसऱ्या बाजूने सामोपचाराचे प्रयोग अजमावून पाहणे. अशी त्रिविध राजनीती चालू आहे. पहिले दोन प्रकार जुन्या विचाराचे, अप्रतिष्ठित पण जोरावर आणि तिसरा प्रकार हळूहळू विश्वमान्य होण्याच्या मार्गावर. ही आहे जागतिक परिस्थिती. जागतिक नेतृत्व करणाऱ्या लोकांना आता गांधीविचाराकडे ध्यान देण्याचे सुचू लागले आहे.

स्वराज्य आल्यानंतर मी जगाचा प्रवास केला. अमेरिका पाहून घेतली. दोनदा युरोपात आणि आफ्रिकेत थोडे डोकावून पाहिले. एकदा चीन सरकारच्याच मदतीने त्या देशात थोडे फिरून घेतले आणि जपानात तिकडच्या लोकांच्या आमंत्रणामुळे आणि अधिकांश त्यांच्याच खर्चाने पाचदा जपानात जाऊन आलो. सर्वत्र लोक म्हणतात, गांधीजींच्या तेजस्वी सत्याग्रहाने आम्ही आकर्षित झालो. जगावर दरारा चालवणाऱ्या ब्रिटिश साम्राज्याच्या तावडीतून त्यानी देश स्वतंत्र केला. त्यामुळे आम्हाला अंधुक आशा वाटू लागली की त्यांचा मार्ग कदाचित उपयोगी ठरेल. आम्ही गांधींना श्रेय देतो ते त्यांच्या सत्याग्रहाच्या कोऱ्या कल्पनेसाठी नव्हे. कल्पना कुणालाही करता येते. पण या कल्पनेच्या जोरावर त्यांनी राष्ट्राला तयार केले. भारतीय जनतेने त्यांच्या हाकेला ओ दिली. आवश्यक असा त्याग करून दाखवला. या वस्तुस्थितीने आम्ही प्रभावित झालो. आणि म्हणून मोठ्या आशेने स्वराज्य–प्राप्तीनंतरच्या भारताच्या कामगिरीचे आम्ही अत्यंत आस्थेने अध्ययन चालविले आहे. या वीस वर्षांत गांधींच्या मार्गाने तुमच्या देशाने एकही पाऊल पुढे टाकले नाही. यामुळे आता आम्हाला वाटू लागले आहे की भारतीय जनतेमध्ये तेजस्विता आहे, गांधीनी ती जागृत केली, पण तसे नेतृत्व त्यांच्या देशात आज उरले नाही. तेव्हा गांधीमार्ग खरा. जनतेची संस्कृतीदेखील आशास्पद. पण ती शिकवून तिचा उपयोग करणारे नेतृत्व मात्र गांधींना पुढे चालविता आले नाही. किंवा गांधींची प्रेरणा पचवून तुमच्या राष्ट्रनेत्यांना राष्ट्रीय शक्ती प्रगट करून दाखविता आली नाही. आम्हाला गांधीवादाविषयी जी आशा वाटत होती तिच्यावर भारताच्या नेत्यांनी पाणी फिरविले, याचे आम्हाला फार वाईट वाटते. जपानातील काही विचारवंत मला म्हणालेदेखील गांधी असताना आम्हाला भारताविषयी आदर आणि प्रेम वाटत होते. या वीस वर्षानंतर आमचे प्रेम कायम आहे, आदर मात्र तुम्ही लोकांनी घालविला, याचे आम्हालाच वाईट वाटते.

जितकी वर्षे गांधीजी जगले त्या ७० / ८० वर्षांना गांधीयुग काय म्हणून म्हणावे? ते तर जगाच्या दृष्टीने युद्धयुग होते. या साठ ते सत्तर वर्षात किती तरी युद्धे झाली आणि तीही जागतिक युद्धे झाली! या युगात गांधीजींनी अहिंसायुगाचे बीज पेरले. त्याला जर गांधीयुग म्हणावयाचे असेल तर ते बीज उगवल्यानंतरच म्हणता येईल. *जे गांधीयुग*

अजून उगवलेच नाही ते संपले असे म्हणणाऱ्यांना ऐतिहासिक दृष्टीच नाही. गांधीयुग या पुढेच उगवणार आहे. विज्ञानाच्या लोकोत्तर विकासामुळे युद्धे सर्वनाशी होणार इतकी खात्री ज्यांना झाली आहे, दोन तीन युद्धांमुळे ज्या लोकांच्या प्रत्येक घरातील तरुणांचे रक्त सांडले आहे, त्या लोकांनाच गांधीविचार, गांधीसाधना आणि गांधीनिष्ठा लवकर पटण्याचा संभव आहे. सत्याग्रहाचा जन्म झाला आफ्रिकेत. त्याचा राष्ट्रव्यापी प्रयोग गांधींनी करून दाखविला भारतात. हे जसे अद्भुत स्थलांतर झाले, त्याचप्रमाणे सत्याग्रहाची आणि गांधीपणाची विशाल प्रयोगभूमी भारत आणि विजयभूमी अन्यत्र असे होणार असेल तर आश्चर्य वाटण्याचे कारण नाही.

जेव्हा जेव्हा आपण गांधीजींना महात्मा म्हणत असू तेव्हा तेव्हा ते खरोखर दुःखी होत असत. ते म्हणत, ''मी जे करतो ते प्रत्येक मनुष्याला साध्य आहे. मला अवतारी पुरुष ठरवून माझ्या कार्याचा नाश करू नका. मी जे करतो ते तुम्हाला शक्य आहे. तुम्ही ते केले पाहिजे. माझे अनुकरण करणे हाच माझी कदर करण्याचा एकमात्र प्रकार आहे. एरव्ही मला अवतारी पुरुष ठरवून देवाची प्रार्थना करत बसला की 'देवा, आम्ही तर तुच्छ माणसे. जर तुला लाज असेल तर दुसरा अवतारी पुरुष पाठवून दे' तर देवाला तुमची दया येणार नाही.'' संतवचनांपैकी एकच वचन गांधींनी सिद्ध करून दाखविले-

''नर करणी करे तो नरका नारायण हो जाय'' गांधींना इतिहासजमा करणे म्हणजे राष्ट्राला दुर्दैवी आणि करंटे बनविणे आहे. गांधीमार्गाचा उज्ज्वल इतिहास बनविण्याचे दिवस समोर असताना गांधींना भूतकाळात जमा करणे म्हणजे राष्ट्राचा घात करून त्याला भूतलोकात पाठवून देणे आहे. *खरोखर आपल्याला आपल्या राष्ट्राची दया वाटली पाहिजे की त्याचे नेतृत्व इतके आंधळे आणि निरुत्साही होऊ पहात आहे.*

स्वामी विवेकानंद

(१८६३ जानेवारी १२ – १९०२ जुलै ४)

- मूळ नाव नरेंद्रनाथ विश्वनाथ दत्त, कोलकात्यातील सधन कुटुंबात जन्म.
- बंगालमधील ब्राह्मोसमाज या संस्थेशी संपर्क.
- १८८१ - रामकृष्ण परमहंसांकडे आकृष्ट. त्यांच्या भेटीनंतर जीवनपरिवर्तन.
- १८८६ - रामकृष्णांच्या समाधीनंतर गुरुबंधूंची जबाबदारी.
- १८९०-१८९३ - भारतभ्रमण, कन्याकुमारी येथील शिळाखंडावर ३ दिवस वास्तव्य.
- १८९४-सप्टेंबर ११, अमेरिकेतील शिकागोच्या सर्वधर्मपरिषदेत हिंदू धर्माचे प्रतिनिधी म्हणून उपस्थित. परिषदेतील भाषणामुळे विश्वविख्यात.
- १८९७ - मे १ रोजी रामकृष्ण संघाची स्थापना.
- परिवर्तनाच्या चळवळीतील अग्रदूत.
- भारताच्या प्राचीन अध्यात्मविचाराचा आधुनिक जगाशी मेळ घालणारा, आणि भविष्यकालीन समन्वयशील मानवसंस्कृतीची दिशा दाखविणारा एकमेव महापुरुष.
- १९०२ - जुलै ४ रोजी अविश्रांत परिश्रमामुळे थकलेल्या शरीराचा त्याग करून बेलूर मठात समाधी.

विवेकानंद आणि आदर्श समाजजीवन

प्रा. हेमंतकुमार गंगोपाध्याय

अनुवाद : रॉय किणीकर

जो परमेश्वर माणसाच्या मुखात अन्नाचा घास घालू शकत नाही अशा परमेश्वरावर विवेकानंदांचा विश्वास नव्हता. परंतु ज्या दिवशी माणसाला भाकरी मिळेल त्या दिवशी त्याला हेही कळून येईल की भाकरीपेक्षा ईश्वर हा फार मोठा आहे – हा होता समाजवादी विवेकानंदांचा अध्यात्मवादी विश्वास. "Not by bread alone" याचा अर्थ "even without bread" असा होऊ शकतो, असे त्यांना वाटत नव्हते. परंतु फुगलेल्या भाकरीची पोकळी 'ईश्वराने'च भरावी लागेल याविषयी मात्र त्यांची खात्री होती.

कोलकात्याच्या जाधवपूर विद्यापीठातील संस्कृतचे प्राध्यापक श्री. हेमंतकुमार गंगोपाध्याय बंगालमधील मार्क्सवादी विचारवंतांमध्ये अग्रगण्य समजले जातात. त्यांच्या 'समाज, साहित्य ओ दर्शन' या ग्रंथातून सदर लेख घेण्यात आला आहे. स्वामी विवेकानंदांकडे आपण सामान्यत: ज्या दृष्टिकोनातून पाहतो, त्यापेक्षा अगदी वेगळा दृष्टिकोन प्रा. गंगोपाध्याय यांनी या लेखात मांडला आहे. - संपादक

समाजाच्या उन्नत्तीबरोबर जितके मंगल वाढत असते तितकेच अमंगलही वाढत जाते.

"मी समाजवादी आहे. कारण समाजवाद ही एक परिपूर्ण, विशुद्ध समाजव्यवस्था आहे असे मी मानीत नसलो तरी उपासमार होण्यापेक्षा अर्धी भाकरी मिळणे अधिक चांगले, असे मला वाटते.

"इतर सर्व समाजव्यवस्थाही त्रुटिपूर्ण असल्याचे त्यांची तपासणी केल्यानंतर आढळून येते. आता एकदा ही नवी समाजव्यवस्थाही अजमावून पाहावी. इतर काही कारणांसाठी नसले तरी तिच्या नवीनतेखातर तरी तिचा अनुभव घ्यावा. एखाद्या मानवसमूहाने सदा सर्वकाळ सुखात किंवा दु:खात राहण्यापेक्षा सुख – दु:खांची फेरवाटणी होणे अधिक चांगले. बऱ्यावाईटाचे प्रमाण पृथ्वीतलावर नेहमी तेच राहणार. नवनवीन व्यवस्थांच्या द्वारे जू खांदेपालट करीत असते एवढेच; त्यापेक्षा अधिक काही नाही.

"समाजाच्या तळाशी असणाऱ्या लोकांनाही या दुःखमय जगात एखादा सुदिन पाहायला मिळो. परिणामी, त्या तथाकथित सुखास्वादाचा अनुभव घेतल्यानंतर ते सारेजण शेवटी परमेश्वराला शरण येतील. आणि ही दुनिया, येथील राजसत्ता व इतर साऱ्या भौतिक समस्या यांविषयीचा लोकांचा मायामोह नष्ट होईल." (Swami Vivekanand. Complete Works, Vol. VI : Sixth edition 1956. pp 381 - 382)

या दीर्घ उद्धरणामध्ये विवेकानंदांचा मानसपरीघ व त्यांच्या भावनेचे स्वरूप यथार्थपणे व्यक्त झाले आहे. ज्या पत्रातून हे उदाहरण घेतले आहे त्याची सुरुवात व शेवट यांमध्ये जो सुसंगतपणा आहे तोही लक्षात घेण्यासारखा आहे. वास्तव समाजव्यवस्थेत सुधारणा करण्याच्या प्रयत्नातून कधीकाळी आपली सारी दुःखे नाहीशी होतील, ही कल्पना कशी चुकीची आहे हे सिद्ध करण्यासाठीच हे पत्र त्यांनी लिहिलेले होते.

“आणखी एक फार मोठी चूक आपण करीत असतो. आपण असे समजून चालतो की, जगाच्या पाठीवरील मंगलाचे प्रमाण क्रमाक्रमाने वाढत जाणारे आहे आणि अमंगलाचे प्रमाण क्रमाक्रमाने कमी होत जाणारे आहे. यावरून आपण असे सिद्ध करू पाहतो की, अमंगलाचा हळूहळू क्षय होत जाऊन सरतेशेवटी ते संपूर्ण लोप पावेल आणि मग अखेरपर्यंत केवळ मंगलच राहील.... परंतु समाजाच्या उन्नतीबरोबर जितके मंगल वाढत असते तितकेच अमंगलही वाढत जाते.”- (कित्ता पृष्ठ ३७९ – ८०) हा पत्रातील मूलभूत मुद्दा. उपसंहाराचा अंश आम्ही सुरुवातीलाच उद्धृत केला आहे. आता उपक्रम आणि उपसंहार एकत्र आणून पाहा. समाजजीवनाचा व्यावहारिक किंवा वास्तविक अग्रगामी प्रवाह मानवाच्या समस्येची अंतिम उकल करू शकत नाही. चित्त आणि चेतना ईश्वरचरणी विलीन केल्यानेच मानवाला खरी मुक्ती मिळते, असे त्यांना म्हणावयाचे आहे.

या सत्तेजवळ दुसऱ्याला कळू न देता चिरडण्याचे व रक्तशोषण करण्याचे भयंकर सामर्थ्य असते.

तरीपण, या पत्रामध्येच विवेकानंदानी ब्राह्मण, क्षत्रिय, वैश्य व शूद्र या चार वर्णांच्या क्रमान्वयी आधिपत्याच्या आधारे समाजपरिवर्तनाच्या प्रक्रियेचे विश्लेषण करण्याचा प्रयत्न केला आहे हे पाहून आश्चर्य वाटते. एकोणिसाव्या शतकाच्या अखेरीस उदयास आलेल्या या साधकसंन्याशानेच भारतीय विचारवंतांमध्ये सर्वप्रथम वर्गहिताच्या दृष्टिकोनातून समाजपरिवर्तनाचा प्रवाह दिग्दर्शित करण्याची शास्त्रीय दृष्टी दाखविली आहे, ही गोष्ट निःसंकोचपणे मान्य करावी लागेल. त्यांची विश्लेषणपद्धती आधुनिक समाजशास्त्राच्या दृष्टीने काहीशी अपूर्ण आहे, हा मुद्दा वेगळा. परंतु सामाजिक परिवर्तनाच्या मूलसूत्रामध्ये त्यांनी जे वर्गहित शोधून काढले आहे आणि ती गोष्ट त्यांनी कसलाही आडपडदा न ठेवता व्यक्त केली आहे, हे भारतीय समाजशास्त्राच्या क्षेत्रातील त्यांचे मौलिकत्व आहे, हे नाकारता येणार नाही.

ब्राह्मण, क्षत्रिय, वैश्य व शूद्र या चार शब्दांचे त्यांनी व्यापक गर्भितार्थ स्वीकारले आहेत आणि त्यांच्याद्वारे समग्र मानवसमाजाच्या इतिहासाचा अर्थ लावण्याचा प्रयत्न केला आहे. वर्गविभाजित समाजातील प्रथम थराला ब्राह्मण – सभ्यता या नावाने सामग्र्याने

चिन्हित करणे संयुक्तिक ठरेल किंवा नाही याविषयी रास्त शंका घेता आली तरी, आणि सहिष्णू ब्राह्मणसभ्यता व उन्मेषमुखी क्षात्रसभ्यता यांच्यातील संघर्षातून इतिहासाच्या दुसऱ्या स्तरावर येऊन पोहोचण्याची कल्पना हे एक अतिसरलीकृत सूत्र असे समजून त्याचा त्याग केला तरी वैश्य व शूद्र संस्कृतीसंबंधी विवेकानंदांनी जे विवेचन केले आहे त्यातून आधुनिक संस्कृतीसंबंधी त्यांची एक मर्मभेदी सखोल अंतर्दृष्टी दिसून येते यात मुळीच शंका नाही.

वैश्य सत्तेचे मूलभूत वैशिष्ट्य सांगतांना विवेकानंद म्हणतात, "It is aweful in its silent crushing and blood sucking power" (या सत्तेजवळ दुसऱ्याला कळू न देता चिरडण्याचे व रक्तशोषण करण्याचे भयंकर सामर्थ्य असते) या ठिकाणी 'silent' (कळू न देता) हा शब्द विशेष लक्षात ठेवण्यासारखा आहे. विवेकानंद मार्क्सवादी मुळीच नव्हते, ही गोष्ट लक्षात घेतल्यास या शब्दाचे सूचक वैशिष्ट्य आम्हाला जास्तच विस्मित करते. मार्क्सवादी समाजशास्त्रज्ञाने समाजस्थितीचे याहून अधिक कौशल्यपूर्ण विश्लेषण करून हा मुद्दा वेगळ्या प्रकारे मांडला असता : विक्रेयवस्तुप्रधान भांडवलवादी संस्कृतीत श्रमिकाच्या श्रमातून उत्पन्न होणारे वाढीव मूल्य (Surplus value) फायद्याचे रूपाने शोषून घेण्याचे असे एक कौशल्य असते की श्रमिकाच्या एकूण श्रमापैकी केवढा भाग त्याच्या स्वत:साठी आणि केवढा भाग मालकाच्या फायद्यासाठी विनामोबदला वापरला जात असतो, याचा हिशेब करणे श्रमिकाला शक्य होत नाही. भूमिप्रधान क्षात्रयुगामध्ये श्रमजीवी माणसाने स्वत:साठी केलेले श्रम आणि मालकासाठी केलेले श्रम यांच्यातील प्रमाणानुसार फरक जितका सहजासहजी डोळ्यांत भरतो तितक्या सहजासहजी विक्रेयवस्तुप्रधान वैश्य संस्कृतीमध्ये तो लक्षात येत नाही. मार्क्स ज्याला "Commodity fetishism" असे म्हणतो त्या विक्रेयवस्तुरूपी बागुलबोवाच्या आड श्रमिकाच्या श्रमातून निर्माण होणाऱ्या मूल्याचे परिमाण लपून राहते. विक्रेयवस्तूचा विनिमय हा मूलत: श्रमशक्तीच्या मूल्याचा विनिमय असतो. आणि त्या मूल्याचा फार मोठा अंश वाढीव बनून नफ्याच्या रूपाने शोषण करून घेतला जातो, हा उत्पादनाचा सामाजिक इतिहास लपून राहतो. म्हणूनच भांडवलशाहीच्या अमदानीत शोषण नि:शब्दपणे चालू असते. कारण शोषणाला शोषण म्हणून ओळखता येत नाही, आणि हे शोषण गुपचूपपणे वाढत असते. विक्रेयवस्तूच्या शरीरावर तिच्या मूल्योत्पत्तीचा इतिहास खुलासेवारपणे लिहिलेला नसतो. (Value does not wear an explanatory label) - (कित्ता पृष्ठ ४७). विवेकानंदांनी इतक्या विश्लेषणपूर्ण चिन्तनाच्या आधारे वरील विधान केलेले नाही. तरीपण एक गोष्ट त्यांच्या लक्षात स्पष्टपणे आलेली दिसते ती अशी की, विक्रेयवस्तुप्रधान वैश्यसंस्कृतीच्या आडून नि:शब्दपणे मानवाचे रक्तशोषण चाललेले असते आणि हे शोषण जास्तच भयंकर असते.

राजसत्तेवर सामान्य जनतेचा अधिकार भारतवर्षामध्ये कधीच नव्हता.

वैश्यसंस्कृतीचे मूल्यमापन करण्यामध्ये विवेकानंदांनी एकांगीपणाने विचार केलेला नव्हता. याच वैश्य संस्कृतीने पृथ्वीच्या एका टोकापासून दुसऱ्या टोकापर्यंत मोठ्या प्रमाणावरील विक्रेयवस्तूंच्या ने – आणीद्वारे माणसामाणसांमध्ये घनिष्ठ संबंध निर्माण केले आणि त्याचबरोबर अमर्याद ज्ञान, विज्ञान, शेती व संस्कृती यांची अमूल्य संपत्ती सबंध जगभर पसरवून दिली आहे.

परंतु यानंतर लगेच जे असा प्रश्न करतात की, "ज्यांच्या शारीरिक श्रमावर ब्राह्मणाचा प्रभाव, क्षत्रियाचे सामर्थ्य आणि वैश्याची संपत्ती आधारलेली आहे ते कोठे आहेत? सर्व देशात, सर्व काळी ज्यांना 'खालच्या जातीचे' 'अंत्यज' असे म्हणण्यात आले आहे आणि जे वस्तुत: समाजाचे शरीर आहेत त्यांचा इतिहास काय आहे? उच्च वर्णीयांनी ज्या ज्ञानविज्ञानाच्या भांडारावर आपला एकच्छत्री कब्जा केलेला होता त्यातील काही अंश ग्रहण करण्याच्या अपराधाबद्दल भारतवर्षामध्ये ज्यांच्यासाठी जीभ किंवा मांस छाटून टाकण्यासारखी कोमल शिक्षा फर्मावण्यात आलेली आहे ती भारतातील चालती बोलती प्रेते, जगातील ते भारवाही पशू, ते शूद्रजन, त्यांच्या नशिबात काय लिहिलेले आहे?" - (Modern India)

वैश्य संस्कृतीची वर उल्लेखिलेली जी वैशिष्ट्ये विवेकानंदांनी ओळखली होती, त्यांच्याबरोबर त्या संस्कृतीचा एक सर्वसामान्य स्वभाव त्यांनी ओळखला होता. कोणीही मार्क्सवादी सानंदाश्चर्याने त्याबाबतीत त्यांचे समर्थनच करील. ते म्हणतात, "क्षत्रियांकडून सत्ता हिसकावून घेताना ती सत्ता शूद्रांच्या हाती पडावी अशी सदिच्छा वैश्यांच्या मनात मुळीच नव्हती." (That the royal power may not anyhow stand in the way & the inflow & his riches, the merchant is ever careful. But for all that, he has never the least wish that the power should pass on from the Kingly to the shudra class. - Modern India) या एकाच निबंधाच्या प्रारंभी त्यांनी असे दाखवून दिले आहे की, राजसत्तेवर सामान्य जनतेचा स्वाभाविक अधिकार भारतवर्षामध्ये कधीच नव्हता. – ब्राह्मणयुगातही नव्हता अथवा क्षत्रिय बौद्ध युगातही नव्हता. अधून मधून, अप्रत्यक्षपणे तुटक व विस्कळीत स्वरूपात सामान्य जनतेने आत्मप्रकटीकरणासाठी संग्राम केला आहे. परंतु तिला आपल्यामध्ये काही दृढ ऐक्य निर्माण करता आले नाही. ज्यावेळी शिक्षणाची सारी सूत्रे ऋषींच्या हाती होती त्यावेळी ज्याच्याद्वारे एखादे उद्दिष्ट साध्य करण्यासाठी, मानवाच्या सामूहिक व सर्वसामान्य हितासाठी, सामान्य जनता ऐक्यबद्ध होऊ शकली असती असे शिक्षण तिला मिळण्याची शक्यता स्वभाविकपणेच विद्यमान नव्हती. परंतु एकमेकांच्या स्वार्थासाठी ब्राह्मण व क्षत्रिय मात्र ऐक्यबद्ध राहिले. अशा प्रकारच्या ऐक्याबरोबरच निर्माण झालेले पाप आपले काम करू लागले. ते म्हणजे

त्या सर्वांनी मिळून सामान्य जनतेचे रक्तशोषण करणे, शत्रूवर सूड उगविणे, इतरांची संपत्ती लुबाडणे हे होय. अखेर शेवटी पश्चिमेकडून आलेल्या मुसलमान आक्रमकांकडून त्यांना सहजासहजी पराभूत व्हावे लागले. शोषित जनतेच्या दृष्टिकोनातून भारतीय समाजेतिहासाचे इतके सुस्पष्ट विवेचन विवेकानंदांच्या पूर्वी दुसऱ्या कोणीही भारतीय विचारवंताने केले असल्याचे आम्हाला माहीत नाही. ऑक्टोबरची रशियन क्रांती आणि त्यापूर्वीच्या क्रांत्या यांमधील मौलिक फरक दाखवून देताना मार्क्सवादी तत्त्वज्ञ असे सांगतात की, ''पूर्वीच्या क्रांत्यांमध्ये शोषकांच्या एका गटाच्या जागी शोषकांच्याच दुसऱ्या एका गटाची सत्तेवर प्रतिष्ठापना करण्यात आली होती एवढेच. शोषित जनतेच्या हाती कधीच सत्ता आली नव्हती. परंतु जिने शोषित वर्गाला सत्तेच्या सिंहासनावर बसविले अशी जगाच्या पाठीवरील पहिली क्रांती म्हणजे ऑक्टोबर क्रांती होय.'' विवेकानंदांना शूद्रक्रांती करता आली नाही, ''परंतु प्राक्शूद्रक्रांत्यांमध्ये अखेर शेवटी शोषकवर्गाच्या हातीच समाजाची व राष्ट्राची सत्ता कायम राहिली ही गोष्ट त्यांच्या सूक्ष्म नजरेतून सुटू शकली नाही.

शूद्रांचे आधिपत्य अटळ आहे, त्याला आता कोणी थोपवू शकणार नाही.

समकालीन पाश्चात्त्य समाजात वाहणारे वारे पाहिल्यानंतर 'शूद्रक्रांती' विषयी विवेकानंदांच्या मनात काही शंका उरली नव्हती. ''सोशालिझम, अनार्किझम, निहिलिझम आणि अशाच प्रकारचे इतर वाद म्हणजे लवकरच घडून येणाऱ्या सामाजिक क्रांतीचे अग्रदूतच होत – (Modern India). ''शूद्रांचे आधिपत्य अटळ आहे. त्याला आता कोणी थोपवू शकणार नाही'' (They must have it, none can resist it. - Complete Works - Vol. VI PP. 81).विवेकानंदांच्या सामाजिक दृष्टिकोनातील आणखी एका तेजस्वी पैलूचा उल्लेख केला नाही तर समालोचकाची दृष्टी समावेशक आहे असे म्हणता येणार नाही. क्रांतिकारक कामगार संघटनेच्या जाणकार जागरूक राजकीय कार्यकर्त्यांनाच हे ठाऊक असते की, कामगारवर्गाला पंगू करून ठेवण्यासाठी भांडवलदार वर्ग नेहमीच एक डाव खेळत असतो. दलित वर्गांमध्ये जेव्हा एखादी व्यक्ती आपली विद्या, बुद्धी व इतर गुण यांच्या द्वारे प्रभावशाली बनू लागते तेव्हा चतुर भांडवलदार वर्ग तिला वैयक्तिक सुखसोयी व सत्ता पुरवून आपल्या कळपात ओढून नेण्याचा प्रयत्न करतो... त्याचा परिणाम म्हणून ती व्यक्ती आपला वर्गीय दृष्टिकोन सोडून देऊन अखेर भांडवलशाहीच्या सेवेसच स्वत:ला वाहून घेते, भांडवलशाहीच्या हिताखातर आपल्या वर्गावरील आपल्या प्रभावाचा दुरुपयोग करते आणि कामगारवर्गाला क्रांतीच्या मार्गापासून परावृत्त करते. इंग्लंडमधील रॅम्से मॅकडोनाल्ड हे या प्रकारचे एक महत्त्वाचे उदाहरण. तेव्हापासून आतापर्यंत देशोदेशी अशा उदाहरणांना काही तोटा नाही. विवेकानंदांना प्राचीन भारतीय समाजामध्येही

दलित वर्गातील माणसांमध्ये ही स्वधर्मच्युती व स्ववर्ग – द्रोह दिसू शकला.

"शूद्राला धनसंचय, ज्ञानार्जन व शिक्षणलाभ यांची कोणतीही संधी द्यावयाची नाही, हे ठरलेलेच होते. या सामाजिक वागवणुकीबरोबरच आणखी एक खोडा शूद्रांसाठी तयार करण्यात आलेला होता. शूद्रवर्गांमध्ये एखादा असामान्य गुणवान व प्रतिभावान पुरुष जन्माला आला आहे असे दिसताच समाजातील उच्चतर व प्रभावशाली वर्गातून त्याच्यावर सन्मान व पदव्या यांची पुष्पवृष्टी करण्यात येई, आणि त्याला त्याच्या वर्गातून बाहेर काढून एका उच्चतर जातीच्या परिघामध्ये स्थान दिले जाई. मग त्याची संपदा व प्रज्ञाशक्ती यांचा उपयोग दुसऱ्याच एका वर्गाच्या हितासाठी होई. त्याच्या स्वत:च्या वर्गातील सामान्य लोकांना त्याची विद्याबुद्धी व संपदा यांचा काही उपयोग होत नसे." या स्वधर्मच्युतीची व स्ववर्गद्रोहाची उदाहरणे म्हणून विवेकानंदांनी जी उदाहरणे दिली आहेत ती पाहिली की, भारतीय इतिहासात अवगाहन (इतिहासाचा अभ्यास) करणाऱ्या उदार व्यक्तीही आश्चर्यचकित होतील. ती नावे अशी: वसिष्ठ, नारद, सत्यकाम जाबाल, व्यास, द्रोण आणि कर्ण. वर्गीय श्रेष्ठत्वाच्या किंवा कुलशीलाच्या दृष्टीने पाहिल्यास यांपैकी प्रत्येकाची जन्मकथा, पितृपरिचय किंवा मातृपरिचय यांच्या बाबतीत शंकास्पद रहस्यामध्ये गुरफटलेली आहे. "ज्ञान अथवा शौर्य यांचे पारितोषिक म्हणून त्यांच्यापैकी काही जणांना ब्राह्मण समाजात तर काहींना क्षत्रिय समाजात बढती मिळाली." यावर विवेकानंद असे भाष्य करतात, "या लोकांना सामाजिकदृष्ट्या उच्च पातळीवर हे जे स्थान मिळाले त्या योगे गणिका, दासी, कोळी अथवा सारथी या समाजांचा काय फायदा झाला असेल ते समजणे कठीण आहे," – (Modern India). व्यास, विदुर व सत्यकाम जाबाल यांची उदाहरणे पाहून प्राचीन भारतातील उदार आदर्शांचा जयजयकार करण्यात आपले देहभान हरपून जाते; परंतु विवेकानंदांनी असे दाखवून दिले आहे की, शोषित वर्गाला पंगू बनवून ठेवण्याच्या हेतूने शोषक वर्गाने वापरलेल्या या स्वार्थपूर्ण उदारतेने आपण हरखून जावे असे त्यात काही नाही. या आश्चर्यकारक विश्लेषणामध्ये अनेक प्रकारच्या अतिशयोक्तिपूर्ण कल्पनांचा समावेश करण्यात आलेला असावा अशी शंका वाटण्यास जागा असली तरी प्राचीन भारतीय समाजस्थितीच्या विश्लेषणामध्ये वापरण्यात आलेली क्रांतिकारक व शास्त्रीय दृष्टी आणि संस्कारमुक्त सावध जाणीव पाहिली की, आपले आधुनिक मनही थक्क होते आणि या बाबतीत नव्याने विचार करण्यास मदत होते.

ज्याला लाच देऊन विकत घेता येणार नाही असा एखादा ईश्वर आहे?

वर्गसंघर्षाच्या दृष्टिकोनातून भारताच्या सामाजिक इतिहासाचे विश्लेषण करण्याचा हा प्रयत्न पाहिला म्हणजे आत्मप्रतिष्ठेच्या संग्रामामध्ये शूद्र जनतेने पुढे आले पाहिजे असे जे उदात्त आवाहन विवेकानंदांनी केले होते तो काही भावनाविवश अंत:करणाचा केवळ

क्षणिक उद्रेक नव्हता, तर त्या आवाहनामागे संशोधकाची अविरत साधना, विचारवंताची वास्तवनिष्ठ जाणीव आणि तर्कशुद्ध तेजस्वी चिंतन होते, ही गोष्ट नि:संदिग्धपणे सिद्ध होते. परंतु दार्शनिकाचा मुक्तिवाद अंत:करणातील कल्याणकांक्षी ओलाव्याला शंभर हात दूर ठेवून, त्याला टाळून पुढे जाऊ इच्छितो, त्यामुळे विशुद्ध पांडित्याच्या त्या भाराखाली माणसाचे हृदय पार दबून जाते. दार्शनिक पंथाचा विचार करिता विवेकानंद हे शांकर वेदान्ताचे अनुयायी होते हे सर्वांना माहीत आहे. तरीपण असे स्पष्टपणे सांगण्यात त्यांना मुळीच संकोच वाटला नाही की, ''शंकर हे केवळ पंडितच होते. त्यांची अंत:करणे अत्यंत संकुचित होती. कोठे होते त्यांच्यात ते प्रेम? परदु:खाने आक्रंदणारे हृदय कोठे होते?'' - (Complete Works - Vol. VI PP.394)

रवीन्द्रनाथांनी मिस राथबोन यांना लिहिलेल्या त्या अविस्मरणीय पत्राची हकिगत आम्हाला माहीत आहे; परंतु भारतातील ब्रिटिश सत्तेविरुद्ध विवेकानंदांनी जे धिक्काराचे उद्‌गार काढले तेही कमी जळजळीत नव्हते परंतु त्याचबरोबर अशा तीव्र भावनाप्रधानतेने त्यांच्या बुद्धीचे तेज झाकोळून टाकले नव्हते, हे पाहिले की आश्चर्य वाटते. मिस मेरी हेली यांना लिहिलेल्या एका पत्राचा प्रारंभ ते या शब्दांनी करतात, ''आधुनिक भारतातील ब्रिटिश सत्तेला फक्त एकच चांगली बाजू आहे, आणि ही चांगली बाजूही ब्रिटिशांनी जाणीवपूर्वक निर्माण केलेली नसून नकळत (though unconscious) निर्माण झालेली आहे. या सत्तेने पुन्हा एकदा भारतवर्षाला विश्वाच्या रंगभूमीवर ओढून आणून उभे केले आहे. बाहेरच्या जगाच्या संपर्कात येण्यास त्याला भाग पाडले आहे. परंतु रक्तशोषण करणे हेच ज्या सत्तेचे मूलभूत उद्दिष्ट आहे ती सत्ता या देशाचे कोणतेही मूलगामी हित करू शकणार नाही... आणखी शिक्षणप्रसार सहन केला जाणार नाही, वृत्तपत्राचे स्वातंत्र्य समाप्त झाले आहे, (अर्थात आम्हाला नि:शस्त्र तर फार पूर्वीच करण्यात आले आहे....) काही थोड्या निरुपद्रवी टीकात्मक लिखाणाबद्दल ताबडतोब जन्मठेपेची शिक्षा देण्याची व्यवस्था करण्यात आलेली आहे, इतरांना विचारचौकशी तुरुंगांत डांबून ठेवले जाते, कोणत्या वेळी किती लोकांची मस्तके धडावेगळी केली जातील हे कोणाला सांगता येणार नाही, इंग्रज सैनिकांनी आमच्या देशातील पुरुषांची हत्या केली आहे व स्त्रियांची बेइज्जती केली आहे. आणि त्याचेच पारितोषिक म्हणून या सैनिकांना प्रवासखर्च व पेन्शन देऊन विलायतेला पाठविण्यात येते.... समजा, तुम्ही माझे हे पत्र प्रसिद्ध केले तर काय होईल? तर भारतवर्षात हा जो कायदा पास करण्यात आलेला आहे त्याच्या जोरावर भारतातील इंग्रज सरकार मला येथून फरफटत भारतात घेऊन जाऊ शकेल, आणि कसलीही चौकशी न करिता मला ठार मारू शकेल.... जरूर वाटल्यास रॉयटरचा बातमीदार सरकारी हुकुमाप्रमाणे बातमी तयार करून अगदी उलटी हकिगत प्रसिद्ध करील.... जो ईश्वर सर्वांचा पिता आहे, दुर्बलांचे रक्षण करिताना ज्याला बलिष्ठाची भीती वाटणार नाही, ज्याला

लाच देऊन विकत घेता येणार नाही असा एखादा ईश्वर कोठेतरी आहे काय?'' – (Complete Works - Vol. lll PP. 475 - 477).या पत्राची तारीख आहे ३० ऑक्टोबर १८९९. याच्याच बरोबर त्यांचे पुढील विधान ताडून पाहावे. *''येशू आणि बायबल यांच्या जोरावर इंग्लंडने भारतवर्ष जिंकला नाही. फॅक्टरीचे धुराडे ही ज्याची रणपताका आहे व जगाची बाजारपेठ हे ज्याचे रणक्षेत्र आहे त्या इंग्लंडने भारत जिंकून घेतला आहे.''* – (Modern India)

विवेकानंदांच्या विचारामध्ये स्वदेशभावना व वर्गभावना यांचा कसा संगम झालेला होता त्याचे उदाहरण म्हणून आणखी एक उद्धरण देण्याचा मोह आम्हाला आवरत नाही. शिकागोहून ते दिवाण हरिदास बिहारीदास देसाईंना लिहितात, ''इतिहासामध्ये कधी काळी, कोठेतरी केव्हातरी तुम्हा श्रीमंत जमीनदारांच्या, ब्राह्मणांच्या व राजेरजवाड्यांच्या वर्गाने गरिबांचा एकदा तरी विचार केला आहे काय? त्यांची मस्तके चूर्ण करून त्या चूर्णाचे सेवन केल्यानेच या उच्च वर्णीयांच्या शरीरात सळसळणारे रक्त निर्माण झाले आहे.... भारतातील दरिद्री वर्गामध्ये हे इतके मुसलमान कोठून आले हे तुम्हाला सांगता येईल काय? *तलवारीच्या जोरावर त्यांना बाटविण्यात आले, हे म्हणण्यात काही अर्थ नाही. जमीनदार आणि ब्राह्मण यांच्या तावडीतून स्वत:ची सुटका करून घेण्यासाठीच ते मुसलमान झाले.* त्यामुळेच बंगालमध्ये शेतकरीवर्गात हिंदूंपेक्षा मुसलमानांची संख्या जास्त आहे. कारण बंगालमध्ये जमीनदारांची संख्या खूपच मोठी आहे.'' – (Complete Works, Vol. VIII PP. 330). विवेकानंदांचे हे विश्लेषण आपण मान्य करा किंवा करू नका; परंतु या ठिकाणी त्या संन्याशाच्या इतिहासजाणिवेवर वर्गभावनेचा प्रभाव पडलेला स्पष्टपणे दिसून येतो, हे निश्चित. विवेकानंदांनी इतरत्र अनेकदा असा उल्लेख केला आहे की शोषकवर्गाच्या हातातील राजसत्तेचे समर्थन करण्यासाठी उभे राहण्याचा उत्साह सर्वसामान्य शोषितवर्गाच्या श्रमजीवी जनतेत मुळीच नव्हता, म्हणूनच भारत देश वारंवार परकीय सत्तांकडून पराभूत होत आला आहे.

विवेकानंदानी एका आदर्श राष्ट्राचे स्वप्न पाहिले होते.

पददलित मानवाविषयी विवेकानंदांना किती कळवळा वाटत होता याचा उत्कृष्ट पुरावा म्हणून त्यांच्या ग्रंथावलीतून तशा प्रकारची शेकडो उद्धरणे काढून दाखविता येतील. त्याबद्दल समाजक्रांतीवर विश्वास असणारे सर्व भारतवासी त्या महापुरुषाचे सदैव ऋणी राहतील. परंतु या कृतज्ञतापूर्ण स्मृतिपूजेबरोबरच त्यांच्या विचाराला जी एक निश्चित मर्यादा पडलेली होती तिकडेही आपण लक्ष दिले नाही तर त्यांच्या कार्याचे हे समालोचन भलत्याच मार्गाला घेऊन जाईल. या लेखाच्या प्रारंभीच आम्ही ज्या पत्रातून एक विस्तृत उद्धरण दिलेले आहे, त्यामध्ये विवेकानंदांच्या समाजदृष्टीची सीमारेखाही स्पष्टपणे दिसून

येते. त्या पत्रात ते म्हणतात, ''अखेर शेवटी श्रमजीवी लोकांची सत्ता प्रस्थापित होईल. त्याचा एक चांगला परिणाम असा होईल की, भौतिक सुखसोयींची फेरवाटणी होईल. परंतु त्याचबरोबर त्याचा एक वाईट परिणामही होईल. तो असा की, संस्कृतीचा दर्जा ढासळेल. सामान्य शिक्षणाचा प्रसार खूप मोठ्या प्रमाणावर होईल. परंतु असामान्य प्रतिभाशाली लोकांची संख्या हळूहळू कमी होत जाईल. युगानुयुगे चालत आलेल्या वंचनेची प्रतिक्रिया म्हणून 'शूद्रक्रांती' होणे अटळ आहे. आपल्या काळामध्ये प्रत्यक्ष न घडलेल्या परंतु जवळ येत असलेल्या या क्रांतीचे भविष्यकाळाच्या वतीने स्वागत व अभिनंदन करण्यात विवेकानंदांना मुळीच संकोच वाटला नाही. न्यायनीती व समाजनीती या दोन्ही दृष्टींनी ही क्रांती अपरिहार्यक आहे, ही गोष्ट त्यांनी ओळखली होती. तथापि या क्रांतीद्वारे माणसाची माणुसकी कसलाही अडथळा न जुमानता प्रगतीच्या दिशेने वाटचाल करू लागेल अशी मात्र त्यांना खात्री वाटत नव्हती. त्या क्रांतीच्या द्वारे माणुसकी निर्माण करण्याचा प्रश्न सुटू शकेल अशी आशा त्यांना वाटत नव्हती. ''शूद्र – स्वभावा'' संबंधीची एक दारुण वेदनामय निराशा त्यांच्या या अविश्वासाच्या मुळाशी होती. दिवाण हरिदास देसाई यांना लिहिलेल्या पत्रात त्यांनी अमेरिकेतील निग्रो लोकांमध्ये असणारी फाटाफूट पारस्परिक हिंसा, विद्वेष व गटबाजी पाहून भयंकर दु:ख व निराशा व्यक्त केली आहे. प्रतिष्ठित व उच्च विद्याविभूषित निग्रोदेखील उच्च वर्णीयामध्ये स्थान मिळवून स्वत:वर चढण्याच्या लोभाने आपल्या जमातीला विसरून जातात हे आत्मविश्वासाचे दृश्य त्यांना व्यथित करते. म्हणूनच ते 'वर्तमान भारत' या आपल्या लेखात म्हणतात, ''शूद्रवर्गाचे अभ्युत्थान अटळ आहे. परंतु शूद्र लोक आपले शूद्रत्व कायम ठेवूनच जागृत होतील,- (With their Shudrahood) या मुद्द्यावर त्यांनी खास जोर दिलेला आहे. 'शूद्रत्व' हा शब्द वापरून आपल्याला काय म्हणावयाचे आहे, त्याचाही खुलासा त्यांनी केला आहे. ''अतिप्राचीन काळापासून अत्याचाराच्या जात्यात पिसला जात असलेला हा शूद्र वर्ग अत्यंत घृणास्पद मनोवृत्ती धारण करून कुत्र्याप्रमाणे उच्चवर्णीयांचे पाय चाटत आला आहे किंवा मग दुसऱ्या टोकाला जाऊन अमानुष क्रूर पशू तरी बनला आहे. त्यांच्या मनातील आशाआकांक्षा वारंवार धुळीस मिळाल्या आहेत. आपले ध्येय साध्य करण्यासाठी लागणारी दृढता आणि कार्याच्या बाबतीतील अविचल चिकाटी यांचा मागमूसही त्यांच्यात आढळत नाही.'' विवेकानंदांनी ज्या राष्ट्राचे स्वप्न पाहिले होते. ते कधी काळी साकार होईल असा विश्वास त्यांना वाटत नव्हता. ब्राह्मणाची प्रज्ञा, क्षत्रियाची शक्ती, वैश्याची संघटनप्रतिभा आणि शूद्राची साम्यनीती यांच्या समन्वयावर त्यांच्या आदर्श राष्ट्राची कल्पना आधारलेली होती. परंतु या बलिष्ठ कल्पनेसमोर सरतेशेवटी त्यांनी एक संमोहाकुल प्रश्नचिन्ह ठेवले आहे. ''परंतु हे घडणे संभाव्य आहे काय?''- (Complete Works - Vol. VI.PP.381)त्यांच्या हयातीत या प्रश्नाचे उत्तर मिळाले नाही. द्विधाभावाचे काटे

पसरलेल्या समाजामध्ये जीवनातील हा निरुत्तर प्रश्न आणि व्यथित आवेगाची ही आशाहीन व्याकुलता यांनीच ब्रह्मजिज्ञासेच्या मार्गांमध्ये सर्व प्रश्नांचे अंतिम उत्तर शोधण्यास त्यांना भाग पाडले असावे असे दिसते. समाजवादी व्यवस्थेतूनच माणसाला पुढे जावे लागेल, श्रमजीवी वर्गाच्या आधिपत्यातूनच माणसाची सामाजिक जाणीव समृद्ध होईल, या इतिहासाच्या अटळ धड्याकडे दुर्लक्ष करिता येणार नाही. परंतु ही जाणीवच शेवटी माणसाला असे समजावून देईल की, हेही पुरेसे नाही, हेही गौण, वरवरचे आहे. अजून पुढे जावे लागेल. सामाजिक व व्यावहारिक उन्नतीच्या उत्तुंग शिखरावर आरोहण करूनच थांबता येणार नाही. मग माणसाच्या लक्षात येईल की, आध्यत्मिक ऐश्वर्य हीच सर्वश्रेष्ठ गोष्ट होय. जे जाणले असता सर्व काही ज्ञात होते, जे प्राप्त केले असता मिळविण्यासारखे काही बाकी उरत नाही, ज्याच्या प्रकाशामुळे चंद्रसूर्य आलोक देतात त्या परमेश्वराची एकांतिक आराधना हाच प्रथम मुक्तीचा परमपथ. या लेखाच्या सुरुवातीस उद्धृत केलेल्या पत्राचे मर्म हेच होते. स्वच्छ दृष्टी, तीक्ष्ण बुद्धी, वैज्ञानिकाची विश्लेषणशक्ती, दलित मानवाच्या कल्याणकामनेने हेलावणारा एक दुर्दम्य आवेग हे सर्व गुण जणू एका श्रान्त संध्याकाळी वेदान्ती ब्रह्मवाद्याच्या परम शांतीमध्ये विश्राम शोधत होते. (जो परमेश्वर माणसाच्या मुखात अन्नाचा घास घालू शकत नाही. अशा परमेश्वरावर विवेकानंदाचा विश्वास नव्हता. परंतु ज्या दिवशी माणसाला भाकरी मिळेल त्या दिवशी त्यालाही हे कळून येईल की भाकरीपेक्षा ईश्वर हा फार मोठा आहे, हा होता समाजवादी विवेकानंदांचा अध्यात्मवादी विश्वास. "Not by bread alone" याचा अर्थ "even without bread" असा होऊ शकतो, असे त्यांना वाटत नव्हते. परंतु फुगलेल्या भाकरीची पोकळी 'ईश्वरा'ने भरावी लागेल याविषयी मात्र त्यांची खात्री होती.

भौतिक जगापासून दूर जाऊन अंतरंगातील सत्याचा शोध.

'शूद्रक्रांती' च्या आत्मिक स्वरूपाविषयी त्यांच्या मनात निराशायुक्त संदेह होता म्हणूनच ते ईश्वरप्राप्तीची स्निग्ध सांत्वना उराशी बाळगून होते, असे म्हणणे हे अर्धसत्य होय. राममोहन रॉयांपासून रवींद्रनाथ टागोरांपर्यंत बंगालच्या नवजागृतीच्या ऋत्विजांवर औपनिषदिक ब्रह्मवादाचा असामान्य प्रभाव पडलेला होता ही गोष्ट या संदर्भात लक्षात ठेवली पाहिजे. याला अपवाद होता फक्त शूरवीर ईश्वरचंद्र विद्यासागर यांचा. त्यांना ईश्वराच्या सिंहासनासमोर गुडघे टेकण्याची गरज कधीच भासली नाही. त्यांनी ज्याप्रमाणे 'सोऽहं' वादाचाही प्रचार केला नाही त्याचप्रमाणे माणसाच्या अनेक प्रकारच्या गुलामगिऱ्यांमध्ये ईश्वराच्या गुलामगिरीची आणखी एक भर घातल्याने कोणाचे काही कल्याण होईल अशी आशाही बाळगली नाही. परंतु विवेकानंदांच्या प्रदीप्त सामाजिक जाणिवेने मात्र ब्रह्मविज्ञानाच्या प्रवाहात स्नान करून आत्मशुद्धी करून घेतली आहे.

सामर्थ्य व संस्कृती यांच्या उद्धट अहंकाराने उन्मत्त झालेल्या एका परकीय सत्तेने भारतवर्षाभोवती आपला विळखा घातला होता. त्यावेळी गुदमरून गेलेला तो पराधीन समाज आत्माभिव्यक्ती व आत्मप्रतिष्ठा यांचा मार्ग शोधू लागला होता. पाश्चात्त्य संस्कृतीच्या प्रकाशात न्हाऊन निघालेल्या बंगालच्या मनीषींनी त्यावेळी स्वदेशी परंपरेमध्ये असा एक विराट आदर्श शोधून काढला की ज्याच्यावर विसंबून राहून स्वदेशाला पुन: एकदा आत्मसंशोधन करता येणार होते व आत्मप्रत्यय मिळविता येणार होता. इतकेच काय पण आपल्या संस्कृतीचा अहंकार बाळगणाऱ्या पाश्चात्त्य समाजालादेखील त्याच्याविषयी श्रद्धा व्यक्त करणे भाग पडणार होते.

उपनिषदांतील ब्रह्मवादाने स्वाभाविकपणेच असा एक आदर्श दाखवून दिला. दार्शनिक परिभाषेत ज्याला Monism (अद्वैतवाद) असे म्हणतात त्याचा फार मोठा प्रभाव मानवाच्या चिंतनधारेवर पडलेला आहे हे नाकारता येणार नाही. हाच अद्वैतवाद वास्तववादी वैज्ञानिक दृष्टिकोनातून परिशुद्ध केला गेल्यास तो मार्क्सवादातही परिणत होऊ शकतो. Monism च्या चौकटीत बसू शकेल असा एखादा बंगाली शब्द सुचत नाही म्हणून मार्क्सवादाचे नामकरण वास्तववादी अद्वैतवाद असे करिता येईल. लेनिनच्या मते ज्या ग्रंथाने एका पिढीतील रशियाच्या मार्क्सवाद्यांना शिक्षित केले होते त्या प्लेखॉव्हच्या प्रख्यात ग्रंथाचे नाव त्याने 'The Development of the Monistic View of History' असे ठेवले होते. पुन्हा जेव्हा भौतिक जगापासून दूर जाऊन अंतरंगामध्ये त्या एकमेव सत्याचा शोध घेण्याची पाळी येते तेव्हा Monism शंकराचार्यांच्या अद्वैतवादांत परिणत होतो. त्या मतानुसार एक द्वैतहीन निराकार विज्ञानही एकमेव सत्य असते. इतर सर्व मिथ्या, केवल अनादि भ्रांतिविलास असतो.

म्हणून अद्वैतवादाचा स्वीकार आपण कोणत्या दृष्टिकोनातून करतो त्यावर आपल्या विचार – प्रवाहाची गती व प्रकृती पुष्कळ अंशी अबलंबून असते. विज्ञानवादी बौद्धही आपल्या दर्शनाला अद्वैतवादी म्हणतात. परंतु त्यांचा अर्थ अगदी वेगळा असतो. अनंत विज्ञानक्षणांच्या अविराम प्रवाहामध्ये विलीन होणारे एक एक क्षणाचे विज्ञान हेच एकमात्र सत्य, एका क्षणापुरते ते साकार असते. शंकराचार्यांना संमत असलेल्या विज्ञानाप्रमाणे ते निराकार नसते. बौद्ध विज्ञानवादावरील औपनिषदिक ब्रह्मवादाचा प्रभाव अनेकांनी दाखवून दिला आहे. बहिर्जगताच्या अस्तित्वाच्या किंवा नास्तित्वाच्या दृष्टीने हे सादृश्य कितपत संयुक्तिक समजता येईल हा मुद्दा नक्कीच विचारार्ह आहे. परंतु त्याचबरोबर त्या दोहोंमध्ये जे एक दुर्लक्ष्य व्यवधान आहे त्याच्याकडे लक्ष न दिल्यास एकांगीपणाचा दोष आपल्याला लागेल. विज्ञानवादी बौद्धांनी पूर्णता किंवा एकात्मता* मान्य केलेली नाही. जे 'एकात्म'

* मूळ बंगालीमध्ये 'समग्र' व 'समग्रता' असे शब्द आहेत. मराठी वाचकांच्या सोयीसाठी त्यांच्या जागी 'एकात्म' व 'एकात्मता' हे शब्द वापरले आहेत.

आहे ते सत्य नव्हे, क्षण हेच एकमात्र सत्य जो क्षण निरंश असेल म्हणजे विशेषणाच्या द्वारे ज्या क्षणामध्ये आणखी एखाद्या क्षणाची कल्पना करिता येत नाही तोच सत्य होय. म्हणून या क्षणाचे विज्ञान तेच एकमेव सत्य. विज्ञान क्षणाचे संतान म्हणजेच स्रोत किंवा प्रवाह हे सत्य नसून तो केवळ विकल्प आहे. आचार्य धर्मकीर्ती यांनी आपल्या 'प्रमाणवार्तिक' ग्रंथाची पृष्ठेच्या पृष्ठे अवयवीच्या अस्तित्वाचे खंडन करण्यात खर्ची टाकली आहेत. अवयव हेच सत्य आहे हे सिद्ध करण्याचा त्यांनी प्रयत्न केला आहे. एका सामाजिक ऐक्याची कल्पना विज्ञानवादी बौद्ध दर्शनाला पूर्णपणे विरोधी आहे. दुसऱ्या बाजूस उपनिषदांच्या वाचकाच्या मनावर सर्वांत प्रथम उमटणारा ठसा हा आहे की अनंत वैचित्र्यपूर्ण जगत् एका सूत्रात बांधलेले आहे, वैचित्र्याच्या मागे कोठे तरी एक सुदृढ ऐक्य विद्यमान आहे, आणि अनेक मानवांची अनेकविध जाणीव, वस्तुजगताची अनेक तुकड्यातुकड्यांतून होणारी अभिव्यक्ती – या सर्वांच्या मागे एक एकात्म सत्ता कार्य करीत असते. परंतु बुद्धाची वाणी श्रवण केल्यानंतर जी काही धारणा होत असेल ती होवो, दिक्पात्र बौद्ध दार्शनिकांशी परिचय झाल्यानंतर ही ऐक्याची धारणा लुप्त झाल्याशिवाय राहात नाही. या पूर्णतम ऐक्याच्या धारणेची व्याख्या आपण नाना प्रकारे करू शकतो. शंकरसंमत निराकार ब्रह्मविज्ञानवाद, रामानुज – प्रदर्शित विशिष्टाद्वैतवाद, इतकेच काय पण हेगेलचा एकात्मवाद यांच्याद्वारेही तिची व्याख्या करिता येते. या दार्शनिक ऐक्यानुभूतीशी मार्क्सवादाचाही काही मौलिक विरोध नाही.

त्या प्राचीन काळीही विश्वप्रकृतीचे (विजप्रकृती) जेवढे काही पर्यवेक्षण करणे शक्य होते त्याच्यातूनही एक सुस्थापित नियमबद्धता, एका पारंपरिक संपर्कयुक्त नियमानुवर्तिता यांची धारणा मानवाच्या मनात बद्धमूल झालेली होती. आणखी एका बाजूने प्राचीन आर्यसमाजाच्या असंकीर्ण ऐक्याच्या अंत:प्रवृत्तीनेही ऐक्यानुभूतीमध्ये मानवसमाजाला जिवंत ठेवले होते, पुढे नेले होते आणि विश्वप्रकृतीच्या (विजप्रकृतीच्या) रहस्याचा शोध घेण्यास मानवाला प्रेरित केले होते. आपल्या बहुमुखी संकीर्ण जाणिवेमध्ये ज्या अनेक घटना त्रुटित विखुरलेल्या स्वरूपात दिसतात त्यांमधून एका सामान्य नियमसूत्राच्या अस्तित्वाचे आकलन करणे, एका अखंड पूर्णतेचा शोध घेणे हा मानवसंस्कृतीच्या निर्मितीचा व अग्रगतीचा प्रमुख मूलस्रोत असावा असे वाटते. "जे एक होते ते अनेक झाले." हे काही केवळ शांकर वेदान्ताचेच म्हणणे नाही. वास्तववादी मार्क्सवादाचे म्हणणेही तेच आहे. कारण, मननशील मानवाच्या मनामध्ये प्रकट होणारा वास्तविक सत्याचा तो प्रथम प्रकाश आहे. परंतु बहुरूपांमध्ये परिव्याप्त असलेल्या त्या एकाचे स्वरूप काय? तो एक सर्वनियंता ईश्वर आहे काय? ते एक निराकार विज्ञानस्वरूप ब्रह्म आहे काय? ती एक अटळ अंध नियती आहे काय? की तो एक सर्वग्रासी महाकाल आहे? ती एक मूल वस्तुप्रकृती (Primordial matter - आद्यतत्त्व) आहे की जी आपल्या

नियमानुसार अनेक धारांमध्ये विभक्त व परिवर्तित होऊन या विचित्र वस्तुजगतात परिणत झालेली आहे? आधुनिक विज्ञानसमृद्ध वास्तववादाचा असा विश्वास आहे की हे शेवटचे सूत्रच खरे आहे.

मानवातील ऐक्याच्या अनुभूतीची प्राचीनतम शब्दमूर्ती म्हणजे उपनिषद.

म्हणून समग्रता व एकता यांचा स्वीकार कोणत्या दृष्टिकोनातून करायाचा यावर दार्शनिक मताचा मूलभूत भेदही पुष्कळ अंशी अवलंबून असतो. या बाबतीत काहीसे स्थूल उदाहरण देता येईल. उपनिषदातील एक प्रसिद्ध वाक्य असे आहे. : ''मा गृध: कस्यस्विद्धनम्,'' याचा अर्थ अनेक प्रकारे लावता येतो. आपण जर अशी कल्पना केली की, प्राचीन आर्यांच्या सामायीक समाजव्यवस्थेच्या शेवटच्या अवस्थेत वैयक्तिक संपत्तीचा हळूहळू विकास सुरू झाला असताना हे वचन उच्चारण्यात आले होते, तर ते वैयक्तिक लोभाविरुद्ध होते असे म्हणता येईल. कोणाचे धन? कोणा एकाचे नव्हे तर सर्वांचे म्हणून त्याचा लोभ धरू नये. परंतु श्रमजीवी माणसाच्या शोषणावर आधारलेल्या समाजामध्ये या वाक्याचा अर्थ अगदी त्याच्या उलट होऊ शकेल. मनुस्मृतीच्या समाजात याचा अर्थ होईल शूद्रांच्या बाबतीत कडक सावधगिरी बाळगली पाहिजे. कारण मनूने असे सांगून ठेवले आहे की शूद्रांना धनसंचयाचा अधिकार नाही. म्हणून जर समाजातील शूद्रमाणूस आपल्या श्रमाचा न्याय मोबदला मागू लागला तर मनूच्या मते इतरांच्या धनाचा लोभ धरल्यासारखा होईल. शोषकवर्गाचा लोभीपणा झाकून ठेवण्यासाठी शोषित वर्गालाच लोभी ठरविण्याचा हा एक विचित्र प्रयत्न म्हटला पाहिजे. अनेक वर्षांपासून आपण असा युक्तिवाद ऐकत आहोत की कम्युनिस्ट लोक खालच्या वर्गातील लोकांचा स्वाभाविक लोभीपणा, ईर्षा व हेवा यांचे इंधन करून वर्गद्वेषाची आग भडकवीत असतात. वर्गद्वेष हा ज्यांच्या रक्तात व हाडीमाशी खिळलेला आहे, त्या मालकवर्गाच्या वतीने वर्गसमन्वयाचा प्रचार करण्यातील हे चातुर्य अपूर्वच म्हटले पाहिजे. परंतु रवींद्रनाथांसारखे स्थितप्रज्ञ मनीषी उपनिषदातील त्या प्रख्यात उक्तीच्या प्राचीनतम अर्थापर्यंत जाऊन पोहोचले. चालू युगातील धनिकवर्गाच्या नफेबाजीच्या हव्यासावरच त्यांनी उपनिषदातील मंत्राद्वारे आघात केला.

उपनिषद ही मानवांतील ऐक्याच्या व समग्रतेच्या अनुभूतीची प्राचीनतम शब्दमूर्ती होय. एकोणिसाव्या शतकातील बंगाली मनीषींनी उपनिषदातील मंत्रांचा याच अर्थाने स्वीकार केला आहे. ज्या देशातील संस्कृतीचा उष:काल उपनिषदांच्या उदात्त मंत्रानी उद्‌घोषित झाला होता तो देश लहान नव्हे, तो समाज तुच्छ नव्हे, ही गोष्ट पराधीन समाजाचे आत्मचैतन्य व अस्मिता जागृत करण्यासाठी सांगण्याची जरूर होती. आपल्या संस्कृतीचा गर्व बाळगणाऱ्या विदेशी शासकवर्गासमोर छाती पुढे करून उभे राहण्यासाठी

ज्या धाडसाची जरूर होती ते धाडस प्राचीन भारतातील प्रज्ञावाणीने आधुनिक भारतीयांमध्ये निर्माण केले. रवींद्रनाथांनी 'भारत तीर्थ' या आपल्या कवितेत वैदिक मंत्रांना वास्तविक रूप देण्याचा प्रयत्न केला आहे. तसेच, समग्रतावादी औपनिषदिक दर्शनाला विवेकानंदांनी ज्याप्रकारे आपल्या समाजदर्शनामध्ये परिणत केले आहे त्याला तोड नाही.

वंचित मानवाला माणुसकीच्या सिंहासनावर अधिष्ठित करण्याचा प्रयत्न.

''समग्राच्या जीवनातच व्यक्तीचे जीवन आणि समग्राच्या सुखातच व्यक्तीचे सुख आहे. समग्राला वगळून व्यक्तीच्या अस्तित्वाची कल्पना करता येणार नाही हेच शाश्वत सत्य, ज्याच्यावर विश्व उभारलेले आहे तो हाच दगडी पाया... हाच प्रकृतीचा नियम. कोणीही समाजाची वंचना सदैव करू शकत नाही... समाजाच्या पृष्ठभागावर कितीही घाण गोळा झालेली असली तरी त्या केरकचऱ्याच्या खाली समाजाच्या प्राणशक्तीचा अक्षय प्रवाह झुळुझुळू वाहात असतो... समाज हा पृथ्वीसारखा सर्व काही सहन करणारा असतो. तो अत्यंत धैर्याने दीर्घ काळपर्यंत अत्याचार सहन करीत राहातो. परंतु एके दिवशी तो जागा होतो. धरणीकंपाचे सामर्थ्य घेऊन तो जागा होतो. लाखो वर्षांच्या नीरव प्रतीक्षेच्या युगामध्ये समाजाच्या अंत:करणात क्षुद्रता व स्वार्थपरता यांचे जे ग्लानिमय मालिन्य साठलेले असते ते सारे हा भूकंप एका क्षणात दूर फेकून देतो.''

औपनिषदिक दर्शनाच्या या सामाजिक परिणतीशी शंकराचार्यांच्या वेदान्तदर्शनाचा मुळीच मेळ बसत नाही. विवेकानंद स्वत:ला शांकर वेदान्ताचे अनुयायी मानतात यात शंका नाही. परंतु मनुस्मृतीतील ज्या समाजव्यवस्थेवर विवेकानंद अत्यंत कठोर शब्दांत हल्ला करतात ती समाजव्यवस्था शांकर वेदान्ताने नतमस्तक होऊन मान्य केलेली होती. एवढेच नव्हे तर आजही अनेक महंतमहाराज मनुस्मृतीतील सनातन धर्माचे शासन भारतवर्षामध्ये पुन्हा प्रस्थापित करण्याचे स्वप्न पहात आहेत. शंकराचार्यांचा मायावाद हा शेवटचा शब्द मानल्यानंतर हा सनातन मार्ग स्वीकारणे भागच आहे. जेव्हा एकमेव निराकार विज्ञानस्वरूप ब्रह्म हेच सत्य आणि ऐहिक जीवन, सुख-दु:ख, पाप पुण्य हे सारे मिथ्या समजले जाते तेव्हा दलित-पीडित कल्याणकांक्षेने प्रेरित होऊन, धनिक वर्गाची शोषणव्यवस्था नष्ट करून, वंचित मानवाला माणुसकीच्या सिंहासनावर अधिष्ठित करण्याचा प्रयत्नही मिथ्या, निराधार बनतो. राजशक्ती व श्रीमंत लोक यांच्या कृपेवर मठ चालत राहावेत, मठाधिपती टिकून रहावेत, या मठ-मिशनांना नि:संकोचपणे अर्थदान करण्यासाठी धनिकांचा नफेबाजी व शोषण करण्याचा अधिकार चिरकाल कायम राहावा – या मायामय संसारात एवढी माया टिकून राहणे पुरेसे आहे!

अशा प्रकारच्या मायावादावर विवेकानंदाचा विश्वास नव्हता हे सांगण्याची जरूर नाही. ''गीतापठणापेक्षा फुटबॉलच्या खेळाच्याद्वारे तुम्ही स्वर्गाच्या अधिक जवळ जाऊन

पोहोचू शकाल, असे बोलणे मोठे धाष्टर्याचे आहे खरे, परंतु तुमच्याविषयी वाटणाऱ्या प्रेमामुळे मी ते बोलत आहे. तुम्ही आपले स्नायू चांगले मजबूत बनविले तर तुम्हांला गीता जास्त चांगली कळू शकेल.''- (Vedant and Indian Life). एकोणिसाव्या शतकातील जे वेदान्ती संन्यासी असे शब्द उच्चारू शकले ते नक्कीच आदरणीय म्हटले पाहिजेत. खुद्द शंकराचार्यांना त्यांच्या मायावादाचा जो अर्थ अभिप्रेत होता आणि त्यांच्यामागून आलेल्या त्यांच्या प्रखर तार्किक दार्शनिक अनुयायांनी त्या मायावादाला अनिर्वचनीयता सर्वस्व असे संबोधून जी व्याख्या केली त्या एकाच अर्थाने विवेकानंदांनी मायावादाचा स्वीकार केला होता किंवा काय या बाबतींत संदेहाला पुष्कळच जागा आहे. विवेकानंदांनी ज्या ठिकाणी वेदान्तासंबंधी भाष्य केलेले आहे त्या 'ज्ञानयोग' ग्रंथांत अथवा 'कोलंबोपासून अलमोड्यापर्यंतची व्याख्याने' या संग्रहात त्यांनी कोठेही श्रीहर्ष, चित्सुखाचार्य अथवा मधुसूदन सरस्वती यांच्याप्रमाणे मायावादाची परिभाषा केलेली नाही. त्यांनी सर्वच ठिकाणी हृदयातील कारुण्य मिसळून एक मानवधर्मी वेदान्ती व्याख्या करण्यावर जोर दिला आहे. शंकरचार्यांपासून मधुसूदन सरस्वतींपर्यंत कोणत्याही वेदान्तामध्ये या महान माणुसकीचा लेशदेखील आढळणार नाही. कारण त्यांनी समाजदर्शनाची गणना दर्शनामध्ये केली नव्हती आणि मनुस्मृती हाच समाजदर्शनातील शेवटचा व सारभूत शब्द आहे असे त्यांनी गृहीत धरले होते. विवेकानंद पुन्हा पुन्हा मागे वळून दर्शनाच्या मानवी मर्मकेंद्रावर परत येतात. सारी मानवजात एक आहे, निखिल विश्व जर एकाच ब्रह्माची एकात्ममूर्ती (Perfect Solidarity of the Universe) आहे तर मग माणसाने माणसाचे विषमतामूलक शोषण व पीडन करणे हे त्या शाश्वत सत्याच्या विरुद्ध आहे, तो अद्वैत वेदान्ताचा व्यभिचार आहे असे ते मानीत. परंतु विवेकानंद ज्यांना आपले दार्शनिक गुरू समजत होते ते शंकराचार्य आणि त्यांचे अनुयायी यांनी मात्र सामाजिक, राजकीय व आर्थिक विषमतेवर आधारलेल्या शोषणमूलक समाजव्यवस्थेशी ब्रह्मवादाची बेमालूम सांगड घातली होती. या शोषणव्यवस्थेला साह्यभूत म्हणून मायावादाचा वापर करणेही अशक्य नाही. अर्थात सर्वच मायावादी दार्शनिकांनी जाणून बुजून शोषणव्यवस्थेला साह्यभूत होईल अशी मायावादाची मांडणी केली होती असे समजणे अन्यायाचे होईल.

याठिकाणी आपण हे ओळखले पाहिजे की, विवेकानंद ब्रह्मवादाची शोषणव्यवस्थेशी सांगड घालू शकले नाहीत. म्हणून त्यांनी दोन ठिकाणी शंकराचार्यांच्या हृदयहीन संकुचितपणाचा उल्लेख केला आहे. बुद्धाचे अंत:करण आणि शंकराचार्यांची बुद्धी यांचे मीलन झाले पाहिजे असे त्यांना वाटत होते. परंतु मूळ प्रश्न अंत:करणाचा नसून सामाजिक दृष्टिकोनाचा होता. फक्त हृदयाचाच प्रश्न असता तर वैयक्तिकरीत्या परोपकाराचा प्रयत्न करून थोडीफार सेवा करून कारुण्यपूर्ण हृदयाचे समाधान करिता आले असते.

विवेकानंदांच्या हृदयातील कारुण्य समाजाच्या नवनिर्मितीच्या प्रश्नाच्या विचाराने ढवळून निघाले होते. हा प्रश्न त्यांनी किती जोरदारपणे मांडला होता ते आपण पूर्वी पाहिले आहे. अर्थातच समाजाच्या आमूलाग्र परिवर्तनाचा जो मार्ग त्यांनी निवडला होता तो मिशन छाप मार्ग कधीही समाजक्रांती घडवून आणू शकणार नाही. त्यांना प्रश्नाचे उत्तर सांगता आलेले नाही, परंतु मूलभूत प्रश्न काय आहे याची अनुभूती हृदयाच्या व बुद्धीच्याद्वारे त्यांना प्राप्त करता आली होती, त्या समस्येचे विश्लेषण करून ती समजून घेण्याचा प्रयत्न त्यांनी केला होता ही गोष्टही काही लहान सहान नव्हती. सुस्पष्ट दृष्टिकोनातून एखादा मूल प्रश्न दृढपणे समाजासमोर मांडणे या गोष्टीतूनदेखील महान प्रज्ञा व्यक्त होते. विवेकानंदांनी हे कार्य सार्थपणे केले होते. परंतु ती समस्या सोडविण्याचा जो मार्ग त्यांनी दाखवून दिला तो भारतीय अध्यात्मवादाच्या धुक्याने कलुषित झालेला होता याविषयी कोणाही वास्तववाद्याच्या मनात शंका असता कामा नये. परंतु त्या बाबतीत केवळ विवेकानंदांनाच दोष देता येणार नाही. एकोणिसाव्या शतकातील भारतीय प्रतिभेची उज्ज्वलतम परिणती ज्या रवीन्द्रनाथांमध्ये झालेली होती त्यांची प्रज्ञादृष्टीही हे धुक्याचे आवरण भेदून बाहेर येऊ शकली नव्हती. वस्तुत: विवेकानंदांपेक्षा रवीन्द्रनाथांच्या बाबतीत हे आवरण कितीतरी विरळ झालेले होते, तरीही त्यांना त्यातून बाहेर पडता आले नाही. पाश्चात्त्य संस्कृतीच्या ज्ञानविज्ञानरुपी प्रवाहात स्नान करूनही जे लोक प्राचीन भारतीय सभ्यता व संस्कृती यांचे तेज:पुंज स्वरूप जगासमोर प्रस्तुत करून आत्मप्रतिष्ठेचा मार्ग शोधत होते आणि त्याच मार्गाने आपल्या देशबांधवामध्ये स्वाभिमानपूर्ण देशभक्ती निर्माण करण्याचा प्रयत्न करीत होते, ते राममोहन रायांपासून रवीन्द्रनाथांपर्यंतचे सारे भारतपथिक आधुनिक बुद्धीने परिमार्जित केलेल्या भारतीय अध्यात्मवादामध्ये एक परम शांती अनुभवीत होते. जुन्या पद्धतीच्या संस्कृत पाठशाळेत शिक्षण घेतलेले ईश्वरचंद्र विद्यासागर हेच काय ते या विचारप्रवाहाला आश्चर्यकारक अपवाद ठरले. या लोकांपैकी फक्त रवीन्द्रनाथांनीच अध्यात्मवादाला पारलौकिकातून (ब्रह्मलोकातून) ओढून आणून मानवसमाजाच्या समग्ररूपामध्ये एका महान मानवतेच्या जाणिवेशी एकरूप बनवून प्रतिष्ठित केले होते.

मानवता व पारलौकिकता यांचे एक अद्‌भुत मिश्रण.

या ठिकाणी विवेकानंदांच्या दार्शनिक दृष्टीसमोर सर्वात मोठा अडथळा शंकराचार्यांच्या मायावादाचा होता. तो अडथळा ते दूर करू शकले नाहीत. त्यांनी आपल्या समाजदर्शनामध्ये ज्या औपनिषदिक ऐक्याला व समग्रतेच्या जाणिवेला उचलून धरले होते त्यांच्याशी मायावादाची एक मूलभूत दार्शनिक विसंगती आहे ही गोष्ट मान्य करण्यास ते तयार झाले नाहीत. त्यामध्ये मोठ्या कष्टाने गृहीत धरता येणारी संगती प्रस्थापित करण्याचा कसा आटापिटा केला होता ते या लेखाच्या प्रारंभी उद्‌धृत केलेल्या पत्राच्या

उपसंहारावरून सिद्ध होते. श्रमजीवी वर्गाच्या क्रांतीतून प्रस्थापित होणारी समाजव्यवस्था आणि सामाजिक समता अस्तित्वात आल्यानंतर माणसाला असे आढळून येईल की, समाज व जग हे सर्व मिथ्या असून केवळ ईश्वर हेच सत्य आहे; मग माणसाला ईश्वर-साक्षात्काराच्या दरवाज्यात जाऊन धरणे धरावे लागेल; या सत्याच्या प्राप्तीसाठीच माणसाला समाजवादी क्रांतीच्या अनुभवातून मार्गक्रमण करावे लागेल. माणसाला सर्व प्रकारच्या अनुभवांतून हे समजावून द्यावे लागेल की अखेर ईश्वराखेरीज दुसरी गती नाही, असे त्यांचे म्हणणे होते. त्यांची विवेकबुद्धी विज्ञानधर्मी व मानवधर्मी होती. त्यामुळे समाजस्थितीचे विश्लेषण करण्यामध्ये ते आधुनिक सत्यदृष्टीच्या मार्गाने खूप दूरवर पुढे जाऊ शकले. परंतु त्यांचे हृदय दुभंगलेले होते. दलित, पीडित मानवाच्या दु:खाने आणि समाजातील आर्थिक विषमतेने प्रक्षुब्ध होऊन ते हेलावत होते, तर दुसऱ्या बाजूने अलौकिक अनुभूतीवर गंभीर विश्वास, शांकर वेदान्ताविषयी प्रगाढ अनुराग हे त्याच हृदयाला एका अलौकिक शांतीच्या कुशीत ओढून नेत होते. अखेर सर्व मिथ्या आहे. सारी माया आहे, असे त्यांना वाटत होते. शंकराचार्यांनी प्रचारिलेला अध्यात्मवाद हीच त्यांच्या मते भारताची थोर परंपरा होती. या अध्यात्मवादाच्या पुनरुज्जीवनाच्याद्वारेच मानवाला परम मुक्ती मिळू शकेल ही खात्री त्यांना मनातून काढून टाकता आली नाही. देशोदेशी क्रांतीच्या प्रयत्नांना त्यावेळी आलेले अपयश, भारतवर्षाच्या समाजजीवनावर पसरलेली ग्लानी, ब्रिटिश सत्तेच्या अत्याचाराविरुद्ध केला जात असलेला निष्फळ व असहाय्य विरोध, पीडित वर्गामधील ऐक्याचा अभाव, श्रमजीवी जनतेतील आत्मिक व नैतिक चारित्र्याच्या बाबतीतील अमर्याद दुबळेपणा या गोष्टी एकत्रित झाल्याने विवेकानंदांच्या अंत:करणात अधूनमधून एक प्रकारची निराशा दाटून येत असावी आणि त्यामुळे मायावादाला अधिकच छातीशी कवटाळण्याची एक विपरीत प्रेरणा त्यांना प्रकर्षाने होत असावी असे दिसते. रामकृष्ण परमहंस यांच्या हृदयातही मानवता व पारलौकिकता यांचे एक अद्भुत मिश्रण झालेले होते. रामकृष्णांनी ईश्वराला प्रत्यक्ष पाहिले आहे. त्याचा साक्षात्कार त्यांना घडला आहे, आणि आपल्या सुयोग्य शिष्याला ते हा साक्षात्कार घडवू शकतात याविषयी विवेकानंदांच्या मनात तिळमात्रही संदेह नव्हता. ईश्वरदर्शन ही केंद्रीभूत व ध्यानमग्न चित्तावर केली गेलेली एक प्रकारची आत्मसंमोहनाची (Self-hypnotic) प्रक्रिया असू शकेल किंवा काय अशा प्रकारच्या संदेहाला अथवा अविश्वासाला त्यांनी आपल्या मनात थारा दिला नाही. रामकृष्णांच्या जीवनातील कित्येक अपूर्व मानवी गुणांनी विवेकानंदांवर जादू केलेली होती आणि ते मानवी आकर्षण अलौकिकतेपर्यंत जाऊन पोहोचले होते. या सर्व गोष्टी लक्षात घेऊनच विवेकानंदांच्या जीवनातील आत्मविरोधाचा मूलस्रोत आपल्याला शोधावा लागेल.

आणखी एका गोष्टीचा उल्लेख करणे अप्रासंगिक होणार नाही. अर्थात त्यामुळे

रामकृष्ण-विवेकानंदांच्या अंधभक्तांना या लेखाच्या लेखकामध्ये 'आधुनिकांचा उद्धटपणा' दिसेल अशी वाटते. तरीदेखील शंकराचार्यांच्या मायावादाच्या प्राकृत दार्शनिक स्वरूपासंबंधी विवेकानंदांची कल्पना स्वच्छ नव्हती, ही गोष्ट स्पष्टपणे सांगणे भाग आहे. शांकर वेदान्ताची जी व्याख्या विवेकानंदांनी केली आहे तिच्यामध्ये तर्कापेक्षा भावनेचेच प्राबल्य अधिक दिसून येते. त्यांनी मायावादाचे कोठेही विस्तृत विश्लेषण केलेले नाही. तरीपण वेदान्तासंबंधी सामान्य स्वरूपाची अनेक विधाने त्यांनी केलेली आहेत.

भारतवर्षाने जगातील सर्व मानवजमातीला दिलेले आव्हान

अद्वैतमतानुसार एक विज्ञान-स्वरूप ब्रह्म हे जगताचे उपादान कारणही असते आणि निमित्त कारणही असते. ब्रह्म हे जगत्‌रुपाने अभिव्यक्त झालेले आहे. परंतु ते परिणत झालेले नाही; जगत् नसून ब्रह्मच विद्यमान आहे. मायेसंबंधी कल्पना करावयाची झाल्यास वेदान्तातील हा मूळ मुद्दा समजून घ्यावा लागतो. ...जे काही आहे ते केवळ ब्रह्म आहे; पृथगात्मकता व विविधता हे सारे मायेने निर्मिलेले आहे... "भारतवर्षाने हजारो वर्षांपासून जगातील सर्व जमातींना हेच आव्हान दिलेले आहे. त्याचा परिणाम म्हणजे त्या सगळ्या जमाती नष्ट झाल्या असून तुम्ही मात्र जिवंत आहात. जग हा केवळ भ्रम आहे; सर्व काही माया आहे. नखांनी जमीन खोदून मिळालेल्या कंदमुळावर निर्वाह करा किंवा सोन्याच्या ताटात जेवण करा, तुम्ही प्रबळ प्रतापशाली राजचक्रवर्ती बनून प्रासादात राहा किंवा दीनतम भिकारी असा. सर्वांचा शेवट एकच - मृत्यू! तेथे सर्व समान. सारी माया. हे होते जगाला दिलेले भारताचे आव्हान, - (The Vedant In All Its Phases' - Lectures From Colombo To Almora, P P. 323 - 324)या उद्धरणातील पहिला भाग शांकर वेदान्तातील मूळ सिद्धान्त आहे हे खरे, परंतु त्यानंतर मायावादावरील, भाष्याचा ओढून ताणून जो उपसंहार त्यांनी केला आहे त्याला दार्शनिक सिद्धान्त म्हणता येणार नाही. मायावाद समजून घेण्याच्या कामी या विवेचनाची मुळीच मदत होणारी नाही. या प्रकारच्या मायावादाचा प्रचार हिंदू कुटुंबातील दर्शन – शास्त्रविषयी अनभिज्ञ असलेले म्हातारे स्त्री-पुरुष अहोरात्र करीत असतात. "राजा-प्रजा, श्रीमंत-गरीब हे सारे मृत्यूसमोर समान आहेत; जग मिथ्या आहे, मायामय आहे." यापेक्षा अधिक काही त्यांनी सांगितलेले नाही. भारतवर्षाचे जगाला हेच आव्हान असेल तर या आव्हानाला जगाने उत्तर देण्याची काहीच जरुरी नाही. भारतवर्षाने अनेकदा आपल्या मुमूर्षू अवस्थेच्या द्वारे स्वत:च त्याचे उत्तर दिले आहे.

हा 'सारा मायेचा खेळ' आहे असे म्हणून भागणार नाही.

शांकर वेदान्ताचे सखोल अध्ययन करणाऱ्या सर्व विद्यार्थ्यांना हे माहीत असते की मायावादाचा मूळ आधार माया किंवा अविद्या यांची भावरूपता आणि अनिर्वचनीयता

(Positiveness and indefinability) हा आहे. शंकराचार्यांचे शिष्य पद्मपाद यांच्यापासून सोळाव्या शतकातील मधुसूदन सरस्वतींपर्यंत अनेक शतके, हजार पृष्ठे भरतील एवढा मजकूर या अनिर्वाच्यतावादाचे रहस्य उकलून दाखविण्यासाठी लिहिला गेला. त्या सूक्ष्म दार्शनिक विचारामध्ये प्रवेश न करता केवळ 'सारा मायेचा खेळ' असे म्हणून सोडून दिल्यास काहीही समजणार नाही. मग आव्हान देण्याची गोष्ट तर दूरच राहिली. परंतु इतके परिश्रम, इतके कूट विवेचन केल्यानंतरही साररूप मुद्दा हाच उरतो की, जगताच्या अस्तित्वाचे अथवा नास्तित्वाचे निरूपण अथवा निर्वचन कोणत्याही युक्तिवादाने अथवा तर्काने कोणत्याही न्यायसंमत कल्पनेच्या द्वारे करिता येणे शक्य नाही. जगत् अनिर्वचनीय असल्यामुळे त्याला केवळ अभाव किंवा शुद्ध Negation संबोधणे किंवा समजणे शक्य नाही. जगताची प्रतीती भावरूपानेच होऊ शकते. त्या अर्थानेच जग मायामय आहे. या भावरूपाने ज्ञात होणाऱ्या परंतु युक्तिवाद व संज्ञा यांच्या द्वारे अस्ति अथवा नास्ति रूपात अनिर्वचनीय असणाऱ्या विश्वाच्या कल्पनेतून, जे सत्‌ही नाही, असत्‌ही नाही, किंवा सदसत्‌ही नाही अशा एका अमूर्त तत्त्वाची कल्पना करणे शक्य असेल तर त्या भावरूप अनिर्वचनीयतेच्या अमूर्तत्वाला 'माया' किंवा 'अविद्या' असे म्हटले जाते. ('सदसद्‌भ्याम् अनिर्वाच्या मिथ्याभूता सनातनी') याच अर्थाने जगत् मिथ्या आहे. ज्या अर्थी या अविद्येला कोणत्याही प्रकारे सत्, असत् अथवा सदसत् म्हणता येत नाही त्या अर्थी तिला ब्रह्माखेरीज दुसऱ्या, एका सत्तेच्या रूपानेही प्रस्तुत करणे शक्य नाही. म्हणून भावरूप अविद्येचा स्वीकार करून त्याच्याद्वारे ब्रह्माच्या अद्वैत तत्त्वाचे खंडन होऊ शकत नाही.

अद्वैत वेदांत्यांमधील खंदा तार्किक व कविदार्शनिक श्रीहर्षयाने 'माये' संबंधी अशाच प्रकारचे विश्लेषण करताना एक प्रकारच्या संशयवादाची शंका उपस्थित करून पूर्वपक्षाच्या एका हरकतीसंबंधीही नेमकी तीच शंका उपस्थित केली आहे. "जर आपल्याला जगाची एखादी तर्कसिद्ध संज्ञा निश्चित करिता येत नसेल तर अधिकारी आचार्यांकडून संज्ञानिश्चितीची पद्धत आपण शिकून घेतली पाहिजे. आपल्या न्यायशास्त्रानुसार संज्ञा निश्चित करिता आली नाही तर जग मिथ्या आहे असा दावा आपल्याला कसा करिता येईल?" पूर्वपक्षाला ही हरकत पुढे करिता येईल. त्यांना आम्ही अद्वैतवादी असे सांगू की, आपण जे लोक जगाच्या अस्तित्वाविषयी विश्वास बाळगता त्यांनीच आपल्या विश्वासानुसार या अस्तित्वाचे लक्षण काय ते सांगावे. आम्ही असे दाखवून देऊ की कोणतेही लक्षण तर्काच्या कसोटीवर टिकू शकत नाही. तर मग काय जगाचे अस्तित्वच नाही? तसे असल्यास तुम्हीच जगाच्या नास्तित्वाचे लक्षण सांगा. आम्ही असे दाखवून देऊ की तेही शक्य नाही. म्हणून आम्ही जगाच्या अस्तित्व – नास्तित्वाच्या मुद्द्यावर डोकेफोड करणार नाही. तुमच्या युक्तिवादाचे अनुसरण करूनच आम्ही जग हे अनिर्वचनीय आहे असे म्हणतो. आमच्याविषयी विचाराल

तर आम्ही केवळ एका सत्यावरच संतुष्ट आहोत. त्या एका अद्वितीय विज्ञानस्वरूप ब्रह्मसत्यावर अवलंबून राहणे हे आम्हाला पुरेसे आहे.

पाप व पुण्य, नीती आणि अनीती यांची कसोटी तरी काय आहे?

अंत्यसमयी देहोत्सर्ग करण्यासाठी गंगेच्या काठी जाऊन राहणाऱ्या मुमूर्षू लोकांच्या वैराग्यवाणीच्या अर्थानेच जग हे मायामय आहे असे समजले काय किंवा सूक्ष्म दार्शनिक अर्थाने त्याला मायामय म्हटले काय, शेवटी हा प्रश्न उरतोच की, या मायावादाची सार्थकता काय? विवेकानंदांनी या मायावादाचा प्रचार करूनच भारताविषयी जगाच्या मनात श्रद्धा निर्माण करण्याचा प्रयत्न केला होता काय? संपूर्ण मानवसमाजाची मूलभूत एकता, एक द्वेषमुक्त मानवी समाज, स्वार्थगंधहीन स्वाभाविक मानवी शुभबुद्धी, माणूस मूलतः शुद्ध, बुद्ध, मुक्त व अपापविद्ध आहे, वैयक्तिक लोभ, इतरांवर अत्याचार व इतरांचे शोषण या गोष्टी मानवाच्या मूल प्रकृतीशी विरोधी आहेत ही भावना – ही उपनिषदांची समग्रतावादी दर्शनाची मानवमुखी व्याख्या दृढ आत्मविश्वासाने जगासमोर मांडता आली नसती तर प्राचीन भारतीय आदर्शांकडे पाश्चात्त्य देशाची श्रद्धा आकर्षित करून घेणे कधीच शक्य झाले नसते. मायावादाच्या सार्थकतेचा प्रश्न आम्ही केवळ व्यावहारिक दृष्टिकोनातूनच उपस्थित केलेला नसून 'विशुद्ध दार्शनिक' दृष्टिकोनातूनही तो उपस्थित केलेला आहे. जग हे मूलतः मिथ्याच असेल तर हे दिव्यज्ञान प्राप्त केल्याने अथवा न केल्याने कोणाचा काय नफा तोटा होणार? जग मिथ्या असेल तर ते दिव्यज्ञान आम्हाला न मिळणे आणि तुम्हाला ते दिव्यज्ञान प्राप्त होणे या दोन्ही गोष्टी समान मिथ्या ठरतात. आम्ही जर भौतिक जग हे सत्य मानून मायामोहात बुडून गेलो आणि तुम्ही त्याला असत्य मानून मायामोहातून तरून पलीकडे गेलात तरी आपणा उभयतांच्या ज्ञान-अज्ञानाचे मूल्य समानच म्हटले पाहिजे. कारण एकमेव ब्रह्म सत्य आहे की मिथ्या आहे, जग सत्य आहे की मिथ्या आहे, ते काही तुमच्या अथवा आमच्या विश्वासावर अथवा अविश्वासावर अवलंबून नाही. त्यासाठी ब्रह्मज्ञान प्राप्त करण्याचे काही प्रयोजन नाही. कारण विज्ञानस्वरूप ब्रह्म आमच्या ब्रह्मज्ञानप्राप्तीवर अवलंबून राहिलेले नाही. ते स्वयंभू आहे, स्वतःमध्येच ते विद्यमान आहे. तुम्ही कठोर ब्रह्मचर्याचे पालन करून जगामध्ये ब्रह्मज्ञानाचा प्रसार करा आणि आम्ही आयुष्याचे दोन दिवस इंद्रियसुखात मग्न राहातो. तुम्ही निष्कारणच कष्ट सहन केले असे आढळून येईल. कारण तुमची कृच्छ्रसाधना (आत्मक्लेष) आणि आमचे सुखोपभोग हे दोन्ही अखेर समानपणे मिथ्याच आहेत. आणि जे जग अस्तित्वातच नाही त्याचा उद्धार करण्यासाठी इतका प्रचार, इतकी धडपड, इतकी ढीगच्या ढीग पुस्तके लिहिणे, इतके वक्तृत्व, ही सारी ढोरमेहनतच म्हटली पाहिजे. जगाचा उद्धार झाला किंवा न झाला, जग मिथ्या ते मिथ्याच राहाणार आणि ब्रह्म सत्य ते सत्यच राहाणार. म्हणून शांकर वेदान्त

हे मूलत: नीतिनिरपेक्ष तत्त्वज्ञान आहे. एवढेच नव्हे तर ते एक प्रकारचे निरीश्वरवादी तत्त्वज्ञानही आहे. कारण शांकर वेदान्ताच्या युक्तिवादाचे नैयायिक निष्ठेने अनुसरण केल्यास सृष्टिकर्ता ईश्वरही मूलत: मिथ्या ठरतो आणि ईश्वरोपासनेचे काही प्रयोजनच उरत नाही. पाप व पुण्य, न्याय व अन्याय यांमध्ये भेद करण्याची कोणतीही वास्तविक कसोटी उरत नाही. यावर असे सांगण्यात येईल की ईश्वरोपासना व पुण्यकर्म यांच्याद्वारे चित्तशुद्धी होते आणि त्या विशुद्ध चित्तामध्ये ब्रह्मज्ञान प्रतिफलित होण्याचा सुयोग असतो याचेही उत्तर आम्ही यापूर्वीच देऊन टाकले आहे. ब्रह्मज्ञान झाले नाही, ब्रह्म सत्य आहे हे आम्हाला समजले नाही, जग मिथ्या आहे याची जाणीव आम्हाला झाली नाही तरी जे मिथ्या आहे ते मिथ्याच राहणार आणि जे सत्य आहे ते सत्यच राहाणार. त्यासाठी आम्ही ब्रह्मज्ञानी होण्याची जरुरी नाही. आम्ही ब्रह्मज्ञानी झालो तरी मुक्त आहोत, नाही झालो तरी मुक्तच राहू. कारण 'मी' असा कोणी नाहीच, 'तेच' आहे. किंबहुना मी, तुम्ही, तो वगैरे कोणी नाही. फक्त एक पुरुष. तांत्रिक नसलेले 'ते'च आहे.

जग हे अनादिकाळापासूनचे एक प्रदीर्घ स्वप्न आहे काय?

या गोंधळाच्या अवस्थेतून बाहेर पडण्यासाठी जगाच्या एका व्यावहारिक अस्तित्वाची संकल्पना उसनी घ्यावी लागली. परंतु तिच्यापासून तरी युक्तिवादाच्या दृष्टीने काय फायदा झाला? व्यावहारिक अस्तित्व हेही मूलत: मिथ्याच, आपण अशी कल्पना करा की जग हे अनादिकाळापासूनचे एक प्रदीर्घ स्वप्न आहे. आणि रात्री पडणारे स्वप्न हे त्या स्वप्नातील एक लहानसे स्वप्न आहे. या ठिकाणी रात्रीच्या स्वप्नापेक्षा वैश्विक स्वप्नाला अस्तित्वाच्या दृष्टीने उच्चतर स्थान का म्हणून द्यावयाचे? स्वप्न दीर्घ असल्यानेच ते सत्यतर होते काय? परमार्थत:, ब्रह्म सत्याच्या पार्श्वभूमीवर व्यावहारिक अस्तित्वही जेथे मिथ्या ठरते तेथे प्रातिभासिक अस्तित्व आणि व्यावहारिक अस्तित्व यांच्यात डावे उजवे करण्याला आधार काय? हा फरकसुद्धा मिथ्याच. तर मग या मिथ्या जगातील मिथ्या जीवांच्या मिथ्या उद्धारासाठी करावयाच्या या मिथ्या धडपडीचे प्रयोजन काय? या प्रश्नाचे उत्तर शांकर वेदान्ताने अजूनपर्यंत दिलेले नाही. सर्वात महत्त्वाची गोष्ट अशी की ज्या भौतिक जगाच्या अस्तित्वावर खराखुरा विश्वास ठेवण्याखेरीज कोणत्याही मायावादी वेदान्त्याला एक क्षणभरदेखील जगता येणार नाही, एक पाऊलही टाकता येणार नाही, तोंडातून एक शब्दही काढता येणार नाही त्या जगाला एका व्यावहारिक अस्तित्वाच्या सूक्ष्म धाग्यावर लोंबकळत ठेवून वेळ मारून नेण्याचा प्रयत्न केल्याने दार्शनिक दांभिकतेच्या जबाबदारीतून सुटका होऊ शकणार नाही.

शंकराचार्यांजवळ विराट बुद्धी होती; परंतु विशाल हृदय नव्हते.

म्हणूनच आम्ही वर म्हटले आहे की शांकरी मायेच्याबाबतीत विवेकानंदांची कल्पना

स्पष्ट नव्हती. त्यांनी ज्या ठिकाणी मायेची व्याख्या केली आहे तेथे इतर संसार – विन्मुख दहा जणांप्रमाणे त्यांनी ईश्वर सत्य आहे, जग मायामय आहे, एवढेच सांगून सोडून दिले आहे. मायावादाविषयीचे त्यांचे प्रेम हे त्यांच्या गूढवादाचे किंवा अंत:प्रतीतिवादाचे एक अंग आहे. ज्या सामाजिक दृष्टीला श्रमजीवी जनतेच्या साम्यवादी समाजक्रांतीची न्याय्यता व अटळता पटलेली होती, त्या शास्त्रीय दृष्टीशी मायावादाचा मेळ मुळीच बसू शकत नाही. विवेकानंदांनी आणखी एके ठिकाणी असे म्हटले आहे की, ''शंकराचार्यांजवळ विराट बुद्धी होती; परंतु विशाल हृदय नव्हते.'' - (The Sages of India). जेव्हा त्यांनी हे उद्‌गार काढले तेव्हा मायावादाने त्यांना गोंधळात पाडले नाही. त्यांनी आपल्या मताप्रमाणे मायेची जी कल्पना केली होती ती आध्यात्मिक रहस्यवादाविषयी त्यांना वाटणाऱ्या अलौकिक विश्वासातून निर्माण झालेली होती.

प्राचीन औपनिषदिक युगातील मानवी गौरव परत आणून वर्तमानाला उद्‌बोधित करू गेल्यास थोडी अडचणही होण्याची शक्यता आहे. विवेकानंदांनी हिंदू पुनरुज्जीवनवादाच्याद्वारे जगत्‌शुद्धी आणि भारतशुद्धी करण्याचा प्रयत्न केला. या शुद्धिपद्धतीत प्राचीन काळच्या मानवधर्मी गौरवदीप्तीबरोबरच त्याच्या रहस्यघन अध्यात्मवादाच्या धुक्यालाही आमंत्रण दिले जाण्याची भीती असते. विवेकानंदांचा मानवधर्मही त्या, अध्यात्मवादाच्या धुक्यापासून मुक्त राहू शकला नाही.

परंतु राजशक्ती, वित्तशक्ती व महंतशक्ती यांनी कितीही धडपड केली तरी दलित – पीडित मानवाची विवेकवाणी ज्या वीर संन्याशाच्या कंठातून ध्वनित झाली होती त्याच्या तेजस्वी मूर्तीला शांकर वेदान्ताच्या धूम्रमायेने चिरकाल झाकोळून टाकणे शक्य होणार नाही. देशातील माणसे – मानव विवेकानंदांना शोधून बाहेर काढतील. ज्या मानवाने एकोणिसाव्या शतकाच्या अखेरीस नि:संदिग्ध स्वरात असे घोषित केले होते की, ''लवकरच येऊ घातलेल्या शूद्रक्रांतीची चाहूल मला ऐकू येत आहे. ती अवश्य येईल. तिला कोणीही थोपवून धरू शकणार नाही.''

तो दिवस उगवेल तेव्हा सारे जग त्या वेदान्ती संन्याशाचे स्मरण करील.

जगाच्या पाठीवरील एका फार मोठ्या भागामध्ये आज त्या क्रांतीचे आगमन होऊन चुकले आहे. तिने स्वत:चे बस्तान बसविले आहे. त्या देशातील शूद्र जनता ब्राह्मणांचे ज्ञान, क्षत्रियाचे सामर्थ्य आणि वैश्यांची संपत्‌शक्ती मिळवून, त्यांना मागे टाकून पुढे चालली आहे. शूद्रक्रांतीच्या पायावर समाजवादी व्यवस्था प्रस्थापित झाल्यानंतरही जर माणसाला एखाद्या रहस्यमय ईश्वराच्या चरणी आत्मसमर्पण करण्याची जरूर भासली तर तो तसे करीलही. परंतु तत्पूर्वी ती क्रांती, तो समाजवाद झाला पाहिजे. कुणी सांगावे, कदाचित असेही घडून येईल की, शोषणरहित जगामध्ये सर्व मानवी गुणांच्या अक्षय

उन्मेषाने एक चिरउज्ज्वल, ऐक्यबद्ध मानवसमाजच ईश्वराचे स्थान ग्रहण करील. तो समाज हिरण्यगर्भ असेल; त्या सहस्रशीर्ष, सहस्रचक्षू, सहस्रपाद विराट पुरुषाच्या ज्योतीने विश्व ज्योतिर्मय बनेल. उपनिषदांच्या प्राचीन प्रज्ञामंत्राने ज्या ऐक्याची व समग्रतेची घोषणा केली होती त्याची परम सार्थकता याच मार्गाने सिद्ध होईल. आमच्या भारतवर्षातही जेव्हा तो दिवस उगवेल तेव्हा देशातील लोक श्रद्धानम्र कृतज्ञ चित्ताने त्या वेदान्ती संन्याशाचे स्मरण करतील. ज्याला शांकर वेदान्ताचा प्रचार करावयाचा होता, परंतु त्याच्या मुखातून स्फुरली मात्र शोषितमानवाविषयीची करुणवाणी आणि त्याने आवाहन केले साम्यवादी शूद्रक्रांतीला!

हा लेख लिहिताना डॉ. भूपेन्द्रनाथ दत्त यांच्या 'Swami Vivekananda Patriot Prophet' या ग्रंथातून विवेकानंदांचे समाज – चिंतन विषयक विचार शोधण्यास मला पुष्कळ मदत मिळाली. परंतु डॉ. दत्त यांच्या ग्रंथांत विवेकानंदांच्या ग्रंथावलीचे जे पृष्ठांक देण्यात आलेले आहेत, त्यांच्याशी मी दिलेले पृष्ठांक जुळणार नाहीत. कारण मी ग्रंथावलीच्या नंतरच्या आवृत्त्यांचा उपयोग केला आहे.

–

महात्मा गांधींच्या काळातीलच विवेकानंद हे एक प्रभावी व्यक्तिमत्त्व होते. शिकागो, अमेरिका येथील जागतिक धर्मपरिषदेत (इ.स. १८९४) त्यांनी हिंदू धर्माची प्रभावीपणे मांडणी करून भारताकडे पाहण्याची एक वेगळी दृष्टी दिली होती. ईश्वरशक्ती डोळसपणे मानूनही त्यांनी शूद्रशक्ती, समाजवाद, मार्क्सवाद यांचाही मूलगामी विचार केला होता, हेच या लेखावरून जाणवते. विवेकानंदांच्या तत्त्वज्ञानामुळे गांधी तत्त्वज्ञाकडे पाहण्याची आणखी एक दृष्टी मिळते.

एकाच काळातील दोन तत्त्वज्ञानाचे हे प्रवास विचारप्रर्वतक आहेत, हेच मुख्यत: जाणवते.

– अनिल किणीकर, सहाय्यक संपादक

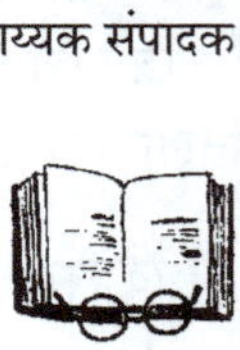

आपण स्वतंत्र आहोत अशी गुलामाची ज्या क्षणापासून भावना होईल त्या क्षणापासून त्याची गुलामगिरी संपून तो पूर्ण स्वतंत्र झाला असे ठाम समजावे.

भारतीय मुसलमान

कृष्णचंद्र आझाद

(रॉय किणीकर यांनी हा लेख टोपण नावाने लिहिला असावा.)

गांधीजींचे यशापयश

हिंदू – मुसलमान ऐक्याच्या बाबतीत गांधीजींना अपयश आले, ही गोष्ट नाकारण्यात अर्थ नाही. जातीय आधारावर देशाची फाळणी करणे भाग पडले, हाच या अपयशाचा धडधडीत पुरावा. या बाबतीत ज्यांचे दुमत आहे, ज्यांना गांधीजींचे अपयश मान्य नाही, त्यांच्यांशी वाद करण्यात अर्थ नाही.

परंतु वादाचा मुद्दा यानंतर उपस्थित होतो. काही लोकांच्या मते, हिंदू – मुस्लिम समस्या इतकी जटिल होती, तिची पाळेमुळे इतिहासामध्ये इतकी खोलवर गेलेली होती की कोणाही व्यक्तीला ती समस्या सोडविताच आली नसती. ती सोडविण्यात आलेले अपयश दु:खदायक असले तर ही समस्या पुष्कळच सुटण्याच्या मार्गावर आली असती; परंतु गांधीजींचे सांगणे इतरांनी विशेषत: बहुसंख्य असणाऱ्या हिंदूनी – न ऐकल्यामुळे ते त्या कार्यात अयशस्वी झाले. त्यांचे हे अपयश, म्हणूनच उज्ज्वल ठरते.

याच्या उलट काही लोक असे मानतात, की गांधीजींचा मार्ग चुकीचा होता. त्या मार्गाने जाऊन ही समस्या सुटण्याची शक्यता तेव्हाही नव्हती व आताही नाही. म्हणून त्या मार्गाच्या श्रेष्ठत्वाचा स्वीकार करीता येत नाही आणि गांधीजींचे अपयश उज्ज्वलही ठरत नाही. सावरकर वगैरे मंडळी ज्या मार्गाचा पुरस्कार करीत होती, तोच मार्ग त्यावेळीही योग्य होता आणि यापुढेही त्याच मार्गाने हा प्रश्न सुटेल.

माझे स्वत:चे मत या दोन मतांहून थोडे वेगळे, किंबहुना दोन टोकांच्या मध्यभागी असणारे आहे.

मुसलमान समाजाची कृतघ्नता

तटस्थ निरीक्षकाच्या भूमिकेवरून पाहिल्यास महात्माजींनी अस्पृश्य व मुसलमान या दोन समाजांच्या उद्धारासाठी जेवढे कार्य केले तेवढे त्या समाजाच्या तथाकथित नेत्यांनीही केले नाही, हे मान्य करावे लागेल. त्याकरिता गांधीजींनी किती हाल सोसले, याची नुसती कल्पना मनात आली तरी त्यांच्याबद्दल आदराने मान लवते. परंतु या दोन समाजांनी त्यांना आपला मित्र अथवा नेता कधीच मानले नाही. इस्लामची मूलभूत तत्त्वे आदरणीय मानून ती आपल्या आचरणात आणण्याची धडपड करणारे गांधीजी मुसलमानांना नेहमीच

काफीर वाटले. सरहद्द गांधी बादशाहखान, डॉ. अन्सारी, हकीम अजमलखान, डॉ. झाकिर हुसेन, मौलाना आझाद यांसारखे काही थोडे बोटांवर मोजता येतील असे मुस्लिम पुढारी आणि बहुसंख्य पठाण जनता ही वगळल्यास *गांधीजींना आपले मित्र मानणारे मुसलमान या देशात फारच थोडे होते व आजही त्यांची संख्या फारशी असल्याचे दिसत नाही. याच्या उलट इस्लामविषयी आणि मुस्लिम जनतेविषयी तुच्छताबुद्धी बाळगणारे आणि एकाही इस्लामी तत्त्वाचे पालन न करणारे बॅ. जिना यांनाच मुसलमानांनी आपले नेते मानले.* स्वातंत्र्योत्तर काळात तर भारतातील मुसलमानांचे खरे त्राते गांधीजीच होते. प्रा. नरहर कुरुंदकर यांनी उपरोधिकपणे म्हटल्याप्रमाणे, ''पिसाटपणे गांधीजींचा वध जर झाला नसता तर या देशात मुसलमानांना त्यावेळी कुणी त्राता नव्हता. गांधीजींच्या मृत्यूचा धक्काच इतका मोठा होता, त्या हौतात्म्याचा कडकडाट एवढा प्रचंड होता की, सगळा भारत शुद्धबुद्ध सोडून क्षणभर स्तब्ध झाला आणि जातीय दंगली एकदम बंद पडल्या. खरे म्हणजे मुसलमानांनी कधी तरी नथुरामाचे आभार मानायला हवेत. कारण गांधीवधामुळे मुसलमानांना फार मोठे संरक्षण अकल्पितपणे मिळाले.'' हे झाले गांधीजींच्या बलिदानाने केलेले कार्य. त्यांनी जिवंतपणी मुसलमानासंबंधी हिंदूंच्या मनात असणारे गैरसमज दूर करण्याची जी धडपड केली, सरदार वल्लभभाईवर दडपण आणून त्यांना मुसलमानांना अनुकूल निर्णय घ्यावयास लावण्यासाठी जो जीवाचा आटापिटा केला, श्रद्धानंदांच्या खुनापासून फाळणीपर्यंत मुसलमानांनी केलेले जे अनंत अत्याचार त्यांनी पोटात घातले, त्याचे फळ त्यांना काय मिळाले? मुस्लिम समाजाची कृतघ्नता! 'कृतघ्नता' हा शब्द काही लोकांना आवडणार नाही. परंतु माझ्या मते मी तो फारच सौम्य शब्द वापरला आहे असे वाटते.

ही गोष्ट अस्पृश्यांच्या बाबतींतही म्हणता येईल. परंतु या लेखाचा तो विषय नसल्यामुळे तिची चर्चा मी करीत नाही.

मूल्यमापन चुकले

हे असे का घडले? मुसलमानांची खरी ओळख त्यांना पटली नव्हती की काय? "Every Hindu is a coward and every Muslim is a bully." प्रत्येक हिंदू हा भ्याड असतो आणि प्रत्येक मुसलमान हा पुंड असतो, असे उद्गार काढणाऱ्याला हे समजले नव्हते, असे समजणे अज्ञपणाचे होईल. काही लोक असे मानतात, की मुसलमानांचे सारे दुर्गुण माहीत असूनही ब्रिटिश सत्तेविरुद्ध करावयाच्या स्वातंत्र्यसंग्रामात त्यांनी हिंदूंबरोबर राहावे, स्वातंत्र्ययोद्ध्यांच्या सैन्यात दुफळी दिसू नये, यासाठी त्यांनी मुसलमानांना लाख खून माफ करण्याची भूमिका घेतलेली होती. त्यांच्या या भूमिकेमुळे मुसलमान मोठ्या संख्येंने स्वातंत्र्ययुद्धात सामील झाले असते तर देशानेही गांधीजींप्रमाणे

त्यांना लाख खून माफ केले असते. परंतु *बहुसंख्य मुस्लिम समाज स्वातंत्र्ययुद्धापासून अलिप्तच राहिला. त्यावरून असे म्हणावेसे वाटते की त्या समाजाच्या बाबतीतील गांधीजींचे मूल्यमापन साफ चुकले.*

मुसलमान हा सुरुवातीपासून आतापर्यंत शक्तिपूजक राहिलेला आहे. त्याला फक्त सामर्थ्याचीच भाषा कळते. त्याच्याशी सौजन्याने मिळते घेऊन पड खाऊन तुम्ही बोलू लागतात तर तुमच्याबद्दल त्याचा गैरसमज होतो आणि तो तुमच्या डोक्यावर चढून तुम्हाला गाडून टाकण्याचा प्रयत्न करतो. ही वस्तुस्थिती कदाचित गांधीजींनाही कळली असेल. फरक एवढाच की पाशवी सामर्थ्याऐवजी अहिंसक सामर्थ्याचा परिणाम त्याच्यावर होईल, अशी आशा त्यांना वाटत असावी. परंतु ते अहिंसक सामर्थ्य कधीच निर्माण होऊ न शकल्यामुळे त्यांच्या भूमिकेचा विपर्यास झाला आणि मुसलमान अधिक शिरजोर बनला. मुसलमानाला फक्त सामर्थ्याचीच भाषा समजते, हे विधान हिंदू जातीयवाद्यांच्या तोंडीच शोभणारे आहे, याची मला कल्पना आहे. परंतु त्याचा उत्तरार्ध मात्र त्याच्याहून अगदी वेगळा आहे. तो असा की मुसलमानाला फक्त सामर्थ्याचीच भाषा समजते, म्हणून आपण सामर्थ्यवान बनून त्याला दडपून टाकावे, असे हिंदू जातीयवादी म्हणतील तर राष्ट्रवादी शक्ती दुबळ्या नसून त्यांनाही मुस्लिम समाजाच्या उत्थानाची तेवढीच आस्था आहे, हे त्याला पटवून देण्यासाठी राष्ट्रवादी शक्तींनी आपल्या सामर्थ्याची चुणूक त्याला दाखवावी, असे माझे म्हणणे आहे. याबाबतीत गांधीजींची भूमिका सुरुवातीपासून सदोष राहिली असे मला वाटते.

खिलाफतीच्या संदर्भातील भूमिका

उदाहरणार्थ खिलाफतीच्या पुनरुज्जीवनासाठी मुसलमानांना गांधीजींनी जे सहकार्य दिले ते योग्य नव्हते, असे आता आढळून येते. डॉक्टर जाफर रजा या मुस्लिम विद्वानांनी 'मुक्तधारा' या दिल्लीच्या साप्ताहिकात (२३-११-१९६८) या संबंधी जे विचार मांडले आहेत ते येथे उद्धृत करण्यासारखे आहेत. ते म्हणतात, *"कॉंग्रेसका इतिहासही अपनी लिबलिबी (ढिसाळ) उदेश्यहीन उदारताका द्योतक है।* इसकी शुरूआत उस समय हुई जब महात्मा गांधीने 'खिलाफत तहरीक' (चळवळ) को राष्ट्रीय आंदोलनसे मिला दिया। खिलाफतकी माँग संकीर्णता, प्रतिक्रियावादिता और धार्मिक प्रतिगामिता से प्रभावित थी। भारतीय मुसलमानोंकी सामाजिक एवं राजनीतिक समस्याओसें उसका कोई तालमेल न था। इस सौदेबाजीका उद्देश्य केवल मुठ्ठीभर मुस्लिम नेताओंको खुश करना ही था। नतीजेमें (परिणामत:) कुछ लोग मुस्लिम लीगसे कॉंग्रेसमें आ गये, किंतु इसका परिणाम राजनीतिक आन्दोलनकी मूलधाराको गलत (चूक) रास्तोपर डालनाही हुआ। स्वतंत्रता – आन्दोलनमें मुसलमानोंका प्रतिनिधित्व मुल्ला – मौलवी द्वारा होने लगा। मुस्लिम

प्रबुद्धवर्ग छूटता गया और मुस्लिम साम्प्रदायिकताको फलने – फूलनेका अवसर मिल गया। मिस्टर जिनाहकी सफलता का रहस्य भी यही था कि काँग्रेसने मुसलमानोंके पढे – लिखे वर्गको नजरअंदाज (दुर्लक्ष) करके मुसलमानोंकी समस्याओंको मुल्ला मौलवियोंकी नजरोंसे देखना शुरू कर दिया था।''

खिलाफतीच्या मुस्लिम मागणीला गांधीजी व काँग्रेस यांनी पाठिंबा देऊन इंग्रजांविरुद्धच्या आपल्या लढ्यास मुसलमानांचा पाठिंबा मिळविला खरा, परंतु त्याकरिता आपण केवढी किंमत देत आहोत याचा सखोल विचार त्यांनी केला नाही, असे दुर्दैवाने म्हणावे लागते. खिलाफतीची मागणीच मुळी जुनाट, बुरसटलेली, प्रतिगामी व संकुचित स्वरूपाची होती. इस्लामचा आधारस्तंभ असलेल्या अरबांनी ती मागणी कधीच केली नाही. आणि ज्या तुर्कांच्या अखत्यारीत खिलाफत होती त्यांनीच तिची बोळवण केली. हा इतिहास पाहाता भारतीय मुसलमानांच्या मागणीचे वैयर्थ लक्षात येते. मुसलमानांचे सहकार्य स्वातंत्र्य–आंदोलनाच्या काळी मिळवावयाचे तर त्यांच्या त्या खुल्या मागणीला पाठिंबा देणे भागच होते, असे काही लोक मानतात. याचा अर्थ राजकारणात सौदेबाजी सदैव चालणार, असे ते गृहीत धरतात. मला हे गृहीतकृत्य मान्य नाही. सौदेबाजी न करिताही राजकारण करिता आले पाहिजे, असे मी मानतो. परंतु *सुरुवातीपासून आपणाकडे सारेच पक्ष सौदेबाजी करीत आले असल्यामुळे तिच्याखेरीज राजकारण करणे अशक्यच आहे असा ग्रह आम्हा भारतीयांमध्ये निर्माण झाला आहे.* आमचे ध्येय हे आहे, आमचा मार्ग हा आहे. ज्या कोणाला यात सहभागी व्हावयाचे असेल त्याने यावे. आमची दारे सर्वांना उघडी आहेत. एवढे घोषित करून काँग्रेस दृढपणे आपल्या मार्गाने चालत राहिली असती तर तिला मुस्लिम जनतेकडून मिळालेल्या पाठिंब्यात फारशी घट झाली नसती. कुणी सांगावे, कदाचित वाढच झाली असती.

प्रतिगाम्यांशी सौदेबाजी

डॉ. जाफर रजा यांचा आक्षेप सौदेबाजीला नाही, प्रतिगाम्यांशी सौदेबाजी करण्याला आहे. मुसलमानांमधील पुरोगामी, सुशिक्षित लोकांशी सौदेबाजी केली असती तर मुस्लिम जातीयवाद फोफावला नसता हे त्यांचे मत मात्र फारसे पटण्यासारखे नाही. त्याची अनेक कारणे आहेत. पहिले कारण असे की सुशिक्षित मुसलमानांशी सौदेबाजी केली असती तरी बहुसंख्याकांच्या रेट्यापासून आपले संरक्षण व्हावे म्हणून त्यांनीही अव्वाच्या सव्वा मागण्या पुढे मांडल्याच असत्या; आणि आपल्या मागण्या मान्य व्हाव्यात म्हणून आपल्यामागे मुस्लिम जनता आहे हे दाखविण्यासाठी त्यांनीही त्या जनतेला चुचकारण्याचा प्रयत्न केला असता. आज जनसंघामधील अनेक बुद्धिमान मंडळींना गोहत्येचा प्रश्न हा शुद्ध आर्थिक प्रश्न आहे हे मनोमन पटलेले असूनही अज्ञ जनतेचा पाठिंबा मिळविण्यासाठी

तो भावनेचा, स्वाभिमानाचा प्रश्न आहे, असा आभास ते निर्माण करतातच ना? तीच स्थिती सुशिक्षित व पुरोगामी मुसलमानांची झाली असती. दुसरे कारण असे की त्या काळचा राष्ट्रीय हिंदूही मनाने सनातनीच होता. स्नानसंध्या, पूजाअर्चा, शेंडीजानवे याबाबतीत तो जुनी बंधने तोडण्यास किंवा जुन्या प्रथा मोडण्यास तयार नव्हता. म्हणजे वस्तुत: हिंदू नेतेही त्यावेळी खऱ्या अर्थाने धर्मनिरपेक्ष भूमिकेवर उभे नव्हते. त्यामुळे मुसलमानांनी त्या भूमिकेवर यावे, आणि आपण मात्र जुन्याच पातळीवर राहावे, असे ते उघडपणे सांगू शकत नव्हते. म्हणजे एका अर्थाने ती हिंदू प्रतिगामीयांच्यातीलच सौदेबाजी होती. गांधी-नेहरू किंवा बादशाहखान, युसूफ महेरेअली यांच्यासारखे काही उदारमनाचे व बुद्धिवादी लोक सोडले तर दोन्ही बाजूंना परंपरेच्या गर्तेत रुतलेलेच लोक होते. अशा स्थितीत गांधी-नेहरूंनी बुद्धिवादी मुसलमानांशी समझोता करण्याचा प्रयत्न केला असता तरी तो तात्त्विक पातळीवरच राहिला असता. प्रत्यक्ष व्यवहारात त्याचा काही उपयोग झाला नसता. मुस्लिम समाजाला ब्रिटिश सरकारच्या प्रभावाखालून बाहेर काढून स्वातंत्र्यसंग्रामात सामील होण्याची प्रेरणा देण्याचा जो उद्देश भारतातील राष्ट्रीय नेत्यांसमोर होता त्यामुळे त्यांना या मार्गाने जाऊन कितपत यश आले असते याविषयी शंका वाटते. म्हणजे शेवटी या साऱ्या प्रकरणात परिस्थितीचे दडपण हाच मोठा भाग ठरतो. त्यावेळच्या परिस्थितीत गांधीजींना त्यांनी जे केले त्यापेक्षा वेगळे काही करणेच शक्य नव्हते, असे जे लोक म्हणतात, त्यांच्या त्या म्हणण्यातील तथ्य एवढ्या मर्यादित अर्थाने खरे मानावे लागते. तिसरे कारण असे की या जातीय त्रिकोणातील तिसरी बाजू, म्हणजे ब्रिटिश सरकारची बाजू फार भक्कम होती. किंबहुना तिच्या पायावरच तो आधारलेला होता. देशातील राष्ट्रीय पुढाऱ्यांनी मुस्लिम बुद्धिवंतांना ऐक्याचे आवाहन करून स्वातंत्र्ययुद्धात सामील करून घेण्याचा प्रयत्न केला असता तरी त्यात त्यांना फारसे यश मिळाले नसते. कारण मुसलमानांना वाटेल ते प्रलोभन दाखविण्याचे ब्रिटिशांचे सामर्थ्य फार मोठे होते. त्यांच्या जोरावर ते बुद्धिजीवी मुसलमानांना आपले गुलाम करू शकत होते. किंबहुना त्यांनी तसे केलेच होते. एका अर्थाने जिना आणि त्यांची मुस्लिम लीग हे ब्रिटिशांचे हस्तक होते. ब्रिटिशांनी कळसूत्री बाहुल्याप्रमाणे त्यांना नाचविले नाही काय? तेव्हा बुद्धिजीवी मुसलमानांशी समझोता करणे राष्ट्रवादी पुढाऱ्यांना शक्य झाले नसते असेच म्हणावे लागते.

मनधरणी नको होती

येथे असा प्रश्न उपस्थित होतो की बुद्धिजीवी वर्गाला राष्ट्रीय लढ्यात सामील करून घेणे शक्य नाही. हे स्पष्टच झाल्यानंतर राष्ट्रवादी पुढाऱ्यांनी किंवा गांधींनी काय करावयास हवे होते? मला वाटते, कोणत्याही जाती – जमातीची मनधरणी करण्याऐवजी

एक निश्चित कार्यक्रम हाती घेऊन गांधीजी पुढे जात राहिले असते तर मनधरणीचा वापर करून त्यांना जेवढे मुसलमान अनुयायी मिळाले तेवढेच अनुयायी स्वयंप्रेरणेने त्यांच्या भोवती गोळा झाले असते. आणि ते कोणत्याही प्रलोभनाने आलेले नसल्यामुळे त्यांचा भ्रमनिरास अथवा आशाभंग झाला नसता आणि पहिल्या प्रकारच्या प्रतिगामी व जात्यंध मुसलमानांप्रमाणे त्यांना मध्येच सोडून निघून न जाता शेवटपर्यंत त्यांच्याबरोबर राहिले असते. कारण ते दुसऱ्या कोणत्याही प्रलोभनाने आलेले नव्हते.

परंतु या संदर्भात आणखी एक मुद्दा विचार करण्यासारखा आहे. ज्यांना विशिष्ट कार्यासाठी लोकसंग्रह करावयाचा असतो असे सर्वच लोक या ना त्या रूपात लोकानुनय करीत आले आहेत. या बाबतीत गांधीजींनी स्वत: एके ठिकाणी असे उद्‌गार काढले आहेत की, ''अनुनयाचे धोरण नेहमीच वाईट असते असे नाही. काही काही वेळा ते कर्तव्य होऊन बसते.'' – ('हरिजन' - ९-११-१९४७), या दृष्टीने पाहिल्यास गांधीजींनी मुसलमानांचा केलेला अनुनय क्षम्य समजता येईल; परंतु त्याची निष्पत्ती पाहिल्यानंतर मात्र असे म्हणावे लागते की त्यांचा तो प्रयोग फसला. त्यांनी अनुनय केला नसता तर बरे झाले असते, निदान परिस्थिती अधिकच बिकट तर नक्कीच झाली नसती.

गांधीजींचा धार्मिक मन:पिंड

असे घडले नाही, याचे मुख्य कारण गांधीजींचा मन:पिंड धार्मिक होता, हे होय. ते भोळसट धर्मनिष्ठ नव्हते, राजकारणाचे डावपेच त्यांना कळत होते. प्रसंगानुरोधाने ते त्यांचा वापरही करीत असत. हे खरे असले तरी त्यांच्या कार्याची प्रेरणा धर्म हीच होती. त्यांचा धर्म खूप विशाल, व्यापक सर्वसमावेशक होता. किंबहुना तो 'सेक्युलर'च होता, त्याचे कर्मकांडाशी काही नाते नव्हते, त्यांचे खरे नाते अध्यात्माशी होते. हे सारे खरे. परंतु धर्माला वगळून ते विचार किंवा आचार करू शकत नव्हते ही त्यांची मर्यादा आपण ओळखली पाहिजे. आपल्या भूमिकेवरूनच ते सर्व जातीजमातींकडे पाहात. त्याचा त्यांना, भारतीय राष्ट्रवादाला व स्वातंत्र्यसंग्रामाला भरपूर उपयोगही झाला. धर्मलिप्त बहुजन समाजाला त्यांची भाषा कळली, ते आपल्यातलेच आहेत असे त्याला वाटले आणि तो त्यांच्या मागे फार मोठ्या संख्येने आला. भारतीय जनतेला भारताच्या स्वातंत्र्यलढ्यात सहभागी करविण्याची, तोपर्यंत कोणालाही शक्य न झालेली अद्भुत कामगिरी त्यांनी करून दाखविली. त्यांच्या त्या यशाचे बरचसे श्रेय त्यांच्या धार्मिकतेला, आध्यात्मिक भाषेला द्यावे लागेल. अशा स्थितीत मुसलमानांना आवाहन करताना त्यांनी धर्माचा आधार घेणे कसे शक्य होते? एकाच वेळी दोन भूमिका त्यांना वठविता आल्याच नसत्या. धार्मिक भूमिका घेतल्यामुळे मुसलमानांना ते काही गोष्टी स्पष्टपणे सांगू शकले, हेही मान्य करावे लागेल. उदाहरणार्थ स्वामी श्रद्धानंदजींची हत्या एका मुसलमानाने केल्यानंतर सारा

हिंदू समाज मुसलमानांवर संतप्त झाला असताना एकीकडे ते हिंदूना असे सांगून शांत करीत होते की –

“हिंदू क्रोधाला वश झाले तर ते हिंदू धर्माला काळिमा फासतील आणि होऊ घातलेले हिंदूमुस्लिम ऐक्य लांबणीवर टाकतील. उलट त्यांनी संयम पाळला तर उपनिषदांच्या व क्षमामूर्ती असलेल्या युधिष्ठिराच्या संदेशास आपण पात्र आहोत, असे ते सिद्ध करतील, एका व्यक्तीचा अपराध सर्व जमातीला आपण लागू करू नये. तसेच आपण आपल्या चित्तांत सूडबुद्धी बाळगू नये. एका मुसलमानाने एका हिंदूवर अन्याय केला असे न मानता, एका प्रमादशील बंधूने एका वीरावर अन्याय केला, असे आपण समजले पाहिजे.”- (यंग इंडिया, ३०/१२/१९२६)

परंतु त्याच वेळी मुसलमानांनाही सत्याची जाणीव करून देण्यास ते मागेपुढे पाहात नव्हते. कारण त्याच अंकात ते म्हणतात –

“मुसलमान लोक सुरे व पिस्तुले यांचा वापर सढळपणे करीत असतात, यात शंका नाही. समशेर ही काही इस्लामची खूण नव्हे. पण इस्लाम अशा परिस्थितीत जन्माला आला की तेथे सर्वश्रेष्ठ कायदा समशेरीचा होता आणि तो अजूनही आहे. येशूचा संदेश फोल ठरला याचे कारण तो ग्रहण करण्याला परिस्थिती परिपक्व झालेली नव्हती. पैगंबराच्या संदेशाचेही असेच झाले. अजूनही मुसलमानांमध्ये समशेर फार चमकताना दिसते.

इस्लाम म्हणजे शांतता, हे जर खरे ठरावयाचे असेल तर ती समशेर त्यांनी म्यान केली पाहिजे.” - (यंग इंडिया, ३०/१२/१९२६)

अर्थात त्यांचा हा सारा उपदेश म्हणजे अरण्यरुदनच ठरले, आणि येशू व पैगंबर यांच्या संदेशाची जी गत झाली तीच त्यांच्याही संदेशाची झाली. संदेश देणाऱ्या प्रेषिताला परिस्थितीची अपरिपक्वता कळत नसावी असाच निष्कर्ष यावरून निघतो!

मुसलमानांची अडचण

या ठिकाणी मुसलमानांच्या एका मानसिक अडचणीचाही आपण विचार केला पाहिजे. इस्लाम हा भूमीशी, मातीशी निष्ठा बाळगणारा धर्म नाही. त्याची निष्ठा फक्त कुराणावर आणि मक्केवर असते. त्यामुळे कोणत्याही भूमीवर तो सर्वस्व पणाला लावून प्रेम करू शकत नाही. मुसलमान भारताला आपली मातृभूमी मानीत असते तर तिच्या विच्छेदनाला ते कदापि तयार झाले नसते. हा विचार अधूनमधून गांधीजींनाही सतावीत असावा असे दिसते. एके ठिकाणी ते म्हणतात,

“पाकिस्तानाचे धोरण काहीही असो, भारत हा हिंदू, मुसलमान, शीख, पारशी, ख्रिस्ती वगैरे लोकांचे आश्रयस्थान पूर्वी होता आणि पुढेही तसाच राहील. जे जे म्हणून

भारताला आपली मातृभूमी मानतात ते सारे भारतीय होत, आणि त्या सर्वांना नागरिकत्वाचे समान हक्क आहेत.'' - ('हरिजन', २७/७/२९३७)

''देशाच्या राजकारणात मुसलमान लोक कमी लक्ष घालतात, याचे कारण ते अजून हिंदुस्थानाला आपली मायभूमी मानीत नाहीत. आणि तिच्याविषयी अभिमान बाळगीत नाहीत. आपण विजेत्यांचे वंशज आहोत, असे ते स्वत:विषयी समजतात. पण ते अगदी चूक आहे, असे मला वाटते.''- ('हरिजन', २/२/१९४७) मुसलमानांची ही अडचण म्हणा किंवा उणीव म्हणा , गांधीजींना समजत असली तरी ती दूर करण्याचे सामर्थ्य मात्र त्यांच्यात नव्हते. ते कार्य एखाद्या मुसलमान नेत्यालाच करता आले असते. परंतु त्यांच्या नेत्याने त्याच्या बरोबर उलट भूमिका घेऊन मुसलमानांमध्ये भारताविषयी परकेपणाची भावनाच वाढविली.

एकतर्फी उदारता

भारताची राष्ट्रभाषा दोन्ही लिपींमध्ये लिहिली जाणारी हिंदुस्थानी असली पाहिजे असे गांधीजी मानीत. त्याकरिता हिंदूंनी उर्दू लिपी व मुसलमानांनी देवनागरी (बाळबोध) लिपी शिकावी, असे ते सांगत. त्यांच्या त्या आग्रहाला व प्रेमाला वश होऊन अनेक हिंदूंनी उर्दू लिपी शिकण्याचा प्रयत्न केला होता, हे मी स्वत:च्या डोळ्यांनी पाहिले आहे. परंतु नागरी लिपी शिकू इच्छिणारे मुसलमान मात्र फारच क्वचित आढळले. (तुरुंगात असताना लोकांना उर्दू शिकविणे हे माझे एक कामच झाले होते. आणि बाहेर आल्यानंतरही मी अनेकांना उर्दू शिकविले. त्याखेरीज उर्दू लिपीचे शिक्षण देणारी माझी दोन पुस्तके 'हफ्तेमें उर्दू लिपी' व 'उर्दू लिपी परिचय' थोड्याच दिवसांत विकली गेली, यावरूनही लोकांना उर्दू लिपी शिकण्याची हौस असावी, असे मला वाटते.) या संदर्भात गांधीजी एके ठिकाणी म्हणतात, ''हिंदुस्थानातील मुसलमान हिंदुस्थानशी एकनिष्ठ असतील आणि त्यांनी हिंदुस्थानाला स्वेच्छेने आपली मायभूमी मानले असेल तर दोन्ही लिप्या शिकणे हे त्यांचे कर्तव्य आहे.'' - ('हरिजन', १०/८/१९४७) अर्थात मुसलमान नागरी लिपी शिकणार नाहीत, याची कल्पनाही गांधीजींना असावी. म्हणून ते म्हणतात –

''*या संघराज्यातील मुसलमान देवनागरी लिपी शिकण्याचे नाकारतील तर हिंदुस्थानी ही राष्ट्रभाषा होणार नाही, असे म्हणणे चुकीचे होईल.* मुसलमान लोक नागरी लिपी शिकोत वा न शिकोत, हिंदूंनी व अन्य धर्मियांनी दोन्ही लिप्या शिकणे जरूर आहे.'' - ('हरिजन', ५/१०/१९४७)

या एकतर्फी उदारतेचा सुपरिणाम होईल अशी आशा गांधीजींना वाटत होती. परंतु त्याच्या सदिच्छेची कदर झाली नाही. सर्वसामान्य माणसाची वृत्ती लक्षात घेता गांधीजींच्या

सदिच्छेची अवहेलना करणाऱ्या मुस्लिम समाजावर हिंदू लोक प्रेम करतील किंवा विश्वास ठेवतील, असे समजणे भोळेपणाचे होते.

अपयशाची जाणीव

भारतीय स्वातंत्र्याचा लढा जसजसा उग्र बनत चालला तसतशी गांधीजींना हिंदू मुस्लिम ऐक्याच्या बाबतीतील आपल्या अपयशाची जाणीव तीव्रतेने होऊ लागली १९४२ च्या 'भारत छोडो' आंदोलनाच्या आधी या अपयशाची खंत त्यांना विशेषकरून जाणवू लागली. २१/६/१९४२ च्या 'हरिजन' मध्ये ते लिहितात –

''हिंदू मुसलमानांच्या ऐक्याचा मी एक फार जुना भोक्ता आहे, आणि आजही मी तसाच आहे. माझ्यासह अनेक लोकांनी ते ऐक्य प्रस्थापित करण्याचे जे प्रयत्न मनोभावे केले, ते सारेच्या सारे फसले – अगदी पूर्णपणे फसले. असे का व्हावे, असा प्रश्न मी स्वत:लाच विचारतो. मुसलमान समाजातील माझी प्रतिष्ठा पार ढासळली आहे. आणि काही मुस्लिम वृत्तपत्रे तर मला 'भारतातील इस्लामचा सर्वांत मोठा शत्रू' म्हणून संबोधतात. या गोष्टीची जबाबदारी मी तिसऱ्या शक्तीवर, ब्रिटिश सत्तेवर टाकतो. तिच्या मनात असो वा नसो, हिंदू-मुसलमानांचे ऐक्य ती घडू देणार नाही. म्हणून मी नाइलाजाने असा निष्कर्ष काढतो की, भारतातून ब्रिटिश सत्तेचा अंत जेव्हा कायमचा होईल, तेव्हा या दोन्ही जमाती एकत्र येतील.''

परंतु गांधीजींचं हे भाकीतही साफ खोटं ठरलं. ब्रिटिश सत्ता येथून नाहीशी झाल्यानंतरही हिंदू व मुसलमान यांच्यातील अंतर मुळीच कमी झाले नाही. एवढेच नव्हे तर त्या प्रश्नापायी गांधीजींना जे बलिदान करावे लागले त्याचाही परिणाम फार अल्पकाळ टिकला आणि आज पुन: एकदा फाळणीपूर्व परिस्थितीसारखी स्थिती निर्माण होईल की काय अशी भीती वाटू लागली आहे. केरळमध्ये मुसलमानांनी एक लहानसे पाकिस्तान आपल्या कूटनीतीच्या जोरावर जवळजवळ पदरात पाडून घेतल्यासारखेच आहे. इतरत्रही अशीच पाकिस्ताने निर्माण करण्याची खटपट केली जात आहे. त्याकरिता डावे साम्यवादी, अस्पृश्य, ख्रिस्ती, आदिवासी यांपैकी ज्या कोणाचा उपयोग होण्याची शक्यता दिसेल त्यांना हाताशी धरण्याची तयारी मुस्लिम जातीयवाद्यांनी चालविली आहे. त्याचे जे काही परिणाम होतील त्याची जबाबदारी तिसऱ्या शक्तीवर टाकण्यासाठी ब्रिटिशसत्ता मात्र आपल्याजवळ असणार नाही; ती जबाबदारी आपल्यालाच आपल्या शिरावर घ्यावी लागेल.

गांधीजींच्या अपयशापासून घ्यावयाचा धडा

गांधीजींनी आपल्या अपयशाची कबुली दिली खरी, परंतु आपले मूल्यमापन चुकले

किंवा आपला मार्ग बदलला पाहिजे, असे मात्र त्यांना शेवटपर्यंत वाटले नाही. 'हिंदू-मुसलमानांचा प्रश्न कसा हाताळावा?' या प्रश्नाला उत्तर देताना त्यांनी जे स्पष्टीकरण दिले त्यावरून त्यांची ही भूमिका स्पष्ट दिसून येते. ते म्हणतात –

"त्या बाबतीत मला माझा पराभव कबूल केला पाहिजे. सध्या माझे बोलणे हे अरण्यरुदन आहे, मी जाणतो. तरी तो प्रश्न सोडविण्याचा माझा मार्ग व्यवहार्य आहे, असा माझा दावा आहे. एखाद्या विशिष्ट जमातीच्या काही लोकांनी अमानुष कृत्ये केली म्हणून त्या सर्व जातीचा सर्रास धिक्कार करावा आणि त्या जातीला आपल्यातून बाहेर ठेवावे हे मला कधीच मान्य होणार नाही. मुस्लिम लीग हिंदूंना शिव्या देऊन हिंदुस्थान हे 'दारुल हर्ब'* (पापभूमी) आहे असे म्हणेल! आणि तेथे 'जिहाद' (धर्मयुद्ध) चालू आहे. म्हणून कॉंग्रेसशी सहकार्य करणारे सारे मुसलमान पंचस्तंभी आहेत, समूळ नाश करण्याच्या लायकीचे आहेत असेही ती म्हणेल. अशी बेफाम बडबड चालू असली तरी साऱ्या मुसलमानांना मित्र बनविण्याची व आपल्या प्रेमाने त्यांना वश करून घेण्याची आकांक्षा आपण सोडता कामा नये...." ('हरिजन', ६-१०-१९४६)

आज भारतातील मुस्लिम जातीयवादी संघटना पुन्हा असाच प्रचार करू लागल्या आहेत आणि त्यांना पाकिस्तानाकडून वृत्तपत्रे व रेडिओ यांच्याद्वारे दररोज चिथावणी दिली जात आहे. अशा वेळी आपण कोणता मार्ग स्वीकारावयाचा? *जो मार्ग गांधीजींनाही पेलला नाही, तो त्यांच्यापेक्षा लाखपटीनी दुर्बल असलेल्या समाजाला पेलेल, असे समजणे म्हणजे कल्पनासाम्राज्यात विहार करणे होय.* तेव्हा तो फसलेला मार्ग सोडून देऊन आपण अधिक व्यावहारिक मार्ग चोखाळला पाहिजे. या देशाची राज्यघटना धर्मनिरपेक्ष असेल, येथे कोणीही व्यक्तीवर ती अमुक जातीची किंवा धर्माची आहे म्हणून अन्याय केला जाणार नाही, हे जितके खरे, तितकेच जर कोणी फुटीरपणाची भावना वाढवीत असेल, आपला सवता सुभा स्थापू पहात असेल तर त्याचीही गय केली जाणार नाही, हे आपण साफ व निक्षून सांगितले पाहिजे. ज्यांना भारत ही पापभूमी वाटत असेल त्यांनी वाटेल त्या पुण्यभूमीत निघून जावे. त्यांना कोणी अडवू नये. परंतु या पापभूमीचे त्यांच्या कल्पनेतील पुण्यभूमीत रूपांतर करण्याचे त्यांचे प्रयत्न चालू दिले जाणार नाहीत, हे आपण त्यांना खंबीरपणे बजावले पाहिजे. अर्थात या देशातील अल्पसंख्य समाज या देशाचे नागरिकच आहेत. त्यांच्या अडचणी समजावून घेऊन दूर करणे हे या देशाच्या राज्यकर्त्यांचे कर्तव्यच आहे. अट एवढीच की त्या

---

* जेथील राज्यकर्ते बिगर मुस्लिम (काफिर) असून आपल्या मुस्लिम प्रजेला धर्मस्वातंत्र्य देत नाहीत त्या देशाला 'दार-उल्-हर्ब' असे म्हणतात. अशा देशाविरुद्ध मुसलमान 'जिहाद' (धर्मयुद्ध) पुकारू शकतात.

अडचणी खऱ्या असाव्यात. खोट्या, कांगावखोरपणा करण्याकरिता वापरल्या जाणाऱ्या नसाव्यात.

मुसलमानांच्या अडचणी व त्यांचे निराकरण

भारतातील मुसलमानांच्या खऱ्या अडचणी आर्थिक व सांस्कृतिक आहेत. इंग्रजांनी, जातीय मुस्लिम नेत्यांनी आणि स्वातंत्र्योत्तर काळात स्वार्थी पक्षपुढाऱ्यांनी सामान्य मुस्लिम जनतेला अज्ञानात ठेवणेच स्वहिताच्या दृष्टीने अधिक पसंत केले. कारण ती जनता साक्षर, सज्ञान, सुविद्य झाली तर आपले नेतृत्व आंधळेपणाने मान्य करणार नाही, हे त्यांना चांगले ठाऊक होते. म्हणून त्यांनी मुसलमानांच्या शिक्षणाची आबाळ केली. मेंढ्यांच्या कळपाचे रक्षण करण्यासाठी जे कुत्रे ठेवले होते, तेच क्रूर लांडगे बनले. रक्षकच भक्षक बनले. या भक्षकांच्या तावडीतून मुस्लिम जनतेला सोडविणे हे पहिले काम आहे. मुसलमानांमधील समाजसुधारक, समाजसेवक व क्रांतिकारकच ते उत्तम प्रकारे करू शकतील हे उघड आहे. मात्र या कामी राज्यकर्त्यांचाही पूर्ण पाठिंबा मिळाला पाहिजे. *दुर्दैवाने सत्ताधारी पक्ष आणि सत्ताकांक्षी पक्ष दोघेही मुसलमानांना मुल्लामौलवींच्या कचाट्यातून सोडविण्याऐवजी मुल्लामौलवींनाच खूष ठेवून त्यांच्यामार्फत मुसलमानांची एकगठ्ठा मते पदरात पाडून घेण्याच्या फेऱ्यात सापडलेले आहेत. अशा स्थितीत मुसलमानांनीच धीटपणे पुढे होऊन त्यांच्या चक्रातून आपली सुटका करून घेतली पाहिजे हे उघड आहे. हे काम सोपे नाही.* हिंदूंमधील फुले - आगरकर - गांधीजींना जशा विरोधाला तोंड द्यावे लागले तशा विरोधाला तोंड देण्याची तयारी मुस्लिम सुधारकांनी केली पाहिजे. त्यांच्याबरोबर दगडांचा मारा सहन करण्यास काही हिंदू सुधारक अवश्य तयार होतील. *परंतु मुख्य प्रश्नाला वाचा फोडण्याची पहिली कुदळ मारण्याचे काम मुसलमानांनाच करावे लागेल.* इतरांना ते करिता येणार नाही असे नव्हे तर त्यांच्या कृतीचा काही उपयोग होणार नाही. उलट प्रतिकूल परिणामच होईल; म्हणून खरा पुढाकार मुसलमानांनीच घेतला पाहिजे. एक उदाहरण घेऊन मी हा मुद्दा अधिक स्पष्ट करतो. उर्दू ही मुसलमानाची मातृभाषा, धर्मभाषा व मानबिंदुभाषा आहे असा समज हितसंबंधी लोकांनी त्यांच्यात फार वर्षांपासून पसरवून ठेवलेला आहे. ही उर्दू मुसलमानांच्या पायातील एक बेडीच बनलेली आहे. वस्तुत: उत्तरप्रदेश-बिहारमधील काही भाग वगळल्यास भारतात कोठेही उर्दू ही मुसलमानांची मातृभाषा नाही. (उदा. महाराष्ट्रातील मुसलमानांची मातृभाषा मराठी व कर्नाटकातील मुसलमानांची मातृभाषा कन्नड आहे.) ती धर्मभाषाही नाही. *कारण इस्लामची धर्मभाषा अरबी आहे. आणि म्हणून उर्दू ही त्यांची मानबिंदुभाषा होऊच शकत नाही. तिचा इस्लामशी काहीही संबंध नाही.* जगात भारताबाहेर जे करोडो मुसलमान

आहेत. त्यांच्यापैकी एकाचीही मातृभाषा उर्दू नाही. फार दूर कशाला, खुद्द पाकिस्तानातही पूर्व बंगाल, सिंध, पंजाब, पख्तूनिस्तान वगैरे भागांतील मुसलमानांचीही मातृभाषा उर्दू नसून बंगाली, सिंधी, पंजाबी, पुश्तू वगैरे भाषाच आपल्या मातृभाषा आहेत असे ते मानतात. *अशा स्थितीत मुसलमानांच्या डोक्यातून उर्दूचे हे वेड काढून टाकणे हे अंती त्यांच्याच हिताचे ठरणार आहे.* एकदा ते या खोड्यातून बाहेर पडले, की स्थानीय भाषांतून शिक्षण घेऊ लागतील. आज त्यांच्या वेगळ्या शाळा असल्यामुळे त्यांच्यात जी वेगळेपणाची भावना निर्माण झालेली आहे ती हळूहळू नष्ट होईल. इतर प्रगतिशील समाजातील मुलांच्या सहवासाने त्यांच्यातही पुरोगामी विचार रूजू लागतील. जीवनाच्या वेगवेगळ्या क्षेत्रांत अग्रेसर होण्यासाठी कशी धडपड करावी लागते याची कल्पना त्यांना येईल आणि तेथील बहुसंख्य समाजाशी ते एकरूप होतील. त्याकरिता त्यांना धर्माचा त्याग करावा लागणार नाही. मुसलमानांना सरकारी व खाजगी नोकऱ्या मिळण्याची अडचण येते असे सांगितले जाते, ते खरे असावे. परंतु त्याची प्रमुख जबाबदारी आज मुसलमानांवरच येऊन पडते. त्यांच्या उर्दूतून घेतलेल्या शिक्षणाचा सरकारला किंवा इतर खाजगी संस्थांना काय उपयोग? अर्थात उद्या त्यांनी स्थानिक भागातून शिक्षण घेतल्यानंतरही बेकारीचे संकट टळणार नाहीच (आज पाकिस्तानातही सुशिक्षित बेकारांचा प्रश्न उग्र बनला आहे.) परंतु त्यावेळी ते इतर बेकारांच्या खांद्याला खांदा भिडवून लढू शकतील. आजच्याप्रमाणे ते वेगळे पडणार नाहीत. शिवाय लोकशाहीमध्ये अल्पसंख्याक समाजाची नेहमीच थोडीफार कुचंबणा होत असते. आज ब्राह्मणांची काय स्थिती आहे? त्यांना कुठे सरकारी नोकऱ्या मिळतात? परंतु त्यांच्याजवळ ज्ञान व विद्या असल्यामुळे ते त्यातून मार्ग काढण्याची धडपड करीतच आहेत ना? मुसलमान तरुण ब्राह्मणांच्या या उदाहरणावरून योग्य तो धडा अवश्य घेऊ शकतील. अर्थात विज्ञानाच्या रेट्यामुळे सगळेच धर्म कानाकोपऱ्यात रेटले जात आहेत. पाकिस्तान, इजिप्त, इराण, इंडोनेशिया वगैरे मुस्लिम देशही त्यांना अपवाद नाहीत. अशा स्थितीत भारतीय मुसलमानांनी आपल्या धर्माचा खटारा विज्ञानअश्वाच्या पुढे लावण्याचा खटाटोप करणे म्हणजे कालचक्र उलटे फिरविण्यासारखे आहे. ते अशक्य तर आहेच परंतु त्यात मुसलमानांचा नाशही आहे. आमच्या देशाचे तर ते नागरिक असल्यामुळे त्यांना त्या विनाशापासून वाचविणे हे आमचे कर्तव्य आहे, अशा कर्तव्यभावनेनेच त्यांच्यातील प्रतिगामी पुढाऱ्यांचा मुकाबला केला पाहिजे. त्यांना चुचकारून त्यांच्या अंधविश्वासाचा आदर करून, किंबहुना एका अर्थी त्यांच्या मूढपणाला खत-पाणी घालूनही *त्यांना आपलेसे करण्याचा प्रयत्न गांधीजींनी करून पाहिला पण तो फसला. आता पुन: त्याच मार्गाने जाण्याऐवजी आपण दुसरा मार्ग स्वीकारला पाहिजे.*

अर्थात हेही फार सोपे नाही. येथील सत्ताधारी व सत्ताकांक्षी पक्ष मुसलमानांच्या राष्ट्रविघातक वृत्तींना खतपाणी घालून आपला स्वार्थ साधण्याची धडपड करीत राहतीलच. केरळमध्ये त्यांना एक छोटे पाकिस्तान निर्माण करू देण्यास स्वत:ला पुरोगामी समजणारे साम्यवादीच पुढे आले ना? विभिन्न पक्षांतील यादवीचा फायदा घेण्याचा प्रयत्न मुसलमानच करणार. त्यात त्यांचेच अहित आहे, हे जोपर्यंत त्यांना कळणार नाही तोपर्यंत ते हे डावपेच लढवीत राहणार. परंतु त्याबद्दल त्यांना दोष देता येणार नाही. देशहितापेक्षा पक्षस्वार्थ किंवा स्वहित श्रेष्ठ मानणारे पक्ष व पुढारी जोपर्यंत या देशात राहतील तोपर्यंत हे चालूच राहील, तोपर्यंत पक्षीय राजकारणापासून अलिप्त असलेल्या आमच्यासारख्या लोकांनी संभाव्य धोक्यांकडे विचारवंतांचे लक्ष वेधून टाकणे एवढेच कर्तव्य उरते.

बापूजी आणि लोकमान्य

महाराष्ट्रामध्ये टिळकभक्त मंडळी गांधीविरोध हा आपला धर्म आहे असे समजत. परंतु स्वत: गांधीजींच्या भावना लोकमान्य टिळकांबद्दल काय होत्या? नामदार दादासाहेब मावळकर यांनी यासंबंधी एक आठवण नमूद करून ठेवली आहे.

१९१५ साली अहमदाबादला काँग्रेसची प्रांतिक परिषद भरणार होती. त्यावेळी ही परिषद मवाळांच्या ताब्यात होती. श्री. जिना परिषदेचे अध्यक्ष होते. स्वागत समितीने लोकमान्य टिळकांनाही निमंत्रण पाठविले होते व त्यांनी येण्याचे कबूल केले होते. लोकमान्यांची मिरवणूक काढावी अशी तरुण मंडळींची इच्छा होती. परंतु परिषदेतील वरिष्ठ मंडळी त्याला तयार होत नव्हती. गांधीजी त्यावेळी फारसे प्रसिद्ध झालेले नव्हते. त्यांना ही गोष्ट समजली तेव्हा त्यांनी आपल्या सहीने एक पत्रक छापवून त्याच्या हजारो प्रती शहरात वाटल्या. त्यात एवढाच मुद्दा की, ''लोकमान्यांसारखे अलौकिक राष्ट्रपुरुष आपल्या शहरात येत आहेत. त्यांच्या स्वागतासाठी मी स्टेशनवर हजर राहणार आहे. नगरवासीयांनीही स्टेशनवर हजर राहणे हा त्यांचा धर्म आहे.''

या पत्रकाचा जादूसारखा परिणाम झाला. स्टेशनवर व रस्त्याच्या कडेला प्रचंड जनसमुदाय लोटला, आणि लोकमान्यांचे अपूर्व थाटात स्वागत झाले.

लोकमान्यांचे निधन हा गांधीजींवर एक मर्मांतक आघात होता. ते एकदम गंभीर झाले. सारी रात्र त्यांनी बिछान्यावर बसून जागून काढली. दिवा जळत होता. त्याच्याकडे टक लावून ते विचार करीत बसले.

उत्तर रात्री महादेवभाई जागे झाले. बापूजी तसेच बसले आहे, हे पाहून ते त्यांच्याजवळ गेले. त्यावेळी गांधीजींच्या तोंडून पुढील उद्गार बाहेर पडले. ''आता

यापुढे एखादा भांबावून टाकणारा प्रसंग निर्माण झाला तर विश्वासाने कोणाजवळ जाऊन मला विचारविनिमय करता येईल? आणि एखाद्या वेळी साऱ्या महाराष्ट्राच्या मदतीची जरूर भासली तर कुणाला सांगता येईल? आजपर्यंत मी स्वराज्याचे काम करीत आलो; परंतु 'स्वराज्य' हा शब्द उच्चारण्याचे शक्यतोवर टाळले पण आता लोकमान्यांनी चालवलेला स्वराज्याचा अखंड जप पुढे चालू ठेवला पाहिजे. या पराक्रमी वीराच्या हातातला स्वराज्याचा ध्वज एक क्षणदेखील खाली नमता कामा नये.''

आचार्य अत्रे

(१८९८ ऑगस्ट १३ – १९६९ जून १३)

- अत्रे प्रल्हाद केशव.
- अष्टपैलू व्यक्तिमत्त्व.
- थोर नाटककार साहित्यिक, राजकारणी, पत्रकार, कवी, चित्रपटनिर्माते, शिक्षणतज्ज्ञ.
- अत्रेनिर्मित 'श्यामची आई' हा पहिला राष्ट्रपतिपदक विजेता चित्रपट प्रसिद्ध.
- 'ब्रह्मचारी', 'ब्रँडीची बाटली', 'वसंतसेना' इ. चित्रपटांचे निर्माते.
- पटकथालेखक.
- 'मराठा' वृत्तपत्राचे संपादक – लेखक.
- केशवकुमार या नावाने काव्यलेखन 'झेंडूची फुले' हे प्रसिद्ध विडंबनकाव्य.
- प्रसिद्ध नाटके 'तो मी नव्हेच', 'लग्नाची बेडी', 'मोरुची मावशी', 'भ्रमाचा भोपळा', 'डॉक्टर लागू' इत्यादी.
- 'कऱ्हेचे पाणी' हे आत्मचरित्र.
- 'मी कसा झालो' हे आत्मकथनपर लेखन.

नामदार गोखले गोपाळ कृष्ण

(१८६६ मे ९ – १९१५ फेब्रुवारी १९)

- काँग्रेसमधील मवाळ गटाचे नेते.
- सनदशीर मार्गाने स्वातंत्र्यासाठी प्रयत्न अशी त्यांची अखेरपर्यंत भूमिका.
- १९०२ पासून अखेरपर्यंत वरिष्ठ कायदेमंडळात कार्य.
- १९०५ जून १२ रोजी 'सर्व्हंट्स ऑफ इंडिया' या संस्थेची स्थापना
- महात्मा गांधींचे राजकीय गुरू.
- 'शालेय अंकगणित' हे पुस्तक अनेक वर्षे अभ्यासक्रमात समाविष्ट.

गांधीजींचे गुरू - नामदार गोपाळ कृष्ण गोखले

आचार्य अत्रे

सर फिरोझशहांना पाहिल्यावर मला हिमालयाची आठवण झाली तर लोकमान्य टिळक हे मला महासागरासारखे वाटले. पण गोपाळ कृष्ण गोखले मला गंगानदीसारखे वाटले. हिमालय अनुल्लंघ्य आहे, महासागर तरून जाणे अत्यंत कठीण आहे पण गंगामाता मात्र कोणालाही आपल्या आईसारखीच वाटते.

– महात्मा गांधी

'भारत सेवक समाजा'चे संस्थापक, महात्मा गांधींचे गुरू आणि घटनावादी राजकारणाचे महान प्रणेते नामदार गोपाळ कृष्ण गोखले हे वयाच्या एकोणपन्नासाव्या वर्षी मधुमेहाच्या विकाराने पुणे येथे आपल्या 'समाजा'च्या वास्तूत निधन पावले. तो दिवस आम्हाला अगदी ठळकपणे अजून आठवतो आहे. कारण त्यावेळी आम्ही 'फर्ग्युसन कॉलेज'मध्ये पहिल्या वर्षात नुकतेच प्रविष्ट झालो होतो. गोखल्यांच्या निधनाची वार्ता ऐकताच आम्ही काही विद्यार्थी तडक धावतच 'भारत सेवक समाजा'त गेलो. तेथे गोखल्यांच्या गौरवर्ण आणि सुंदर पण निश्चेष्ट देहाचे अंत्यदर्शन आम्ही अगदी जवळून घेतले. जिवंतपणी आम्ही गोखल्यांना कधीच पाहिले नव्हते. किंवा त्यांचे भाषणही कधी ऐकले नव्हते. आम्हांला घडलेले तेच त्यांचे पहिले नि शेवटचे दर्शन. त्यानंतर गोखल्यांची जी विराट अंत्ययात्रा पुणे शहरातून निघाली तिच्यात लक्षावधी लोक सामील झाले. जिवंतपणी पुणेकरांनी गोखल्यांची फारशी कदर केली नव्हती; पण त्यांच्या पार्थिव देहाला निरोप देण्यासाठी ओंकारेश्वराच्या स्मशानात जो अमर्याद जनसमुदाय त्यावेळी जमला होता, तो पाहिल्यानंतर पुणेकरांनी आपल्या पूर्वीच्या उपेक्षेची संपूर्ण भरपाई करून टाकली अशीच सर्वांची खात्री झाली.

लोकमान्य टिळक आणि नामदार गोखले ह्यांच्या मधले राजकीय वितुष्ट त्या काळी अगदी विकोपाला गेले होते. आदल्याच आठवड्यात "तुमच्या आमच्या गवऱ्या आता ओंकारेश्वरावर गेल्या आहेत," असे वैतागाने टिळकांनी गोखल्यांना उद्देशून उद्‌गार काढले होते. ते इतक्या तडकाफडकी अक्षरश: खरे ठरतील असे कोणालाच वाटले नव्हते, म्हणून व्याकूळ अंत:करणाने लोकमान्य टिळक सिंहगडावरून धावत आले आणि गोखल्यांना श्रद्धांजली अर्पण करताना त्यांनी श्रोत्यांच्या काळजांना पीळ पाडणारे भाषण केले. सर रामकृष्ण भांडारकरांसारख्या वयोवृद्ध विद्वानानेसुद्धा गोखल्यांना श्रद्धांजली वाहिली. आमच्या शेजारी राम गणेश गडकरी बसले होते. त्यांनी कागदाच्या तुकड्यावर तेथल्या तेथे पुढील ओळी भराभर लिहिल्या.

साऱ्या शहर पुण्याई काळवंडली कां ही?
आनंदाची माया हांसत खेळत कुठेच कां नाही?
भारतसेवा – मंडल – सदनांभवती उदास वदनांनी
अश्रूंची पुष्करिणी केली का? काय जाहली हानी?
श्री फर्ग्युसन मंदिरि शोकाचा पूर लोटला कां हां?
हे भिंतीचे दगडही रडूनी म्हणती सारखेच का? हा! हा!

त्या दिवसाचे सारे स्मरण अगदी काल घडल्यासारखे आम्हाला आता आहे. टिळक आणि गोखले हे त्या काळी महाराष्ट्राचेच नव्हे तर भारताचे सूर्य-चंद्र होते. भारताला स्वराज्य मिळावे म्हणून देशातल्या ज्या दोन राजकीय प्रवृत्तींचे द्वंद्वयुद्ध त्या काळी चालू होते, त्यांचा टिळक – गोखले हा एक द्वंद्व समास होता. टिळकांवाचून गोखल्यांना शोभा नव्हती आणि गोखल्यांवाचून टिळकांना तेज नव्हते. दोघांच्या विचारसरणींमध्ये जेवढा विरोध होता, तेवढेच साम्य होते. १८८४ साली वयाच्या अठराव्या वर्षी पुण्याच्या 'डेक्कन कॉलेज' मधून गोखले बी.ए. झाले आणि लागलीच आपटे – आगरकर – टिळक ह्यांनी स्थापन केलेल्या 'फर्ग्युसन कॉलेज' मध्ये महिना पाऊणशे रुपयांवर आजन्म सेवक झाले.

कॉलेजमध्ये टिळक आणि गोखले गणितच शिकवीत असत. पुढे नव्वद साली टिळक कॉलेजातून बाहेर पडले. तरी देखील 'सार्वजनिक सभे'च्या राजकीय कार्यात दोघेही काही काळ एकत्र वावरत होते. गोखले हे वयाच्या एकविसाव्या वर्षी 'सार्वजनिक सभे'चे चिटणीस होते एवढेच नव्हे, तर 'सभे' च्या इंग्रजी त्रैमासिकाचे ते संपादकही होते. पुढे 'सार्वजनिक सभे'तील रानडे-टिळक पक्षाचे मतभेद विकोपाला गेले तेव्हा रानडे पक्षीय मंडळी 'सार्वननिक सभे'तून बाहेर पडली आणि त्यांनी पुण्यात 'डेक्कन सभा' नावाची दुसरी एक राजकीय संस्था स्थापन केली. तिचे गोखले हे चिटणीस झाले.

आगरकरांच्या संपादकत्वाखाली निघणाऱ्या 'सुधारका'च्या इंग्रजी विभागाचे गोखले हे चार वर्षे संपादक होते. 'केसरी' आणि 'सुधारक' ह्यांचा एकमेकांवर नेहमी शाब्दिक भडीमार चालू असे. त्यामुळे टिळक आणि गोखले ह्यांचे राजकीय मतभेद एकसारखे वाढत गेले. तरीदेखील १९९५ मध्ये पुणे काँग्रेसचे अधिवेशन जे भरले, त्याचे सरचिटणीस दिनशा एदलजी वाच्छा होते आणि त्याचे दुय्यम चिटणीस टिळक आणि गोखले हे दोघेजण होते. त्यानंतर मात्र उभयतांमधील राजकीय अंतर इतके वाढत गेले की, पुन्हा ते शेवटपर्यंत एकत्र कधीही येऊ शकले नाहीत.

१८९४ सालापासून गोखले ह्यांनी काँग्रेसच्या राजकारणाला सर्वस्वी वाहून घेतले. त्यावर्षी लाहोर काँग्रेसचे नियोजित अध्यक्ष दादाभाई नौरोजी, एम. पी. हे पुण्यास आले असताना नागरिकांनी त्यांची हिराबागेपर्यंत घोड्याच्या गाडीतून मोठी मिरवणूक काढली.

त्या गाडीत गोखल्यांना बसावयाला जागा नव्हती तरी देखील ते मोठ्या आनंदाने गाडीच्या कोचमनशेजारी बसले. एवढा कॉंग्रेसबद्दलचा त्यांचा उत्साह अगदी शिगोशीग उचंबळत होता. न्या. रानडे आणि गणेश व्यंकटेश जोशी ह्यांच्या मार्गदर्शकत्वाखाली गोखले ह्यांनी अर्थशास्त्राचा अत्यंत सखोल अभ्यास करून त्यात पराकाष्ठेचे प्रभुत्व मिळविले. त्यामुळे १८९७ साली वेल्बी कमिशनपुढे भारताच्या वतीने साक्ष देण्यासाठी इंग्लंडमध्ये त्यांनाच पाठवण्यात आले. ते त्यावेळी अवघे एकतीस वर्षाचे होते.

कमिशनने त्यांना वेडेवाकडे नि आडवेतिडवे प्रश्न विचारून त्यांची अडवणूक करण्याचा प्रयत्न केला. पण गोखले ह्यांनी त्यांच्या प्रत्येक प्रश्नाला बिनचूक उत्तरे देऊन त्यांची भंबेरी उडविली. त्यांच्या साक्षीत त्यांनी भारतीय अर्थशास्त्राच्या इतिहासातील महत्त्वाच्या गोष्टींचे विश्लेषण केले. हिंदी सैन्याची घटना आणि त्यावर होणारा खर्च ह्यांची त्यांनी चांगलीच हजेरी घेतली. कर देणाऱ्या जनतेपेक्षा गोऱ्या नोकरशाहीच्या हितसंबंधांना जास्त महत्त्व देण्याच्या आणि वरिष्ठ नोकऱ्यांमधून हिंदी लोकांना वगळण्याच्या सरकारी धोरणावर त्यांनी कडक टीका केली.

ह्याच सुमारास पुणे शहरात प्लेगची भयंकर साथ चालू होती. त्यावेळी सोल्जर लोकांनी नागरिकांवर जे अत्याचार केले, त्यांची भयानक वर्णने पुण्यातील गोखल्यांच्या काही मित्रांनी पत्रातून त्यांना विलायतेला कळविली. त्यामुळे गोखल्यांचा संतापही अनावर झाला. त्यांनी त्या पत्राच्या आधारावर 'मँचेस्टर गार्डियन' मध्ये कडक लेख लिहून हिंदुस्थानातल्या गोऱ्या सैनिकांची निर्भत्सना केली. त्यामुळे इंग्लंडमध्ये नि हिंदुस्थानात खूपच खळबळ उडाली. पुढे गोखले जेव्हा परत हिंदुस्थानात आले तेव्हा गोऱ्या सैनिकांवर त्यांनी विलायतेला केलेल्या आरोपांचा मुंबई सरकारने त्यांना जाब विचारला. पण ज्यांनी गोखल्यांना ही माहिती पुरविली होती, त्यांनी पुरावा देण्याच्या बाबतीत अक्षरशः 'शेपट्या' घातल्या. तेव्हा गोखल्यांना सरकारची माफी मागण्यावाचून दुसरे गत्यंतरच नव्हते. त्यांच्या त्या माफीमुळे त्यांच्या टीकाकारांनी त्यांच्यावर खूपच गहजब केला. पण मित्रांनी विश्वासघात केल्यानंतर कोणत्याही सभ्य आणि स्वाभिमानी माणसाने तोच मार्ग पत्करला असता.

गोखले 'सुधारक'पंथाचे असल्याने आणि त्यानंतर वारंवार हे इंग्लंडला गेलेले असल्याने त्यांच्या टीकाकारांनी त्यांच्या आहारविहाराबद्दल नाना तऱ्हेच्या अफवा पसरवलेल्या होत्या. पण इंग्लंडच्या पहिल्या वारीत त्यांच्या बरोबर दिनशा एदलजी वाच्छा होते. 'गोखल्यांच्या आठवणी'त ते लिहितात, "He never forgot that he was a Hindu, who could not touch an egg or even smell a fish. His food consisted of bread, butter, vegetable soup and fruits. He would not touch a spoonful of pudding for fear it might be made of eggs." इंग्लंडमध्ये असताना ते नारिंगी

रंगाची जरीची पगडी डोक्याला घालून हिंडत. त्यामुळे ते सर्वांच्या आकर्षणाचा विषय झाले होते. विलायतेत पहिल्या वेळी ते तीनच महिने राहिले. पण ह्या तीन महिन्यांत त्यांनी जॉन मोर्ले, आयरिश होमरूल पक्षाचे पेते जॉन रेडमंड, सर विल्यम वेडरबर्न, टी. पी. ओकॉनर, सर विल्यम हंटर ह्या मोठमोठ्या मुत्सद्द्यांच्या गाठीभेटी घेऊन त्यांच्याशी हिंदी राजकारणावर सविस्तर चर्चा केली.

दादाभाई नौरोजींच्या तर त्यांच्या रोजच्या बैठकी होत होत्या. इंग्लंडहून परत आल्यानंतर त्यांच्या राजकीय व्यक्तिमत्त्वामधे आमूलाग्र फरक झाला. १९०१ मध्ये ते 'मुंबई कायदेमंडळा'त निवडून आले. तेथे गोखल्यांच्या अमोघ इंग्रजी वक्तृत्वाचे प्रथम दर्शन झाले. १९०१ मध्ये मुंबई जमीन महसूल कायदा दुरुस्तीचे एक विधेयक सरकारने आखले होते. ते तहकूब करावे म्हणून सर फिरोजशहा मेहतांनी ठराव मांडला. त्याला पाठिंबा देताना गोखल्यांनी एवढे जबरदस्त भाषण केले की सरकारला ते विधेयक मागेच घेणे भाग पडले. १९०२ मधे 'व्हॉईसरॉयच्या कौन्सिल'मधे बिनसरकारी सदस्य म्हणून त्यांची निवड झाली. छत्तिसाव्या वर्षी गोखल्यांना हा बहुमान मिळाला. सतत सहा वर्षे ते त्या कौन्सिलमध्ये होते. त्यावेळी लॉर्ड कर्झन हे व्हॉईसरॉय होते. १९०२ पासून तो १९०८ पर्यंत सतत सात वर्षे गोखल्यांनी जी अर्थसंकल्पावर भाषणे केली, तो अर्थशास्त्राच्या व्यासंगाचा, तर्कशुद्ध निर्भय टीकेचा नि वक्तृत्वाचा उच्चांक होता. भारतीय राजकारणाचा अभ्यास करणाऱ्यांना ही भाषणे आजही वाचल्याखेरीज गत्यंतर नाही.

बजेट कसे तयार करावे आणि त्यातील शिलकी रकमा कशा खर्च कराव्यात ह्याचे झणझणीत धडे त्यांनी सरकारला त्या भाषणातून दिलेले होते. स्वत:चा संयम न सोडता, एकही वावगे अक्षर न उच्चारता, डोळे पांढरे होईपर्यंत सरकारला कसे ठोसे लगावावेत ह्यांचे जणू काही प्रात्यक्षिकच गोखल्यांनी ह्या भाषणातून दिलेले आहे. १९ सप्टेंबर १९०२ साली त्यांनी 'फर्ग्युसन कॉलेज' चा निरोप घेतला त्यावेळचे त्यांचे भाषण अत्यंत हृदयद्रावक होते. त्या भाषणात त्यांनी समुद्राच्या किनाऱ्यावर राहणाऱ्या एका माणसाची गोष्ट सांगितली. ते म्हणाले, ''तो माणूस त्या किनाऱ्यावरील आपल्या झोपडीत सुखाने राहात होता. पण त्याचे सारे लक्ष त्या अफाट समुद्राकडे लागलेले होते. एक दिवस त्याचे ते वेड अनावर झाले. तो होडीत बसला आणि सरळ समुद्राच्या प्रवासाला निघाला. तशी माझी आज स्थिती झाली आहे. ह्या कॉलेजात मी सुखासमाधानाने रहात आहे. पण माझे सारे लक्ष सार्वजनिक जीवनाच्या त्या तुफान आणि चंचल सागरावर खिळलेले आहे. माझा 'आतला आवाज' त्या मार्गाने तू जा असे मला सांगतो आहे. म्हणून देशकल्याणासाठी कर्तव्यबुद्धीने मी ह्या कॉलेजचा निरोप घेतो आहे. ह्या देशात फर्ग्युसन कॉलेजपेक्षा दुसरी पुष्कळ कॉलेजे असतील. पण परांजपे आणि राजवाडे ह्यांच्या त्यागाने ह्या संस्थेभोवती जे तेजोवलय

निर्माण झाले आहे, ते अपूर्व आहे.''

अवघ्या तीस रुपये महिना पेन्शनवर गोखले सेवानिवृत्त झाले.

१९०५ साल हे गोखल्यांच्या आयुष्यातले सर्वात महत्त्वाचे. त्यावर्षी १२ जून रोजी त्यांनी पुण्याला 'भारत सेवक' समाजाची स्थापना केली. नवा भारतवर्ष निर्माण करण्यासाठी त्यागी आणि व्यासंगी समाजसेवकांचा एक आश्रम स्थापन करण्याची गोखल्यांची ही कल्पना जितकी अभिनव तितकीच प्रभावी होती. ह्यावरून त्यांच्या महान द्रष्टेपणाची कल्पना येते. ह्याच वर्षी व्हॉईसरॉय लॉर्ड कर्झन ह्यांनी बंगालची फाळणी करून साऱ्या भारतवर्षावर जणू काही एक बॉंबगोळाच टाकला. ह्या फाळणीतून स्वातंत्र्यवादी आणि राष्ट्रवादी आंदोलनाचा जन्म झाला. ब्रिटिश मालावर बहिष्कार आणि स्वदेशीचा पुरस्कार ही नवीन अस्त्रे भारतीय जनतेला त्यामुळे प्राप्त झाली. 'वन्दे मारतम्' ही राष्ट्रगीताची गर्जना देशाच्या कानाकोपऱ्यांतून निनादू लागली. लॉर्ड कर्झनच्या दडपशाहीचा वरवंटा साऱ्या देशाच्या डोक्यावरून फिरू लागला. तेव्हा भारतातील राजकीय परिस्थिती इंग्लंडमधल्या मुत्सद्द्यांना आणि जनतेला समजावून सांगण्यासाठी गोखले आणि लाला लजपत राय विलायतेला गेले. विलायतेमध्ये गोखल्यांनी आकाशपाताळ एक केले. पन्नास दिवसांत घसा फाटेपर्यंत त्यांनी पंचेचाळीस व्याख्याने दिली. शेवटी परत येताना बोटीवर त्यांना आपल्या घशावर शस्त्रकर्म करणे भाग पडले. मुंबईत आणि पुण्यात त्यांचा प्रचंड सत्कार झाला. त्या सत्कारात लोकमान्य टिळक सामील झाले. साहजिकच त्या वर्षी वाराणसी येथे भरणाऱ्या राष्ट्रीय सभेच्या विसाव्या अधिवेशनाच्या अध्यक्षस्थानी गोखले ह्यांचीच निवड झाली.

त्यावेळी गोखले ह्यांचे वय अवघे एकोणचाळीस वर्षाचे होते, इतका तरुण अध्यक्ष कॉंग्रेसला कधीच मिळाला नाही. मागेही नाही अन् पुढेही नाही (१९२९ साली नेहरू लाहोर कॉंग्रेसचे पहिल्याने अध्यक्ष झाले. त्यावेळी त्यांना एकेचाळिसावे वर्ष चालू झाले होते). वाराणसी कॉंग्रेसचे त्यांचे अध्यक्षीय भाषण अत्यंत ज्वलज्जहाल आणि तडफदार झाले. भाषणाच्या प्रारंभीच त्यांनी लॉर्ड कर्झनची औरंगजेबाशी तुलना केली. नंतर बंगालच्या फाळणीचे त्यांनी वाभाडे काढले. ब्रिटिश मालावर बंगालने घातलेल्या बहिष्काराचे त्यांनी समर्थन केले. स्वदेशीचा पुरस्कार हा देशभक्तीचा परमोच्च आविष्कार आहे असा तिचा गौरव केला. सेक्रेटरी ऑफ स्टेट मोर्ले ह्यांनी भारताचा कसा विश्वासघात केला ते सांगितले. कॉंग्रेसचा ध्येयवाद काय आहे आणि तिला कोणकोणत्या सुधारणा ताबडतोब हव्यात त्याची रूपरेषा सांगितली. आणि भारताच्या भवितव्याचे न्या. रानडे ह्यांनी जे चित्र रेखाटलेले होते, त्याचे दिग्दर्शन करून त्यांनी आपले भाषण संपविले. वाराणसी कॉंग्रेसनंतर गोखल्यांची राजकीय उंची देशामध्ये शतपटीने वाढली. १९०६ च्या डिसेंबरमध्ये कलकत्ता येथे दादाभाई नौरोजी ह्यांच्या अध्यक्षतेखाली कॉंग्रेसचे अधिवेशन

भरले. त्यात बंगालच्या फाळणीमुळे खवळलेल्या जहाल मताच्या काँग्रेस तरुणांनी खूपच वादळ माजविले. कदाचित त्याच वर्षी काँग्रेसचे अध्यक्षपद लोकमान्य टिळकांना मिळाले असते. पण बाबू सुरेंद्रनाथ बॅनर्जी त्यांना आडवे आले. तथापि, सर फिरोजशहा मेहता, सुरेंद्रनाथ बॅनर्जी आणि अनेक मवाळ मताचे पुढारी ह्यांचा त्या अधिवेशनात अपमान झाला. त्यांना बोलू दिले नाही. ह्या अधिवेशनात 'स्वराज्य, बहिष्कार, स्वदेशी आणि राष्ट्रीय शिक्षण' ही जी देशोद्धाराची चतु:सूत्री मान्य करण्यात आली, तिचे जनक गोखलेच होते. १९०७ साली गोखल्यांनी संयुक्तप्रांत आणि पंजाब ह्या भागात दौरा काढून स्वदेशी, हिंदू – मुसलमान ऐक्य आणि विद्यार्थ्यांची कर्तव्ये यावर काँग्रेसची भूमिका काय आहे हे निरनिराळ्या शहरात व्याख्याने देऊन समजावून सांगितले आणि प्रचलित राजकीय परिस्थितीबाबत लोकमत जागृत केले. अलिगढमधल्या मुसलमान जनतेने त्यांचा प्रचंड सत्कार केला. १९०८ साली सुरतेच्या अधिवेशनात काँग्रेसचे तारू फुटले आणि टिळक पक्ष काँग्रेसमधून बाहेर पडला. त्यानंतर पुन्हा काँग्रेसच्या कार्याला गोखल्यांनी स्वत:ला वाहून घेतले. पुढे लवकरच ते दक्षिण आफ्रिकेत गेले आणि गांधीजींच्या सत्याग्रहाच्या मोहिमेला त्यांनी सक्रिय पाठिंबा दिला. १९०९ च्या काँग्रेस अधिवेशनात तर गांधीजींच्या सत्याग्रहाची त्यांनी मुक्तकंठाने प्रशंसा केली आणि त्यांचे मूलभूत तत्त्वज्ञान काव्यमय भाषेत सांगून त्यांनी श्रोत्यांना मंत्रमुग्ध केले.

१९०९ ते १९१४ पर्यंत मध्यवर्ती कायदेमंडळ हेच त्यांचे कार्यक्षेत्र होते. १९१४ मध्ये काँग्रेसमधून बाहेर पडलेला जहाल पक्ष आणि आत असलेला मवाळ पक्ष ह्यांचे फिरून ऐक्य करण्याचा प्रयत्न झाला. प्रारंभी त्या प्रयत्नाला गोखल्यांचा पाठिंबा होता. पण टिळक काँग्रेसमध्ये आल्यानंतर पुन्हा त्याच जुन्या कटकटी वाढतील आणि कार्यनाश होईल म्हणून गोखल्यांनी नंतर आपला पाठिंबा काढून घेतला. त्यामुळे टिळक-गोखले ह्यांच्या पक्षांमधले वितुष्ट भलतेच विकोपाला गेले आणि त्याच वातावरणात काळाने गोखल्यांवर अकस्मात झडप घालून देशाची अपरिमित हानी केली. गांधीजींनी ज्यांना गुरू मानले, ते गोखले असामान्य कोटीतले, स्वार्थत्यागी, चारित्र्यसंपन्न आणि ज्वलज्जहाल देशभक्त होते ह्यात काय शंका? देशसेवेचे असिधाराव्रत स्वीकारणारे आणि आयुष्याच्या शेवटच्या क्षणापर्यंत त्याचे पालन करणारे ते आदर्श भारत – सेवक होते. सरकारने देऊ केलेली 'सर' पदवी त्यांनी लाथाडली एवढेच नव्हे तर व्हाईसरॉयच्या कार्यकारिणीत जाण्यासही त्यांनी नकार दिला. इंग्रजी भाषेतले त्यांचे वक्तृत्व म्हणजे त्यांचे महान सामर्थ्य होते. त्यांच्या वक्तृत्वात वेग होता, गती होती, तेज होते; पण आरडाओरडा आणि धांगडधिंगा नव्हता. अर्थशास्त्र हा त्यांच्या वक्तृत्वाचा पाया. वस्तुस्थिती हे त्यांच्या वक्तृत्वाचे सामर्थ्य. प्राचीन इतिहासाला किंवा भूतकाळातील सुवर्णयुगाला आवाहन करून श्रोत्यांच्या भावना प्रक्षुब्ध करण्याच्या भानगडीत ते कधीही पडत नसत. त्यांचा युक्तिवाद

सुस्पष्ट, तर्कशास्त्र अभेद्य आणि पुरावे अचूक असत. टीकाकारांना निरुत्तर करण्याचे जबर सामर्थ्य त्यांच्या वक्तृत्वात असे. न्या रानड्यांसारख्या साधुपुरुषाचे ते सच्छिष्य (अतिशय चांगले असे शिष्य) होते. परमेश्वरावर त्यांचा पूर्ण भरवसा होता. म्हणून वाराणसी कॉंग्रेसच्या अध्यक्षीय भाषणाच्या अखेर ते म्हणाले, ''सर्व भविष्यकाळ आपल्या डोळ्यांना स्पष्टपणे दिसत नाही, म्हणून निराश होण्याचे कारण नाही.''

"Our times are in His hand
Who said 'A whole I planned.'
Youth shows but half;
Trust God, see all nor be afraid!"

तुम्ही हा लहानसा मंत्र आपल्या अंत:करणावर कोरून ठेवा.
तुमच्या प्रत्येक श्वासाबरोबर तो जपला जाऊ द्या. तो मंत्र म्हणजे 'करा किंवा मरा.'

वि. स. खांडेकर

(१८९८ जानेवारी १८ – १९७६ सप्टेंबर २)

- खांडेकर विष्णू सखाराम.
- मराठीतील ख्यातनाम साहित्यिक.
- व्यवसायाने शिक्षक, मानवतावादी आणि समतावादी दृष्टिकोन. साहित्याची वैशिष्ट्यपूर्ण परंपरा निर्माण करणाऱ्या 'खांडेकर युगा'चे निर्माते.
- अनेक मानसन्मान :

  १९५७ – अखिल भारतीय मराठी साहित्य संमेलनाध्यक्ष

  १९६० – 'ययाती' कादंबरीस साहित्यिक अकादमी पुरस्कार

  १९६८ – भारत सरकारची फेलोशिप

  १९६८ – 'पद्मविभूषण' पदवीने सन्मानित

  १९७५ – मराठीतील पहिला ज्ञानपीठ पुरस्कार 'ययाती' या कादंबरीसाठी प्राप्त.

  १९७६ – शिवाजी विद्यापीठाची सन्माननीय 'डी. लिट.''
- काही प्रमुख पुस्तके :

  - क्रौंचवध
  - कस्तुरीमृग
  - अमृतवेल
  - ययाती
  - हिरवा चाफा
  - दोन ध्रुव
  - पांढरे ढग
  - उल्का
  - एका पानाची कहाणी (आत्मवृत्त)

एका महामानवाचे एक भव्य स्वप्न!

वि. स. खांडेकर

॥१॥

त्यावेळी गांधीजी नुकतेच आफ्रिकेतून मायदेशी परतले होते. आपले गुरू गोपाळ कृष्ण गोखले यांना भेटावे आणि त्यांच्या सल्ल्याने देशसेवेचा भावी कार्यक्रम निश्चित करावा असे त्यांनी ठरविले होते. पुण्याला गोखल्यांच्या भारत सेवक समाजात ते काही दिवस येऊन राहिले होते. त्यांचे अनवाणी चालणे, शेंगदाणे किंवा असलेच काही मोजके पदार्थ घेऊन भोजन करणे इत्यादी व्रतस्थ मनोवृत्ती दर्शविणाऱ्या गोष्टी कर्णोपकर्णी आम्हा महाविद्यालयीन विद्यार्थ्यांच्या कानांवर पडत होत्या. आश्चर्यमिश्रित आदराने आम्ही त्या ऐकत होतो. 'मासिक मनोरंजना'च्या त्यावेळच्या एका अंकात गांधी आणि कस्तुरबा यांचा फोटो प्रसिद्ध झाला होता. तो पाहून माझ्यासारख्या तारुण्याच्या उंबरठ्यावर उभ्या असलेल्या विद्यार्थ्यांच्या मनात उठलेले वादळ चित्रित करणे मोठे कठीण आहे. त्या फोटोतले गांधी एका बाजूने त्यांचे जग आमच्या जगापेक्षा भिन्न आहे, याची जाणीव होऊन ते फार दूरचे वाटू लागत.

स्वातंत्र्ययुद्धाची सूत्रे हलविणारा अर्धनग्न सेनापती

पण एक गोष्ट निश्चित होती. छायाचित्रांतल्या अत्यंत साध्या पोषाखातल्या गांधींच्या मूर्तीने अनेक तरुणांच्या अंतरीची एक अनामिक तार छेडली होती. आजच्या मानाने त्या काळी सुटाबुटातला मनुष्य बराच दुर्मीळ होता. सुटाबुटाभोवती परकीय राज्यकर्त्यांच्या प्रतिष्ठेचे एक झगझगीत वलय सदैव पसरलेले असे. हे सूटबूटमाहात्म्य एवढे मोठे असूनही बॅरिस्टर झालेला हा मध्यमवयीन मनुष्य इतका साधा पोषाख का करतो, नुसत्या साध्याच नव्हे तर जवळजवळ खेडवळ वाटेल अशा पेहरावात का वावरतो, हे कोडे त्यावेळी मी सोडविण्याचा प्रयत्न केला. पण मला ते सुटले नाही. मात्र काठेवाडी फेटा, बाराबंदीसारखा पायघोळ अंगरखा आणि जाडेभरडे टाचके धोतर अशा वेषातील गांधीजींची ती मूर्ती माझ्या मनावर कायमची कोरली गेली.

गांधीजींचा हा साधा वेषसुद्धा पुढे फार दिवस टिकला नाही. लवकरच त्याचे रूपांतर खादीची पैरण, पांढरी टोपी आणि त्या सरंजामाला शोभेल असे धोतर या अतिसाध्या पोषाखात झाले. हाही अवतार अल्पकाळ टिकला आणि गांधीजी पुढे आमरण ज्या वेषात वावरले तोच छायाचित्रांनी आणि प्रतिमांनी जनमानसात अमर केला. डोक्यावर कसलेही शिरोभूषण नाही, गुडघ्याच्या खाली कसेबसे पोहोचेल असे पंचेवजा धोतर

आणि अंगावर एखादी चादर अथवा शाल याच वेषात भारतीय जनतेची अस्मिता जागृत करणारे नेते म्हणून आणि दोन तपांपेक्षा अधिक काळ स्वातंत्र्ययुद्धाची सूत्रे हलविणारे सेनापती म्हणून गांधीजी काम करीत राहिले.

गोलमेज परिषदेच्या वेळी गांधी इंग्लंडमध्ये गेले असताना बादशाहांनी त्यांच्या भेटीची इच्छा प्रदर्शित केली. राव-रंक सारेच गांधीजींचे मित्र. साहजिकच गांधींनी भेटीला जायचे मान्य केले. मात्र ज्याच्या साम्राज्यावर सूर्य कधीही मावळत नव्हता, अशा राजाच्या भेटीला जातानासुद्धा आपल्या वेषात सूतभरही फरक करण्याचे त्यांनी नाकारले. इंग्लंडमध्ये राजदर्शनाकरिता विशिष्ट प्रकारचा साहेबी पोषाख करण्याचा शिष्टाचार आहे. तो गांधींना समजावून सांगण्यात आला. पण ''राजेसाहेबांची व माझी भेट व्हायची असेल तर ती माझ्या नेहमीच्या पोषाखातच होईल.'' असे गांधीजींनी निक्षून सांगितले. जेय देशातील एका 'अर्धनग्न फकिराच्या' भेटीसाठी बकिंगहॅम पॅलेसमधील शिष्टाचारांना तात्पुरती रजा देण्यात आली!

सर्वसामान्य भारतीय शेतकऱ्याच्या वेषाशीं साम्य पावणाऱ्या पोषाखातच गांधीजी दीर्घ काळ वावरले. हा वेष त्यांनी का स्वीकारला हे इतिहासाने स्पष्ट केले आहे. गांधीजींच्या सर्व चळवळींचा, साऱ्या शिकवणुकीचा आणि प्रयोगशील जीवनाचा केंद्रबिंदू सामान्य मनुष्याचे पुनरुत्थान करून त्याची भौतिक आणि आत्मिक उंची वाढविण्याची पराकाष्ठा – हाच होता. ज्याचे नाव उभ्या जन्मात वृत्तपत्रात येण्याचा संभव नाही, पण जो आपल्या वाट्याला आलेले जीवन जिद्दीने जगण्याची धडपड करीत आहे असा अनामिक सामान्य मनुष्य हे गांधीजींचे दैवत होते. त्या माणसाविषयी त्यांच्या अंत:करणात अपार भक्ती भरली होती. तथाकथित राजकीय मुत्सद्दी किंवा मोठमोठे पंडित यांच्यापेक्षा त्यांचे आंतरिक आणि स्नेहपूर्ण नाते होते ते या अज्ञात सामान्य माणसाशी!

आफ्रिकेत गांधीजी झगडले, सत्याग्रहाचे शस्त्र घेऊन लढले, ते याच सामान्य माणसावर होणारा अन्याय दूर व्हावा म्हणून! भारतात अत्याचार या सामान्य माणसाच्या दु:स्थितीने व्यथित होऊनच त्यांनी त्याच्या उद्धाराचे कंकण हाती बांधले. चंपारण्यातला लढा, असहकारिता, खादीप्रचार, हरिजनसेवा, तिसऱ्या वर्गाचा प्रवास आणि भंगी वस्तीतला निवास या साऱ्या गोष्टी सामान्य माणसावरच्या त्यांच्या आत्यंतिकप्रेमाच्या निदर्शक होत्या. त्यांनी शेवटी स्वीकारलेला वेष हे त्यांच्या अंतरंगाच्या या उत्कट प्रेमाचे प्रतीक होते. 'बुडती हे जन। पहावेना डोळा' असा सामान्य माणसाविषयीचा आपल्या अंतरीचा कळवळा तुकोबांनी व्यक्त केला आहे. सर्व संतांनीही आपल्या परीने ही अंतरीची व्यथा प्रकट केली आहे. सामान्य माणसाच्या दु:खाने त्यांची अंत:करणे हेलावून जात असतील, हे काय कुणी कुणाला सांगायला हवे? पण संतांनी सामान्य मनुष्याची चिंता वाहिली ती मुख्यत: आध्यात्मिक दृष्टीने. विज्ञानविन्मुखतेच्या काळात वैराग्याचा वसा

घेतलेल्या करुणावंतांना अन्य मार्ग सुचणे अशक्य होते! सामान्य मनुष्याच्या दररोजच्या हलाखीच्या जीवनात संतांनी सहसा लक्ष घातले नाही. किंबहुना ऐहिक जीवन हा, भारतातल्या काय किंवा अन्य देशांतल्या काय, साधुसंतांनी आपल्या चिंतनाचा प्रधान विषय कधीच मानला नाही. याला अपवाद असलेले रामदासांसारखे संत फार थोडे!

अन्याय, अज्ञान, अनीती व दारिद्र्य यांच्याविरुद्ध बंड

मात्र गांधीचे संतांशी एका बाजूने अगदी निकटचे नाते असले, तरी त्यांनी सामान्य मनुष्याच्या जीवनाचा जो विचार केला त्यात केवळ परलोकाला प्राधान्य नव्हते. माणसाला माणूस म्हणून या जगात जगविणे या ध्येयावरली त्यांची दृष्टी कधीच विचलित झाली नाही. गांधीजींच्या चिंतनात ऐहिक जीवनाच्या सर्व अंगोपांगांना स्थान होते. वैयक्तिक जीवनात यतिधर्मांचा पुरस्कार करणारे गांधीजी सामान्य मनुष्याच्या सर्व ऐहिक गरजांचा सूक्ष्म दृष्टीने विचार करीत असत.

धर्मबुद्धी ही ईश्वर, अध्यात्म, परलोक इत्यादी गोष्टींशीच संबद्ध असलेली भावना नाही; सर्वसामान्य माणसाच्या दैनंदिन जीवनातही तिला स्थान आहे; आणि अन्याय, अज्ञान, अनीती व दारिद्र्य यांच्या विरुद्ध बंडाचा झेंडा उभारणे हे त्या धर्मबुद्धीचे परमपवित्र कर्तव्य आहे हे गांधींनी पंचविशीतिशीतच जाणले. मानवी जीवन सुखी समृद्ध आणि सत्प्रवृत्त व्हावयाचे असेल तर दैनंदिन जीवनात धर्मबुद्धी सदैव जागरूक असली पाहिजे हे गांधींइतके सातत्याने आणि स्वच्छपणाने जगातील कोणत्याही राजकीय, सामाजिक वा आध्यात्मिक नेत्याने सांगितले नव्हते.

या नव्या धर्मबुद्धीची जाणीव गांधींच्या ठिकाणी किती प्रखर होती, याचे ते आफ्रिकेहून हिंदुस्थानात परत आले तेव्हाचे एक उदाहरण देण्याजोगे आहे – १९१६ च्या प्रारंभी बनारस हिंदू युनिव्हर्सिटीचा उद्‌घाटनसमारंभ होता. त्यात बोलण्याविषयी पंडित मालवीयांनी गांधींना निमंत्रण दिले. गांधींनी ते स्वीकारले. या समारंभाला बडेबडे संस्थानिक जुन्याकाळी स्वयंवराला जमत असत, त्याप्रमाणे नटून सजून आले होते! ता. ४ फेब्रुवारी १९१६ रोजी या समारंभात गांधी बोलले. या भाषणात त्यांनी अनेक ज्वलंत विचार प्रकट केले. "भाषा हे माणसाचे प्रतिबिंब आहे. आपले विचार प्रकट करण्यास आपल्या भाषा जर असमर्थच असतील तर आपण जिवंत राहण्यापेक्षा मरून गेलेले बरे!" ही त्यातली एक ठिणगी! कागदी योजनेच्या बळावर आपण स्वराज्य मिळवू शकणार नाही, आपण स्वराज्याला पात्र ठरणार आहोत ते केवळ आपल्या कृतीच्या जोरावर. स्वराज्य मिळविण्याचा प्रयत्न करीत असताना आपण आपल्यातील दोष काढून टाकण्याचा प्रयत्न कसोशीने केला पाहिजे" – दुसरा स्फुल्लिंग! पण एवढ्यावरच ते थांबले नाहीत. ते पुढे म्हणाले, "काल या समारंभाच्या अध्यक्षांनी आपल्या भाषणात हिंदुस्थान देशाच्या

दारिद्र्याचा उल्लेख केला. इतर अनेक वक्त्यांनी या मुद्यावर विशेष भर दिला. पण व्हॉईसरॉयांच्या हस्ते कोनशिलासमारंभ झाला त्यावेळी आपल्याला मंडपांत कोणते दृष्य दिसले? मला तर मंडपांत हिऱ्या–मोत्यांचे व जड जवाहिऱ्यांचे एक जंगी प्रदर्शन भरल्याचा भास होत होता. असले मौल्यवान दागिने घालून मिरविणाऱ्या संस्थानिकांना व सरदार दरकदारांना पाहून माझ्या मनात विचार आला की, त्यांनी आपल्या अंगावरील हे दागिने देशबांधवांना देऊन टाकले नाहीत तोपर्यंत त्यांचे दारिद्र्य दूर होणार कसे? ब्रिटिश हिंदुस्थानात किंवा एखाद्या संस्थानात एखादा राजवाडा अथवा टोलेजंग इमारत उभारण्यात येणार असल्याची वार्ता माझ्या कानावर आल्याबरोबर माझ्या मनात पहिला विचार येतो तो हा की ''अरेरे! हा सारा पैसा शेतकऱ्याकडून लुबाडण्यात आलेला आहे. आपण स्वत: आपल्या शेतकऱ्याला लुबाडीत आहोत किंवा इतरांना लुबाडू देत आहोत तोपर्यंत आपली स्वराज्याची तळमळ खरी आहे असे मुळीच म्हणता येणार नाही.''

हरिजनांच्या दु:खाची समस्या

सामान्य मनुष्याविषयी गांधींना वाटणारे हे उत्कट ममत्व केवळ बौद्धिक, भावनिक अथवा व्यवहारिक स्वरूपाचे नव्हते. त्यात पुढारीपणाचा अभिनिवेश अथवा स्वप्नाळू करुणेचा लवलेश नव्हता. पुढारी होणाऱ्या मनुष्याला समाजाविषयी आपुलकी वाटते; मात्र, ''ऐसी कळवळ्याची जाती। लाभाविण करी प्रीती।'' या तुकारामांच्या कसोटीला तो सहसा उतरत नाही. ज्याच्या अंगी उपजत कळवळा नसतो, त्यालाही त्याचे शक्य तेवढे नवरसपूर्ण नाटक करावेच लागते. त्याशिवाय त्याचे सामाजिक स्थान स्थिर होत नाही आणि सुरक्षित राहत नाही. अशा विविध बुद्धिवान आणि कर्तृत्ववान लोकांपैकी एखाद्याने व्यक्त केलेला कळवळा अब्राहम लिंकन, मोहनदास गांधी किंवा मार्टिन ल्यूथर किंग यांच्याप्रमाणे अंतरंगातून उचंबळून आलेला स्रोत असत नाही. पंडिताने बुद्धिकौशल्याने सुलभ पद्यरचना करावी तसे पुढाऱ्यांचे बोलणे, चालणे आणि वागणे वाटते. हृदयाच्या हृदयातून निघालेल्या काव्याशी तुलना केली की ती पद्यरचना कृत्रिम, नाटकी आणि निर्जीव वाटू लागते.

या बाबतीत गांधीजी बड्याबड्या नेत्यांहून सर्वस्वी भिन्न होते. आपली मुले अर्धपोटीच झोपी गेलेली पाहून अंथरुणावर तळमळत पडणाऱ्या माउलीप्रमाणे भारतात सर्वत्र पसरलेल्या कोट्यवधी दलित, पीडित आणि वंचित जनतेविषयी त्यांचे मन अष्टौप्रहर चिंतन करी. त्यामुळे राजकीय स्वातंत्र्याची चळवळ अधिक समर्थ कशी करता येईल या एकाच विचाराने त्यांचे मन संपूर्णपणे कधीही व्यापून टाकले नाही. राजकीय आंदोलनांच्या धुमश्चक्रीतच आर्थिक आणि सामाजिक परिवर्तनाला पोषक अशा अनेक चळवळी त्यांनी सुरू केल्या. हरिजनसेवा ही त्यांतलीच एक फार महत्त्वाची प्रवृत्ती. राजकीय व्यासपीठावरून

पूर्वीच्या कुणाही पुढाऱ्याने हरिजनांच्या दुःखांचा आणि समस्यांचा इतक्या मूलग्राही पद्धतीने आणि अथांग आपुलकीने विचार केला नव्हता. पण शतकानुशतके अन्यायाला बळी पडलेल्या या दलित समाजाचा कैवार घेऊन गांधीजी पुढे सरसावले आणि कामाला लागले. सामान्य मनुष्याविषयी त्यांना वाटणारी ही आत्मीयता भारताच्या सामाजिक इतिहासात अपूर्व होती.

अपर्णादेवीच्या सिद्धार्थाची गोष्ट

बनारस हिंदू युनिव्हर्सिटीतल्या भाषणाप्रमाणेच त्यांची दुसरी एक आठवण सांगण्याजोगी आहे व चित्तरंजनदास यांच्या कन्या श्रीमती अपर्णादेवी यांनी डॉ. सुनीतीकुमार चटर्जी यांना सांगितलेली ही आठवण अशी आहे.

अपर्णादेवीचा पहिला मुलगा सिद्धार्थ. देशबंधुदास हे त्याचे आजोबा. त्यांनी आपल्या लाडक्या नातवाला नाना प्रकारच्या मौल्यवान अलंकारांनी नटविले होते. एकदा गांधीजी दासबाबूंना भेटावयाला त्यांच्या घरी आले. अपर्णादेवीनी आपल्या लाडक्या लेकाच्या अंगावर सारी बाळलेणी चढवली आणि गांधीजी व कस्तुरबा यांच्या आशीर्वादासाठी त्याला बाहेर आणले. गांधींनी सिद्धार्थाला वात्सल्याने उचलून घेतले. त्याच्याकडे पहात ते उद्गारले, ''लहान मुलांच्या सौंदर्याबाबत कुणाला काही कळत नाही हेच खरे,'' एवढे बोलून त्यांनी सिद्धार्थाला जवळच्या पलंगावर ठेवले आणि त्यांच्या अंगावरून एक एक दागिना उतरविण्याला सुरुवात केली. हे पाहून आपली नापसंती दर्शवीत कस्तुरबा उदगारल्या, ''हे काय चालविलंय तुम्ही? या गोड बाळाच्या अंगावरले दागिने काढून टाकणे किती निष्ठुरपणाचे आहे! छे! त्याच्या अंगावरच राहू देत ते,'' गांधीजी हसत उतरले, ''मी काय करतोय हे तुला समजलेलं दिसत नाही; जरा स्वस्थ बैस आणि नीट पहा.''

शेवटी सिद्धार्थाच्या अंगावर एकही दागिना उरला नाही. मग त्याच्याकडे पाहत गांधीजी म्हणाले, ''आता किती सुरेख दिसतो हा! जणू काही एखादा राजपुत्रच!'' मग अपर्णादेवीकडे वळून ते उद्गारले, ''हे सारे दागिने या मुलाच्या नावाने देणगी म्हणून मी हरिजन कार्याकरिता स्वीकारीत आहे. अपर्णा, आता तुझी दागिन्याची पेटी आण पाहू.'' अपर्णादेवींच्या डोळ्यांत अश्रू उभे राहिले. पण त्या मुकाट्याने आत गेल्या आणि आपल्या दागिन्याच्या दोन पेट्या आणून त्यांनी गांधीजींच्या पुढे ठेवल्या. गांधीजींनी त्या पेटीतले सर्व दागिने पाहिले. त्यांतले काही मोठे नग निवडून, त्यांनी त्यांचे वजन आजमावले. मग ते दागिने आपल्यापाशी ठेवून ते म्हणाले, ''अपर्णा, तू एका मोठ्या मनुष्याची मुलगी आहेस. हरिजनकार्याला मदत म्हणून तुझे हे दागिने मी घेत आहे. मला तुझं वचन हवंय. मी घेतलेल्या दागिन्यांच्या ऐवजी पुन्हा असले दागिने तू करवून घ्यायचे नाहीस. आहे

कबूल?'' अपर्णादेवींनी तसे वचन दिले; ते दिल्यावर ''आपल्या मनावरला एक फार मोठा अनामिक भार नाहीसा झाला,'' असे अपर्णादेवींनी नमूद करून ठेवले आहे.

सामान्य माणसाची भौतिक प्रगती आणि आत्मिक जागृती

दलित, पीडित आणि वंचित मानवतेबद्दल वाटणारे उत्कट ममत्व हा गांधीजींच्या आत्म्याचा स्थायिभाव होता. त्यामुळे आफ्रिकेत काय किंवा भारतात काय, त्यांनी ज्या ज्या चळवळी आणि उपक्रम केले त्यांचे त्यांचे मध्यवर्ती सूत्र एकच होते. - उपेक्षित आणि वंचित सामान्य मनुष्याचा उद्धार!

भारतीय स्वातंत्र्यांच्या चळवळीचे दोन तपांहून अधिक काळ त्यांनी नेतृत्व केले; पण राजकीय स्वातंत्र्य हे त्यांच्या दृष्टीने अंतिम साध्य नव्हते; या देशातल्या सामान्य मनुष्याचा सामाजिक, आर्थिक आणि सांस्कृतिक पुनर्जन्म घडवून आणण्याचे ते एक समर्थ साधन होते. मात्र हे सर्वस्पर्शी परिवर्तन केवळ बाह्य बदलांनी होणार नाही, सामान्य माणसाची सुप्त आंतरिक शक्ती जागृत व वृद्धिंगत करून तिच्या सहाय्याने हे परिवर्तन घडवून आणले पाहिजे, याचा त्यांना कधीच विसर पडला नाही. सर्व प्रकारच्या आत्यंतिक विषमतेमुळे सत्ताधाऱ्यांच्या, उच्चवर्णीयांच्या आणि धनसंपन्नांच्या पायदळी तुडवला जाणारा मनुष्य तसाच राहू नये म्हणून त्यांनी या सर्वांची पावले जशी रोखून धरली, तशी धुळीत पडलेल्या दुर्बल दलितांना स्वतःच्या हातांनी उठवून त्यांच्या अंगावरील धूळ त्यांनी झटकून टाकली; ताठ मानेने इतरांच्यापुढे उभे राहण्याची त्यांना दीक्षा दिली. भारतीय समाजातल्या अगदी तळाच्या मनुष्यालाही निर्भय, स्वावलंबी आणि जीवनसन्मुख करण्याचे जेवढे निकराचे प्रयत्न गांधींनी केले, तेवढे अन्य कोणीही केले असतील असे वाटत नाही.

सामान्य माणसाच्या आत्मबलावर साचलेला राखेचा थर दूर व्हावा, त्या राखेखाली विझत चाललेला स्फुल्लिंग मुक्तपणे चमकावा, त्या ठिणगीला ज्ञानाचे आणि चिंतनाचे वारे लागावे आणि हळूहळू फुलून तिच्यातून खरीखुरी माणुसकी असलेला आणि हक्क व कर्तव्य यांची सारख्याच भक्तिभावाने उपासना करणारा नवमानव निर्माण व्हावा ही गांधीजींची अंतरीची तळमळ होती. केवळ भौतिक समृद्धी माणसास समाधानी ठेवू शकणार नाही हे त्यांनी ओळखले होते. म्हणून एका बाजूने सामान्य मनुष्याच्या भौतिक प्रगतीसाठी आणि दुसऱ्या बाजूने त्याच्या आत्मिक जागृतीसाठी गांधीजी सतत धडपडत राहिले.

एका महामानवाचे ते भव्य स्वप्न होते!

ही धडपड पिढ्यान् पिढ्या चालू राहणे आवश्यक होते. कारण हा काही केवळ क्रांतीने आणि कायद्यांनी नवा समाज घडविण्याचा प्रयत्न नव्हता. दानव बदलू शकतो, त्याच्यातले पशुत्व पुन्हा वर डोके काढणार नाही, असे परिवर्तन त्यांच्यात होऊ शकते,

या दुर्दम्य श्रद्धेने प्रेरित झालेल्या एका महामानवाचे ते भव्य स्वप्न होते. असल्या स्वप्नांच्या साक्षात्काराने झपाटलेली माणसे इतिहासाला अज्ञात नाहीत. आपले स्वप्न सत्यसृष्टीत उतरावे म्हणून ही जगावेगळी माणसे जीवाचे रान करतात. गांधीजींनीही आयुष्यभर तेच केले पण आजच्या सर्वसामान्य मनुष्याकडे आपण पाहू लागलो तर गांधीजींनी वर्षानुवर्षे उराशी बाळगलेल्या स्वप्नांचा चक्काचूर झालेला दिसतो! गांधीजींच्या स्वप्नातला तो माणूस आज भारतातून अदृश्य झाला आहे!

आचार्य दादा धर्माधिकारी यांनी काही दिवसांपूर्वी एका व्याख्यानात 'गांधीजी ज्याचे राष्ट्रपिता होते ते राष्ट्र आज कोठे आहे?'' असा परखड प्रश्न विचारला होता. जीवनाच्या सर्वच क्षेत्रांत या दुःखद प्रश्नाचे प्रतिध्वनी पावलोपावली ऐकू येत आहेत. ब्रिटिश सिंहाच्या गर्जनेला भीक न घालणारा भारतीय सामान्य मनुष्य आज नाना प्रकारच्या जुन्या नव्या गंडांनी ग्रासला गेला आहे. त्याला जशी मध्यान्ह काळाची चिंता भेडसावते, तशी आपल्या कच्च्याबच्चयांच्या भवितव्याची काळजीही बेचैन करते. पारतंत्र्याच्या काळात ताठ मानेने तुरुंगात पाऊल टाकायला शिकलेला हा माणूस आज स्वराज्यात हुजरेगिरी आणि मुजरेगिरी, भ्रष्टाचार आणि काळाबाजार यांच्याशिवाय आपल्या स्थैर्याला दुसरा आधार नाही असे मानण्याइतका भ्रांतचित्त झाला आहे. टिळक-गांधीजींच्या काळात त्याच्या मनात लुकलुकणारी देशभक्ती आज विझून गेली आहे. त्याग आणि सेवा हे स्वातंत्र्यलढ्याच्या काळात देव्हाऱ्यातले देव होते; पण आज त्यांची किंमत दगडापेक्षा अधिक राहिलेली नाही! चार तपांपूर्वी दरमहा हजारो रुपये कमावणाऱ्या बॅ. चित्तरंजन दासांसारख्या कायदेपंडितांनी गांधीजींनी कोर्टावर बहिष्कार घालण्याचा आदेश देताच आपली वकिली सोडून दिली. ही गोष्ट आजच्या विशी-पंचविशीतल्या तरुणांना स्वप्नातले राज्यदानाचे वचन खरे करणाऱ्या हरिश्चंद्राच्या कथेइतकीच पौराणिक वाटली तर त्यात नवल कसले?

१९२० ते १९४७ हा गांधीजींच्या भारतातील कर्तृत्वाचा कालखंड, त्याची समाप्ती स्वराज्यप्राप्तीने झाली. पण या कालखंडात गांधीजींनी सामान्य मनुष्याच्या ठिकाणी जे चैतन्य निर्माण केले होते, जी सामाजिक धर्मबुद्धी जागृत केली होती, तिची स्थिती गेल्या वीस वर्षांत विझत चाललेल्या यज्ञकुंडाप्रमाणे झाली आहे. या कुंडातली राख अजून थोडी ऊन आहे, अधूनमधून ती अंगारा म्हणून लोकांना देता येते, एवढ्यावर बडी बडी माणसे संतुष्ट आहेत!

ते चैतन्य आज अस्तित्वात आहे काय?

शालिवाहनाने मातीच्या बाहुल्यातून लढवय्ये सैनिक निर्माण केल्याची लोककथा आहे. तिचा साक्षात्कार १९२० नंतरच्या काळात भारताला झाला. पोलिसाला घाबरणारी

माणसे निधड्या छातीने "झंडा उंचा रहे हमारा" हे गीत गात मिरवणुका काढू लागली, हसतमुखाने तुरुंगात गेली. अल्प शिक्षण घेतलेली आणि हातावर पोट अवलंबून असलेली बाबू गेनूंसारखी माणसे मातृभूमीच्या भक्तीने धुंद होऊन जीवाची कुरवंडी करायला सिद्ध झाली, विश्वविद्यालयाच्या उच्च परीक्षांत चमकलेली माणसे खादीविक्री आणि हरिजन सेवा यांच्यासाठी खेडोपाडी पायी फिरण्यात आनंद मानू लागली, "म्हणती स्त्रिया रणी जाऊ! त्यजिती मुले दिला खाऊ" अशा प्रकारचे तप्त धुंद वातावरण सर्व देशात निर्माण झाले. साहजिकच मातीचा थंड गोळा वाटणारा सामान्य मनुष्य धगधगू लागला, समाजाच्या पायातल्या विविध, अवजड, गंजलेल्या शृंखला आपल्याला तोडून टाकायच्या आहेत या नव्या भव्य स्वप्नाने तो भारला गेला. १९२० ची असहकारितेची चळवळ, १९३० ची मीठ सत्याग्रहाची चळवळ आणि १९४२ ची 'चलेजाव' ची चळवळ यांच्याशी ज्यांचा थोडा फार संबंध आला असेल, निदान जे या चळवळीचे सहृदय साक्षी असतील त्यांना आजकाल एक गोष्ट तीव्रतेने जाणवल्यावाचून रहात नाही, ती म्हणजे तया काळात सामान्य मनुष्यात निर्माण झालेले चैतन्य, एका विशाल ध्येयाचा त्याच्या जीवनाला झालेला परीसस्पर्श! ते चैतन्य आज अस्तित्वात आहे काय? या प्रश्नाचे प्रामाणिकपणाने उत्तर द्यायचे असेल तर गांधीजींनी ज्या मातीतून माणसे निर्माण केली, त्या मातीत ती पुन्हा मिसळून गेली आहेत हे मान्य केल्याशिवाय गती नाही! प्रभू रामचंद्रांनी आपल्या पदस्पर्शाने शिलारूप झालेल्या अहिल्येचा उद्धार केला अशी कथा आपण वाचतो. प्रभू रामचंद्र त्या वनातून निघून गेल्यावर अहिल्येची पुन्हा शिळा झाल्याचा विपरीत चमत्कार कोणत्याही रामायणात नमूद केलेला नाही! या देशात गेल्या वीस वर्षांत जे महाभारत घडले त्यात मात्र या विचित्र चमत्काराचे चित्र कुठे स्पष्ट दिसल्यावाचून रहात नाही.

नवा माणूस निर्माण व्हायला हवा.

गांधीजी नव्या माणसाची जी मूर्ती घडवायला निघाले होते, तिचे स्वरूप एकांगी नव्हते. या नव्या माणसाची स्वातंत्र्याची किंवा सुखाची कल्पना स्वत:पुरतीच मर्यादित असणे गांधींना मंजूर नव्हते. "ते स्वातंत्र्य खरे न फक्त अपुली जे तोडिते बंधने। अन्यांच्या पदशृंखलांस बघते निष्कंप ऐशा मने।" या ओळीत 'बी' कवींनी व्यक्त केलेली भावना त्यांना पूर्णपणे अभिप्रेत होती. माणसाचे राजकीय, सामाजिक, आर्थिक, वैचारिक, भावनिक असे तुकडे पाडणे म्हणजे त्याच्या आत्म्याचे तुकडे करण्यासारखे आहे, याची अत्यंत तीव्र जाणीव त्यांच्या ठायी सदैव जागृत होती. ही विविध अंगे असलेला मनुष्य मूलत: एकजीव आहे आणि म्हणून त्याच्या सर्व आविष्कारांत सुसंगती अवश्यमेव हवी, असा त्यांचा अट्टाहास होता. पारतंत्र्याच्या शृंखलांइतक्याच अस्पृश्यतेच्या बेड्या माणुसकीला मारक ठरतात. नवकोट नारायण आणि अठरा विश्वे दरिद्री यांच्यातल्या

भेदाइतकाच जातिभेद किंवा वंशभेद अमानुष आहे; म्हणून आता जो नवा माणूस निर्माण व्हायला हवा, त्याने सर्व प्रकारच्या विषमतेविरुद्ध बद्धपरिकर (सिद्ध) झाले पाहिजे, असे गांधीजींचे स्वप्न होते.

गांधींनी देशाला अनेक चांगल्या प्रेरणा आणि प्रवृत्ती दिल्या. पण त्यांतली सर्वात मोठी देणगी म्हणजे सामाजिक धर्मबुद्धीची जाणीव ही होय. जगप्रसिद्ध इतिहासकार टॉइन्बी याने असे म्हटले आहे की कोणत्याही राजकीय तत्त्वज्ञानाने मनुष्याचे जीवन सुखी होणार नाही, त्याच्या ठिकाणी जी सुप्त धर्मबुद्धी असते आणि जिच्यामुळे तो भोवतालच्या जगाचा स्नेहशील घटक बनतो. तिचा विकास हाच यापुढे स्वार्थ, संघर्ष, असंतोष आणि महायुद्धे यांच्या काळ्याकुट्ट छायेत वावरणाऱ्या माणसाला खराखुरा दिलासा देऊ शकेल.

स्वातंत्र्योतर काळात या सामाजिक धर्मबुद्धीचे परिपालन आपल्याकडून झाले काय, हा खरा प्रश्न आहे. ही धर्मबुद्धी जागती ठेवणे हे जसे गांधीजींच्या कर्तृत्वाची फळे चाखणाऱ्या त्यांच्या छोट्या-मोठ्या अनुयायांचे काम होते, तसेच गांधीजींच्यामुळे ज्याला जीवनातल्या चैतन्याचा आणि मांगल्याचा साक्षात्कार घडला त्या सामान्य मनुष्याचेही कर्तव्य होते. पण काही अपवाद वगळता सामाजिक धर्मबुद्धीच्या बाबतीत या दोन्ही वर्गांनी गांधींना दगा दिला, असेच प्रचलित वैफल्यावरून वाटते.

याचा अर्थ या देशात गेल्या वीस वर्षात प्रगतिपर असे काही घडले नाही असे नाही. सामाजिक विकासाच्या पाश्चात्त्य मोजमापांनी पाहिले तर आपण बरीच धडपड केली आहे. आकडेशास्त्राच्या आधारेच बोलायचे असेल तर गेल्या वीस वर्षांची वकिली करणे सोपे आहे. साक्षरता इतकी वाढली, दरडोई उत्पन्न अमुकपट झाले आहे. कुटुंब नियोजनावर इतके कोटी रुपये खर्च होत आहेत, इत्यादी तपशील खुलासेवार खुलवून सांगायला चतुर वक्त्याची जरूर आहे असे नाही.

ही समृद्धीची गंगा तळाच्या तहानलेल्या भूमीपर्यंत पोहचली आहे काय?

हा तपशील कुणीही अमान्य करणार नाही. शतकानुशतके विज्ञानाकडे पाठ फिरवून बसल्यामुळे आपण साध्यासुध्या गरजांच्या बाबतीतसुद्धा करंटे बनून गेलो होतो. स्वातंत्र्य मिळाल्यावर आपण विज्ञानसन्मुख झालो. त्याच्या सहाय्याने भौतिक समृद्धी निर्माण करण्याच्या मार्गाला लागलो. या प्रयत्नांत द्रष्टेपणाच्या अभावी काही दोष निर्माण झाले असतील, इथली माती, इथला माणूस, इथल्या शक्ती आणि इथल्या मर्यादा यांचा विचार जसा व्हावा तसा झाला नसेल, औद्योगिक शक्ती ही एक प्रचंड राक्षसी शक्ती आहे. अल्लाउद्दिनाच्या दिव्याप्रमाणे ती क्षणार्धात राजवाडा निर्माण करू शकते, पण या राक्षसी शक्तीच्या जबड्यात सापडलेला मनुष्य एका अजस्त्र यंत्रातला अनामिक खिळा बनून जातो, भावनिक जीवनाला पारखा होतो, शरीरसुखे हात जोडून पुढे उभी असूनही

त्याचे मन एका भयानक पोकळीत फडफडत राहते, इत्यादी गोष्टींकडे आवश्यक तेवढे लक्ष दिले गेले नसेल. हे सारे एक वेळ स्वाभाविक मानता येईल. कारण यांतले अनेक प्रश्न आजच्या भारताचे नसून उद्याच्या भारताचे आहेत, मूलत: ते साऱ्या जगाचेच आहेत!

पण ही भौतिक समृद्धीची धडपड सुरू असताना गांधीजींनी जागृत केलेली सर्वसामान्य मनुष्याची सामाजिक धर्मबुद्धी उजळ आणि निर्मळ राहिली आहे काय? का त्या ज्योतीने काजळी धरली आहे? दैनिके वाचताना, सभासंमेलनाचे कार्यक्रम पाहताना आणि सर्व क्षेत्रांतल्या पुढाऱ्यांची भाषणे ऐकताना सर्वत्र आबादीआबाद आहे असा भास होतो! गांधीजींना अभिप्रेत असलेल्या सामाजिक धर्मबुद्धीचा अंकुर उगवला तोच करपून गेला याची खंत कुणाला वाटत असलेली आढळत नाही. पण सार्वजनिक भाषणे, दर्शन, प्रदर्शने ही रंगमंचावरील नाटके असतात हे लक्षात घेऊन दैनंदिन सामाजिक जीवनाचे, संभाषणाचे, मनोगतांचे आणि स्थित्यंतरांचे आपण निरीक्षण करू लागलो तर काय अनुभव येतो? साक्षरता झपाट्याने वाढत आहे. *शिक्षणप्रसाराला भरती आली आहे. पण शहरी व ग्रामीण समाज सुसंस्कृत होत असल्याची चिन्हे मात्र कुठेच दिसत नाहीत! पदवीधरांच्या कारखान्यातून भरपूर माल बाहेर पडत आहे, पण ज्ञान विज्ञानाच्या आणि कला शास्त्रांच्या उपासनेत गढून गेलेले तरुण दुर्मीळ आहेत. बौद्धिक आणि सांस्कृतिक क्षेत्रातली शिखरे गाठण्याकरता जीवाची कुरबानी करणारे शोधूनही मिळणे मुष्किल आहे. दरडोई वार्षिक उत्पन्न वाढले हे खरे! पण वाढती महागाई लक्षात घेता सामान्य मनुष्याचे जीवनमान उंचविण्याची शक्ती या आकड्यांच्या मायाबाजारात आहे काय?* देशात निर्माण झालेली समृद्धीची गंगा सामाजिक तळाच्या तहानलेल्या भूमीपर्यंत जाऊन पोहचली आहे काय? या किंवा अशा प्रकारच्या अनेक प्रश्नांची उत्तरे उघड आहेत. डॉ. राममनोहर लोहियांसारख्या दलितांच्या झुंजार कैवाऱ्यांनी ती पूर्वीच परखडपणे व्यक्त केली आहेत!

गांधीजींना समाजाचे तसेच व्यक्तीचेही परिवर्तन हवे होते.

दुसऱ्या एका बाजूने गांधीजींना अभिप्रेत असलेल्या सामाजिक धर्मबुद्धीचा विचार करता येईल. स्वातंत्र्यपूर्वकाळातले शिक्षक, डॉक्टर, वकील, व्यापारी, पत्रकार, साहित्यिक, कलावंत इत्यादिकांच्या जीवनक्रमात देशभक्तीच्या भावनेचे जे सहजस्फुरण दृग्गोच्चर होत असे ते आजकाल दुर्मीळ का व्हावे? आजच्या गरिबांच्या जगात अमृताहूनही दुष्प्राप्य झालेले तूप आपल्या पोळीवर ओतून घेण्याची अहमहमिका जुने श्रीमंत आणि नवे धनिक यांच्यामधे किळसवाण्या रीतीने का प्रगट होत आहे? काटेकोर कायदे होऊनही ठिकठिकाणी हरिजनांचा अमानुष छळ होत असल्याच्या वार्ता कानावर का पडतात.? स्वातंत्र्योत्तर काळात श्रीमंत अधिक श्रीमंत झाले आणि बहुसंख्य गरीब अधिक गरीब झाले हे सिद्ध करायला अर्थशास्त्रज्ञ कशाला हवेत? लोकशाही समाजवादाचे ढोल आणि

गांधीजींच्या राष्ट्रपितृत्वाचे नगारे कानीकपाळी बडविले जात असताना आर्थिक विषमतेची दरी अधिक रुंद आणि अधिक खोल का होत आहे?

भरतीच्या वेळी समुद्राचा किनारा अवखळपणाने पुढे धावणाऱ्या आणि फेसाळत फुटणाऱ्या लाटांनी भरून जातो. जिकडे तिकडे पाणीच पाणी दिसू लागते. पण ओहोटी सुरू झाली की हे सुंदर, उत्साहवर्धक दृश्य पार पालटून जाते! समुद्राचे पाणी मागे हटू लागते. किनाऱ्याचा रुंद पट्टा उघडा पडल्यामुळे भकास भासू लागतो. भरतीच्या पाण्याने लपविलेल्या किनाऱ्यालगत लहान मोठे खडक उघडे पडून या दृश्याच्या उदासपणात भर घालतात. किनाऱ्यावर पाचोळा आणि इतर घाण इतस्तत: पडलेली दिसते. नकळत हे सर्व प्रेक्षकाला निरुत्साही बनविते.

आजची भारतीय मनुष्याची परिस्थिती आणि मन:स्थिती यांचे जे चित्र दिसते, ते या ओहोटीच्या दृश्यासारखेच आहे काय?

जीवनाची सामाजिक आणि आर्थिक बांधणी परंपरागत मार्गापेक्षा अत्यंत भिन्न पद्धतीने सुरू झाली आहे. या नावीन्यात आजच्या विफलतेचा उगम असेल काय? इमारत बांधली जात असताना डोळ्यात भरत नाही. ती वेडीवाकडी, ओबडधोबड भासते. रंगरंगोटी करून पूर्ण स्वरूपात ती समोर उभी राहिली म्हणजे सुंदर वाटते. आज सर्वसामान्य माणसाचे मन निरुत्साही आणि जीवन प्रवाहपतित झाले आहे. याचे मूळ संक्रमणाच्या वेगातून असू शकेल काय?

गांधीजींच्या स्वप्नांतला हा नवा भारतीय माणूस का गुप्त झाला?

गांधीजींना जसे समाजाचे तसेच व्यक्तीचेही परिवर्तन हवे होते. देशाच्या राजकीय घडीप्रमाणे त्याची आर्थिक शैक्षणिक, सामाजिक आणि सांस्कृतिक घडीही निराळ्या पद्धतीने बसविण्याचे स्वप्न त्यांनी सतत उराशी बाळगले होते. त्या दिशेने त्यांनी विविध उपक्रम सुरू केले होते. पण सर्व प्रकारच्या विषमतेपासून अलिप्त असलेले परिवर्तन हवे असेल, तर त्याला आधारभूत असलेल्या मूल्याची प्राणपणाने जपणूक करणारा मनुष्यही निर्माण झाला पाहिजे, हे ते पुरेपूर जाणून होते. त्या दृष्टीने त्यांनी केलेले प्रयत्न अल्पप्रमाणात का होईना, यशस्वी होत असल्याचा भास होत होता. पण १९४८ नंतर गांधीजींच्या स्वप्नातला हा नवा भारतीय माणूस एकाएकी गुप्त झाला. तो खरोखर अस्तित्वातच आला नव्हता काय, ही शंका आज अनेकांना बेचैन करीत आहे की प्रखर उन्हात मृगजळाचा भास व्हावा त्याप्रमाणे गांधीजींच्या तेजस्वी व्यक्तिमत्त्वामुळे त्यांच्या शिकवणुकीच्या कक्षेत आलेली माणसे त्या काळापुरतीच बदलली होती?

या शेवटच्या प्रश्नातून एक मूलभूत प्रश्न डोळ्यांपुढे उभा राहतो. वासना आणि विकार यांचे अस्तित्व ही माणसाची प्रकृती आहे. जागृत आत्मशक्तीचे लेणे लाभलेल्या

निवडक व्यक्ती या प्रकृतिधर्मावर विजय मिळवू शकतात, पण सर्वसामान्य माणसाचे अंतरंग गांधीजींना हवे होते, तसे बदलणे शक्य आहे काय? संत, प्रेषित, क्रांतिकारक आणि मांगल्याचे उपासक हे स्वभावत:च स्वप्नाळू असतात. निर्दोष मानवी संस्कृतीचे एक रम्य, भव्य स्वप्न त्यांच्या डोळ्यांपुढे तरळू शकते. ''ईशावास्यमिदं सर्वम्'' हे अधिकारवाणीने सांगणाऱ्या वैदिक ऋषींनी हे स्वप्न पाहिले होते! बुद्ध - ख्रिस्त आणि ज्ञानेश्वर - कबीर यांच्या प्रज्ञेलाही त्याचे दर्शन झाले होते. अगदी अलीकडच्या काळात टॉलस्टॉय - टागोरांसारखे प्रतिभावंत या स्वप्नाच्या ध्यासाने धुंद झालेले आपण पाहिले आहेत. दैनंदिन क्रियाशील जीवनात गांधीजी याच स्वप्नाचा मागोवा घेत राहिले. त्यांच्या हयातीत हे स्वप्न वास्तवाच्या कुशीत विसावण्याकरता येत आहे, असा गोड भास लक्षावधी लोकांना झाला.

पण गेल्या वीस वर्षांतला प्रत्यक्ष अनुभव अगदी निराळा आहे. भारतीय संस्कृती आणि गांधीजींची शिकवण ह्या दोन तटांमधून वाहू लागलेली ही निर्मळ स्वप्नसरिता अवघ्या दीड तपात पूर्णपणे गढूळ होऊन जाईल, ज्या मूल्यांपुढे पिढ्यान्‌पिढ्या लोक नतमस्तक होत होते ती सर्व हां हां म्हणता पायदळी तुडविली जातील, *त्याग आणि सेवा या मंत्रांचे पठण जिथे सुरू होते, तिथे भोग आणि स्वार्थ यांच्या नंग्या नाचाला टाळ्या पडत राहतील, भ्रष्टाचार आणि काळाबाजार ही जीवनाची अविभाज्य अंगे हेऊन बसतील, असे भविष्य १९४७ पूर्वी कुणी वर्तविले असते, तर त्याची नि:संशय वेड्यात गणना झाली असती.*

आंतरिक प्रकाशाची पूजा

मात्र आज सभोवतालचे दाहक वास्तव करुणरवाने एकच गोष्ट सांगत आहे ती ही की गांधीजींच्या काळात भारतीय मनुष्याचे अंतरंग बदलत आहे, असे जे दृश्य दिसत होते, तो केवळ एक भास होता! ''मनुष्याच्या अंतरंगात नेहमीच एक पशू दबा धरून बसलेला असतो.'' असे शोपेनहारने म्हटले आहे. भारतीय मनातल्या या पशूला काही काळ माणसाळविण्याचे काम गांधींनी केले. पण स्वातंत्र्य मिळून सत्ता आणि संपत्ती यांची प्रलोभने पुढे येताच त्या पशूचा हिंस्रपणा पूर्णत्वाने जागा झाला!

माणसातले पशुत्व आणि माणुसकी यांचा हा संघर्ष सनातन आहे. त्याचे अस्तित्व प्रत्येक व्यक्तीने आणि प्रत्येक पिढीने मान्य केले पाहिजे. हे अस्तित्व हेच एका दृष्टीने संस्कृतीचे उगमस्थान आहे. आजची मानवी संस्कृती शतकानुशतके समर्थ सज्जनांनी केलेल्या उग्र तपश्चर्येचे फळ आहे. माणसाची प्रकृती आणि मानवी संस्कृती यांच्यामधल्या संघर्षाचे सूत्र कालमानानुसार बदलले, तरी तो संघर्ष जसा अनादी तसाच अनंत आहे. शिवाय हीही गोष्ट लक्षात ठेवली पाहिजे की कोणतीही नवी संस्कृती चटकन् समाजाच्या

पचनीं पडत नाही. तिचा जेवढा अंश सर्वसामान्य माणसाच्या प्रकृतीमध्ये मिसळून एकरूप होतो, तेवढाच समाज परिवर्तनाला पोषक ठरतो.

गांधीजींच्या मागून तितक्याच समर्थपणाने सामाजिक धर्मबुद्धीची बीजे जनमनात फुलवीत रहाणारा प्रभावी नेता भारताला मिळाला असता तर आज अगतिक झालेल्या आपल्या सामाजिक मनाची ही दुर्दशा कदाचित टळली असती. पण इतिहास उच्चरवाने नेहमीच सांगत आला आहे. ''सारे महापुरुष एकाकी असात! त्यांना त्यांच्या तोडीचे वारस कधीच लाभत नाहीत. महामानवांची परंपरा अखंडित राहणे नियतीला मंजूर नाही.''

ते काहीही असो! ज्या सामान्य मनुष्यावर गांधीजींनी जीवापाड प्रेम केले, त्यांनी सभोवताली पसरलेल्या दाट धुक्यातही आकाशात सूर्य प्रकाशत आहे ही गोष्ट लक्षात ठेवली पाहिजे. तत्कालिक सुखाच्या हव्यासाने उफाळून येणाऱ्या मनोविकारांचा माणूस गुलाम झाला, तर या यांत्रिक युगात तो आपला आत्मा पूर्णपणे गमावून बसेल! ज्या समाजाला श्रेष्ठ प्रकारचे नैतिक अधिष्ठान असते, तिथेच असामान्याप्रमाणे सामान्यांनाही समृद्धी आणि शांती यांचा लाभ होण्याची शक्यता अधिक असते. नैतिक मूल्यांचे परिपालन ही गांधीजींच्या दृष्टीने सर्व मानवी व्यवहार सुखप्रद होण्याची गुरुकिल्ली आहे म्हणून भोवताली दिसणाऱ्या विपरीत दृश्यांनी मन गोंधळू न देता गांधीजींनी दिलेला मूल्यांच्या जपणुकीचा वारसा यथाशक्तिसंभाळणे हे प्रत्येक सामान्य मनुष्याचे कर्तव्य आहे.

यासाठी त्याला अंतर्मुख व्हावे लागेल, त्याग करावा लागेल, सामाजिक धर्मबुद्धीच्या ध्रुवताऱ्यावर दृष्टी ठेवून आपली जीवननौका हाकारावी लागेल. कठोर कायद्यांनी किंवा रक्तरंजित क्रांतीने समजाचे बाह्यरूप बदलते, पण त्याचे अंतरंग तसेच रहाते. विज्ञानाचे राक्षसी सामर्थ्य आणि यंत्रयुगामुळे निर्माण होणारी भावनांची शुष्कता यांच्या कात्रीत सापडून मानवी आयुष्य हे केवळ जंतूचे जीवन होऊ नये असे ज्याला ज्याला वाटत असेल, त्याने त्याने सामाजिक धर्मबुद्धीशिवाय मानवाला यापुढे दुसरा तरणोपाय नाही, हे लक्षात ठेवले पाहिजे. भारतीय मन गेल्या वीस[१] वर्षांत ज्या आंतरिक प्रकाशाच्या पूजेला अंतरले आहे, त्याचा या गांधी जन्मशताब्दीच्या वर्षात[२] आपण सर्वांनी पुन्हा शोध केला पाहिजे, हा प्रकाशच आजच्या असुरक्षित जगात सामान्य मनुष्याचा खराखुरा आधार होऊ शकेल.

१, २ : हा लेख १९६९ साली 'धरती' या विशेषांकात प्रसिद्ध झालेला असल्याने त्या काळानुसार आलेले संदर्भ.

॥२॥

अलीकडेच तरुण पिढीच्या काही प्रतिनिधींशी मनमोकळेपणाने गप्पा गोष्टी करण्याचा योग आला. हे सारे विद्यार्थी होते. पदवीधर झालेले आणि पुढील विद्याभ्यासात व सामाजिक सुखदु:खांत रस घेणारे, पंख फुटलेल्या पिलांनी घरट्याबाहेर पडून सभोवताली पसरलेल्या अफाट विश्वाचं निरीक्षण करू लागावं त्याप्रमाणं आजच्या कडू गोड जीवनाचा अनुभव घेणारे आणि त्याचा अन्वयार्थ लावण्याचा प्रयत्न करणारे असे हे तरुण होते.

बोलता बोलता तरुण पिढीच्या सध्याच्या वैफल्याच्या मुळाशी कोणकोणती कारणे आहेत हा विषय निघाला. आपल्या मनातील सारी शल्यं त्यांनी सांगावीत म्हणून ती थोडक्यात शब्दबद्ध करण्याची मी त्यांना विनंती केली. आढेवेढे न घेता त्यांनी आपले टिपण माझ्याकडं दिलं.

या तरुण अंत:करणांना सलणाऱ्या अनेक शल्यांपैकी एक त्यांच्याच शब्दांत सांगतो. ‘‘केवळ तात्त्विक चर्चा करणारे पण ती तत्त्वे आचरणात न आणणारे मागच्या पिढीतले लोक, विशेषत: केवळ भाषणबाजी करणारे गांधीवादी आम्हाला भेटतात. त्या वेळी आम्हाला त्यांच्याविषयीच नव्हे तर त्यांच्या तत्त्वज्ञानाविषयी आणि पर्यायानं गांधींविषयी घृणा निर्माण होते.’’

गांधी जन्मशताब्दीचे समारंभ आता सर्वत्र साजरे होत असताना सुबुद्ध आणि सुशिक्षित तरुणांच्या तोंडून ‘‘आम्हाला गांधीविषयी घृणा वाटते.’’ असे शब्द निघावेत याचं मला जितकं आश्चर्य वाटलं तितकंच दु:ख झालं. स्वभावत: मी व्यक्तिपूजक नाही. विभूतिपूजेच्या प्रथेमुळे भारतातल्या सामान्य मनुष्याचं मनं खुरटं राहिलं आहे याची जाणीव मला आहे. त्यामुळं टिळक – गांधी असोत अथवा गेल्या दीडशे वर्षांत आपल्या देशात होऊन गेलेले इतर थोर पुरुष असोत, त्यांच्याविषयी माझ्या मनात अत्यंत आदर असला तरी अंधभक्ती मात्र मुळीच नाही. प्रत्येक महापुरुषाचं जीवन भविष्यकालावरच्या निकषांवर घासलं गेल्यानंतर मगच त्यात सोनं किती आणि हीण किती हे कळू शकतं; हे सत्य मला अपरिचित नाही. पण गांधीजींच्या अभूतपूर्व कर्तृत्वाच्या काळात विशीपासून पन्नाशीपर्यंत माझं आयुष्य गेलं. साहजिकच, या तरुणांच्या मनातली गांधीजींविषयीची अप्रीती (घृणा हा शब्द त्यांनी अनवधानानं वापरला असावा असं मी समजतो) चटकन् समजावून घेणं मला कठीण गेलं.

या तरुण मंडळींचा हा राग पूर्वग्रहदूषित नव्हता. ज्याचं जळतं त्याला कळतं हे मनाला जाणवण्याइतकी त्यांच्या अंतरींची व्यथा स्पष्ट दिसत होती.

मी त्यांच्या आक्षेपांचा विचार करू लागलो. पहिला प्रश्न होता गांधीवादाचा. त्याचं उत्तर गांधीजींच्या शब्दांत देणं फार सोपं काम आहे. गांधीवाद म्हणून एक स्वतंत्र

तत्त्वज्ञान आहे हे खुद्द गांधींनाच मान्य नव्हतं. त्यांचं म्हणणं एका दृष्टीने अगदी बरोबर आहे. गांधीजींची विचारप्रणाली भारतीय संस्कृतीला आधारभूत असलेल्या तत्त्वांशी मिळती जुळती आहे; इतकंच नव्हे तर, विविध धर्मांतल्या मध्यवर्ती शिकवणुकीशीही तिचं अगदी जवळचं नातं आहे, 'धर्मादर्थश्च कामश्च सधर्मः किं न सेव्यते' (धर्मापासून अर्थ आणि काम या दोहोंचाही लाभ होतो, असं असून, धर्माचा अवलंब मानव का करीत नाही?) हा व्यासांचा आर्त आक्रोश विसाव्या शतकातल्या गांधींच्या तोंडीही शोभून दिसतो यात शंका नाही.

व्यक्तिजीवनाची कोंडी फोडून धर्मबुद्धीनं दैनंदिन सामाजिक जीवनात प्रवेश केला पाहिजे, म्हणून गांधींनी आमरण जीवाचं रान केलं. त्यांच्या शिकवणुकीचा आत्मा विश्वात्मक धर्मबुद्धी हाच आहे. या धर्मबुद्धीभोवती परिस्थितीला अनुरूप अशा नानाविध चळवळी त्यांनी उभ्या केल्या. या चळवळींच्या अनुषंगानं जे कर्मकांड निर्माण झालं, तेच त्यांच्या अनेक अंध अनुयायांनी गांधीवाद म्हणून उराशी कवटाळलं. प्रत्येक धर्माच्या बाबतीत दुर्दैवानं असंच घडत आलं आहे. मग बिचारी गांधींची धर्मबुद्धी तरी त्याला अपवाद कशी होणार? हा हा म्हणता गांधीवादाचा गंडा बांधणारे खरेखोटे शिष्य निघाले. ज्यांना जमले त्यांनी आपले मठ स्थापन केले – देवळं बांधली. साहजिकच पुजाऱ्यांची वर्दळ वाढली. नैवेद्याची अडचण पडू नये म्हणून सर्वप्रकारची दक्षता घेण्यात येऊ लागली. काहींनी श्रद्धेनं, अनेकांनी प्रवाहपतित म्हणून आणि पुष्कळांनी लाभ उठविण्याच्या उद्देशानं, निर्जीव गांधीवादाच्या धुपारत्या – काकडआरत्या तार स्वरात म्हणायला सुरुवात केली. हे जे विपरीत घडलं, त्याचा दोष गांधींना किंवा त्यांच्या शिकवणुकीला देणं हे अतिशय अन्यायाचं होईल. असा दोष देण्यानं संन्याशाला चोर म्हणून सुळी देण्याचं क्षणिक समाधान लाभेल; पण खरे अट्टल चोर चोऱ्या करायला मोकळेच राहतील.

त्या विद्यार्थ्यांच्या अप्रीतीचं दुसरं लक्ष्य होतं गांधीजींच्या तत्त्वज्ञानाची पोपटपंची करीत रहाणारे कार्यकर्ते. सर्व गांधीवादी कार्यकर्त्यांवर हा आरोप करता येणार नाही, हे माझ्या तरुण मित्रांना समजावून सांगणं सोपं आहे. विनोबा, जयप्रकाश यांसारख्यांची नुसती नावं घेतली किंवा भूदान – ग्रामदान यांसारख्या चळवळींचा उल्लेख केला तरी, या आरोपातली अतिव्याप्ती सहज लक्षात येईल. मात्र एक गोष्ट कबूल केलीच पाहिजे – गांधीजी होते तोपर्यंत त्यांच्या– सर्वसामान्य अनुयायांमध्ये सामाजिक परिवर्तनाची जी सक्रिय तळमळ होती, ती गांधीजींच्या मृत्यूनंतर फार लवकर संपुष्टात आली. जनतेच्या सुखदु:खांशी सहृदयतेनं संपर्क साधणारे, तिच्या मोडक्या–तोडक्या जीवनात मिसळून जाऊन ते अधिक विशुद्ध व समृद्ध करण्यासाठी धडपड करणारे, परार्थ हाच परमार्थ आहे या भावनेनं सेवेचं एक लहानसं क्षेत्र निश्चित करून, त्यात अखंड काम करीत राहणारे गांधीवादी कार्यकर्ते गेल्या वीस वर्षांत दुर्मीळ होत गेले. दिल्लीपासून गल्लीपर्यंत जो तो

सोयीस्करपणे गांधीचं नाव वापरू लागला. ते नाव हे एक चलनी नाणं बनलं. १९४७ पूर्वी हे नाणं अस्सल सोन्याचं होतं. स्वार्थी लोकांनी त्यातलं सोनं नाहीसं करून ते नाणं कथलाचं बनवलं आहे.

असं होण्याची कारणं अनेक आहेत. ती फार गुंतागुंतीची आहेत. त्या सर्वांची मीमांसा इथं करणं अप्रस्तुत होईल. मात्र, एका कारणाचा आवर्जून उल्लेख केला पाहिजे. मानवी जीवनाचा ओघ कोणत्या दिशेनं वाहात आहे, भारतीय माणसाचं मन किती झपाट्यानं बदलत आहे, याची फिकीर न करता केवळ गांधीजींना प्रिय असलेल्या तत्त्वांचा पुन्हापुन्हा उच्चार करून यापुढे काम भागणार नाही. प्रत्येक महापुरुषाचा त्याच्या शिकवणुकीची फोलं पाखडीत बसणाऱ्या शिष्य-प्रशिष्यांकडून पराभव होतो अशी इतिहासाची साक्ष आहे. तो अनुभव गांधींनाही घ्यावा लागला. गांधींच्या या पराभवाचं कारण भारतीय सामाजिक मनाच्या दुबळ्या आणि निष्क्रिय आदर्श पूजेतच सापडेल. कुठल्याही क्रांतिकारी तत्त्वज्ञानाचा आपण जयजयकार करतो; पण ते तत्त्वज्ञान आचरणात उतरविण्याची वेळ आली म्हणजे, त्यातल्या सळसळणाऱ्या चैतन्याकडं आपण पाठ फिरवतो आणि प्रेतं शृंगारावीत त्याप्रमाणं त्यातल्या कर्मकांडाचं आम्ही स्तोम माजवीत सुटतो.

डॉ. राममनोहर लोहिया यांनी भारतातल्या मार्क्सवादाविषयी जे लिहिलं आहे, तेच कमी अधिक प्रमाणात इथल्या गांधीवादालाही लागू पडेल. डॉ. लोहिया म्हणतात, ''मार्क्सवादी विचारसरणीची दोन मुख्य अंगं आहेत. पहिलं, अर्थव्यवस्था बदला म्हणजे सारं काही बदलेल. भाषा, जातिप्रथा, नैतिकता आदीसंबंधींचे सारे प्रश्न सुटतील. दुसरे, अर्थव्यवस्था बदलण्यासाठी वैयक्तिक मालकीच्या उत्पादक साधनांचा व संपत्तीचा नाश करणं जरूर आहे. तसंच, त्याकरता यंत्रविज्ञान व औद्योगीकरण आवश्यक आहे. क्रांतिकारी मार्क्सवादी व्यक्तिगत, उत्पादक संपत्तिसाधनांच्या विनाशाला महत्त्व देतो. हे क्रांतिकारक कार्य करीत असताच भाषादी प्रश्नही क्रांतिकारक पद्धतीनं सोडवितो. षंढ मार्क्सवाद अशी समजूत करून घेऊन बसतो की, विज्ञानीकरण आणि उद्योगीकरण केलं की, आर्थिक व्यवस्था बदलेल. आणि आपोआप बाकी सारे प्रश्न सुटतील. स्वातंत्र्योत्तर भारताने धड गांधीवादाला आपले गुरू केले नाही; की क्रांतिकारी मार्क्सवाद स्वीकारला नाही. फक्त षंढ मार्क्सवाद त्याने पत्करला.''- ('जनमनगण' पृ. २८)

डॉ. लोहियांनी मार्क्सवादाचे जे दोन वर्ग कल्पिले आहेत. तसेच गांधीवादाचेही क्रांतिकारी गांधीवाद आणि भोंगळ गांधीवाद असे दोन स्वच्छ भेद पडतात. गांधीवादाचे क्रांतिकारकत्व १९४७ पर्यंत जनतेला जाणवत होतं; पण गांधींच्या देहावसानानंतर तो ज्वलंत स्फुलिंग हां हां म्हणता विझला. सर्वसामान्य माणसाच्या दृष्टीने गांधीवाद तरुण पिढीला आकृष्ट करील हे शक्यच नव्हतं. एखाद्या संताच्या समाधीपाशी भलीमोठी जत्रा

भरावी, पण कुणालाही त्या संतांच्या शिकवणुकीचे स्मरण असू नये, फक्त त्या जत्रेच्या निमित्ताने भरलेल्या बाजाराची चलती व्हावी, असा काहीसा प्रकार गेल्या वीस वर्षांत वाढत गेला. मार्क्सवादाचा सारा रोख ज्याप्रमाणं उत्पादनाची साधनं आणि त्यांच्याद्वारे निर्माण होणारी संपत्ती यातून खास व्यक्तिगत हक्क नाहीसे करण्यावर आहे, त्याप्रमाणं गांधीवादाचं मुख्य लक्ष व्यक्तिमनाचं उद्बोधन, सामाजिक मनाच्या संवेदनशीलतेचं संवर्धन आणि या दोन्हींच्याद्वारे चिरकालिक होऊ शकेल असे सामाजिक परिवर्तन या गोष्टी आहेत. गांधीजींना नवा मनुष्य घडवायचा होता. समाजासाठी व्यक्तीनं जाणीवपूर्वक त्याग करायला शिकले पाहिजे हे या परिवर्तनाच्या प्रक्रियेचे पहिले सूत्र आहे. मार्क्सला समाजरचना आमूलाग्र बदलायची होती. गांधींनाही समाजव्यवस्थेत मूलभूत बदल हवे होते; पण मार्क्सचा मुख्य रोख आहे भौतिक परिवर्तनावर. उलट गांधीजींची श्रद्धा आहे आत्मिक परिवर्तनावर. रक्तरंजितक्रांतीनं भौतिक परिवर्तन घडवता येतं; पण आत्मिक परिवर्तनात अभिप्रेत असतो तो मनुष्याच्या स्वभावातला बदल– जीवनाकडं पाहण्याच्या त्याच्या दृष्टिकोनातला पालट, तोही केवळ वरवरचा नव्हे, अगदी आतून उचंबळून आलेला. संस्कृतीच्या पातळीवर स्थिर होणारा. अशा परिवर्तनाकरता पिढ्यान् पिढ्या मनुष्य ज्या संस्कारात वाढला त्यांच्याहून अगदी भिन्न असे संस्कार त्याच्यावर करावे लागतात. नवा समाज अस्तित्वात आला म्हणजे, नवा मानव निर्माण होईल ही मार्क्सची कल्पना. ती वास्तवाशी कितपत सुसंगत आहे याचं उत्तर रशिया, चीन वगैरे साम्यवादी राजवटीतल्या सामान्य मनुष्याचं आंतरिक जीवन देऊ शकेल.

क्रांतिकारी गांधीवाद आपल्या देशात गेल्या वीस वर्षांत अस्तित्वात असता तर, नवा मानव घडविण्याच्या गांधीजींच्या स्वप्नाला वास्तवाचा निकष लावून त्याचं मूल्यमापन करता आलं असतं. पण तशा प्रकारचे प्रयत्न शासनाकडून आणि जनतेकडून मोठ्या प्रमाणात मुळीच झाले नाहीत. साहजिकच, आजच्या तरुण पिढीला ज्याचं दर्शन घडतं तो गांधीवाद कोणत्याही बाजूनं जवळचा वाटू नये यात अस्वाभाविक असं काय आहे? यांत्रिकीकरण व औद्योगिकीकरण यांच्याद्वारे येणाऱ्या समृद्ध जीवनाची अंधुक स्वप्नं तरुण पिढीला आकृष्ट करीत आहेत. या स्वप्नांचं क्रांतिकारी गांधीवादाशीसुद्धा जिथं जवळचं नातं नाही, तिथं निर्जीव गांधीवादाला कोण धूप घालणार?

क्रांतिकारी गांधीवाद म्हणजे मानवाला नव्या उच्च संस्कृतीच्या पातळीवर नेण्याचा प्रयत्न. मनुष्यस्वभाव मूलत: स्वार्थी आहे. तो संपूर्णत: बदलता येईल का? हा या बाबतीतला मोठा वादग्रस्त प्रश्न आहे. गांधीजींची माणसाच्या अंत:करणातल्या मांगल्यावर (Divine in man) पराकोटीची श्रद्धा होती. ती नसती तर, आफ्रिकेतल्या सत्याग्रहापासून नौखालीतल्या पदयात्रेपर्यंत त्यांच्या जीवनाचं जे महाभारत घडलं – ते घडू शकलं नसतं. श्रद्धेचं सामर्थ्य मोठं असतं हे मान्य केलं तरी, उत्कट श्रद्धा हा सामान्य मनुष्याचा स्थायी भाव असू शकतो

का? हा प्रश्न अप्रस्तुत ठरण्याचं कारण नाही. मनुष्य – अगदी विसाव्या शतकातला पढिक, पंडितसुद्धा-प्रथमत: आपल्या वासनांचा गुलाम असतो. मग इतर भावनांचा. कोणत्याही विशिष्ट श्रद्धेपेक्षा अमर्याद सुखोपभोगांची इच्छाच सामान्य मनुष्याच्या जीवनावर राज्य करीत आली आहे; अशी इतिहासाची साक्ष आहे. ही साक्ष खोटी मानून नव्या मानवी मनाच्या संस्कृतीची स्वप्नं पहाणं कितपत योग्य होईल? तो स्वप्नाळूपणा ठरणार नाही काय? इ. प्रश्न तरुणपिढीनं उपस्थित केले तर, त्यांची उत्तरं गांधीवादाच्या समर्थकांना द्यावीच लागतील.

काही व्यक्ती, काही प्रसंग, काही पुस्तकं, काही अनुभव माणसाला काहीकाळ उच्च पातळीवर नेऊ शकतात. पण तिथं तो दीर्घकाळ राहू शकत नाही. पाणी आपली पातळी शोधीत खाली जातं ना, तसं असतं सर्वसामान्य माणसाचं जीवन. स्वत:च्या स्वार्थी स्वप्नांनी त्याचा बहुतेक भाग व्यापलेला असतो. आपल्या वासना आणि सुखाच्या कल्पना यांचा लगाम सामाजिक धर्मबुद्धीच्या हाती देणं त्याला सहसा जमत नाही. हा अनुभव जमेला धरला म्हणजे, नव्या मानवाची जडण-घडण हे अत्यंत अवघड काम आहे हे कुणीही कबूल करील. गांधीजींनी या बाबतीत जे काही सिद्धान्त मनाशी बांधले ते स्वत:च्या अनुभवावरून. साहजिकच त्यांत एक मोठं न्यून राहिलं. सूर्याप्रमाणं सतत प्रकाशणारी गांधीजींसारख्या महामानवाची आत्मशक्ती आणि काजव्याप्रमाणे अधूनमधून लुकलुकणारी सामान्य माणसांची आत्मशक्ती यांतील अंतर गांधीजींनी लक्षात घेतलं असतं तर फार बरं झालं असतं. भारतीय संस्कृतीचा टेंभा मिरविणाऱ्या या देशातल्या गेल्या दोन तपांतल्या अनुभवांनी गांधीजींच्या विचारसरणीतल्या वैगुण्यावर नेमकं बोट ठेवलं आहे.

सध्या आपल्या देशाला भेडसावीत असलेला कुटुंबनियोजनाचाच प्रश्न घेऊ. या बाबतीतली सामान्य मनुष्याची दुर्बलता गांधीजींनी कधीच नीट जाणून घेतली नाही. माणसाच्या पहिल्या भुकेइतकीच दुसरी भूक अनियंत्रित असते. संस्कृतीनंही नियंत्रित न होऊ शकणारी एक जीवप्रवृत्ती या नात्यानंच माणसाच्या कामभावनेकडं आपण पाहिलं पाहिजे. पण ही दृष्टी जशी प्राचीन संतांपाशी नव्हती, तशीच एका बाजूनं त्यांच्याशी संलग्न असलेल्या गांधीजींपाशीही नव्हती.

संततिनियमनाचा पुरस्कार पाश्चात्त्य देशात दीर्घकाळ सुरू आहे. १९२०-२५ च्या सुमाराला आपल्याकडं त्यासंबंधी थोडं लिहिलं – बोललं जाऊ लागलं. पण सुशिक्षित समाजाचा दृष्टिकोनसुद्धा याबाबतीत त्या काळी दूषितच होता. संततिनियमनाची चर्चा हा काही गलिच्छ प्रकार आहे असे मानणारे चांगले चांगले डॉक्टर त्याकाळात मी पाहिले आहेत. १९३६ मध्ये या चळवळीच्या एक अग्रगण्य पुरस्कर्त्या मार्गारेट सँगर भारतात आल्या. गांधीजींना भेटण्याकरता. सँगरबाईंची भूमिका गांधींनी मान्य केली नाही. या नाजूक व्यावहारिक प्रश्नाचा त्यांनी शुद्ध तात्त्विक दृष्टीनं परामर्श घेण्याचा प्रयत्न केला.

सँगरबाईंना गांधी म्हणाले, ''स्त्री ही आपल्या पतीची किंवा पित्याची गुलाम नाही. पुरुषाने तिला गुलाम बनविले. व गुलामगिरीच्या सरावानं तिला त्यात भूषण वाटू लागले. स्त्री ही पुरुषाची गुलाम नव्हे ही माझी शिकवण माझ्या भगिनींना पटली तर हिंदुस्थानात संततिनियमनाचा प्रश्न उद्भवणार नाही. कामविकाराच्या तृप्तीसाठी पुरुष स्त्रीच्या जवळ जातो तेव्हा त्याचा यशस्वीपणे प्रतिकार करण्यास तिने शिकले पाहिजे. आपले शारीरिक संबंध सुरू रहावेत, आपल्या मागं मुलाबाळांचं लेंढार लागू नये असं म्हणणं म्हणजे केवळ कामलालसाच नव्हे काय? प्रजोत्पादन व्हायला नको असेल तर, स्त्री –पुरुषांनी शारीरिक संबंध ठेवताच कामा नये. तीन किंवा चार मुलं झाल्यानंतर पति – पत्नींनी शरीरसुखाचा मोह का सोडू नये? तेवढी मुलं होईपर्यंत त्या दोघांना विषयसुख काय कमी मिळालेलं असतं? दुसऱ्याची गुलामगिरी करताना माणसाला लाज वाटते, तशी विषयसुखाची करताना का वाटू नये?''

ही विचारसरणी कर्मठ पावित्र्यवादाची (Puritanism), स्त्रीला पुरुषाच्या तपश्चर्येच्या मार्गातली धोंड मानणाऱ्या प्राचीन ऋषिमुनींची आणि शरीरसुख हे पाप आहे ही परंपरागत कल्पना उरी बाळगणारांची आहे हे सहज लक्षात येईल. संयमाच्या अत्युच्च पातळीवरून गांधीजी स्त्री – पुरुष संबंधाकडं पाहतात. पण व्यवहारात कुठलीही उच्च तात्त्विक भूमिका हे स्वप्नरंजन ठरतं असा अनुभव आहे. गांधीजींनी सँगरबाईंना भारतीय मनुष्य, संयमानं संततिनियमन करील असा हवाला दिला. पण या गोष्टीला वीस वर्षं झाली नाहीत तोच या देशाला कुटुंबनियोजनाचा कार्यक्रम हाती घेणं भाग पडलं. लोकांनी गांधीजींचा संयमाचा उपदेश मुकाट्यानं ऐकून घेतला आणि प्रजोत्पादन पूर्ववत सुरू ठेवलं. गांधीजींनी अपेक्षिलेल्या संयमाचा एकदशांश भाग जरी आमच्यापाशी असता, तरी या देशाचं कोटकल्याण झालं असतं. गेली दहा वर्षं कुटुंबनियोजनाचे ढोल कानी कपाळी बडवले जात असताना, या कार्यक्रमावर पैसा आणि शक्ती भरपूर प्रमाणात खर्च होत असताना, परिस्थितीत फारसा आशादायक बदल झालेला नाही. साऱ्या देशाची गोष्ट दूर राहू द्या. ज्या महाराष्ट्राला आपल्या बुद्धीचा आणि बुद्धिवादित्वाचा अभिमान आहे, जिथं रघुनाथराव कर्व्यांसारखा संततिनियमनाचा नि:स्वार्थी, निधडा आणि कडवा प्रचारक पन्नास वर्षांपूर्वी निर्माण झाला, तिथली लोकसंख्याही अजून कुटुंबनियोजनाला फारशी दाद देत असलेली दिसत नाही. १९५१ साली महाराष्ट्राची लोकसंख्या तीन कोटी ऐंशी लक्ष होती. आता १९७१ साली ती पाच कोटी होईल असे महाराष्ट्राच्या मुख्यमंत्र्यांनी नुकतेच सांगितले. हे सारं लक्षात घेतलं म्हणजे, सामान्य मनुष्याच्या संयमाविषयी आणि त्याच्या नैतिक निग्रहाविषयी गांधीजींना वाटणारा विश्वास किती निराधार होता याची खात्री पटते. जी स्थिती स्त्री – पुरुष संबंधाची तीच दारूबंदीची. तीच लॉटरीसारख्या सभ्य द्यूतक्रीडेची. आहे रे आणि नाही रे या दोन वर्गांतल्या संघर्षाची. देशामध्ये भौतिक समृद्धी वाढत असली तरी,

तिच्या वाटपावर कोणत्याही प्रकारचे नैतिक नियंत्रण नाही. कायद्याची नियंत्रणे आहेत; पण ती फार दुबळी ठरत आहेत. वाघाला सुतळीनं बांधून ठेवण्याच्या प्रयत्नासारखी. कायद्याला नेहमी अनेक पळवाटा असतात. पण नैतिक मूल्यं नेहमी आपल्या पायाखालची एकच वाट आनंदानं तुडवीत जातात. मग ती कितीही काटेरी असोत.

"ज्याच्या हाती सत्ता तो पारधी" अशी देशातल्या उत्पादनांच्या साधनांची आणि त्यांच्याद्वारे निर्माण होणाऱ्या संपत्तीची स्थिती आहे. आपण तोंडानं लोकशाहीच्या, सामाजिक समतेच्या आणि आर्थिक न्यायाच्या मोठमोठ्या गप्पा मारतो, आणि त्या मारीत असतानाच बऱ्या वाईट मार्गानं गबर होणारे अनेक नवे धनिक वर्ग अस्तित्वात येत असलेले पाहतो. या नवधनिकांवर नियंत्रण घालण्याचं आणि काळ्याबाजाराच्या मुळावर कुऱ्हाड चालविण्याचं सामर्थ्य सरकारपाशी नाही. गांधींना अभिप्रेत असलेला नवा मानव या देशात पूर्वीपेक्षाही अधिक दुर्मीळ होऊन बसला आहे. उलट खोऱ्यानं आपल्याकडं माती ओढावी त्याप्रमाणं सुप्तासुप्त मार्गांनी आपण अधिक श्रीमंत कसे होऊ, आपल्याला जास्तीत जास्ती चैन कशी करता येईल? पुत्रपौत्रांना कुबेराचा वारसा ठेवण्याची आपली इच्छा कशी सफल होईल, याचाच विचार धनवंतांच्या मनामध्ये घोळत असलेला दिसतो. श्रीमंती हा सुखाच्या मंदिराकडं जाणारा राजरस्ता आहे, यावर विश्वास नसणारा एक महत्त्वाचा वर्ग गांधींच्याकाळी होता. पण आता सोने, रुपे, नाणे, हेच प्रत्येकाचं आवडतं गाणं झालं आहे. "पैसा लुच्चा आहे" असं विनोबा म्हणतात. तो ज्यांच्यापाशी असतो त्यांनाही आपल्यासारखा करून सोडतो, असा दारुण अनुभव दुर्दैवानं या देशात येत आहे. साहजिकच उच्चार आणि आचार यांच्यात पूर्वी कधीही दिसली नसेल अशी अक्राळ – विक्राळ घोर दरी पसरल्याचं भयानक दृश्य सामान्य मनुष्य पहात आहे. या दरीच्या दर्शनानं भोवळ आलेल्या तरुण पिढीनं गांधीवाद आणि गांधीवादी कार्यकर्ते यांच्याविषयी अप्रीती दर्शवावी यात नवल नाही.

गांधीवाद व मार्क्सवाद ही दोन्ही परस्परविरोधी तत्त्वज्ञानं आहेत असं मानलं जातं. पण त्यांच्या अंतरंगात एक समान जिव्हाळ्याचा धागा आहे. तो म्हणजे मानवाविषयीची करुणा, सामान्य मनुष्याविषयीचा कळवळा, त्या सामान्य मनुष्याच्या सुखानं जगण्याच्या हक्कावर धनवंत, बलवंत आणि बुद्धिमंत वर्गांकडून होणाऱ्या आक्रमणाला असलेला पोटतिडकीचा विरोध. या दोन्ही तत्त्वज्ञानांचा केवळ गाभा लक्षात घेऊन, त्यांचा खराखुरा समन्वय करण्याचा प्रयत्न स्वराज्यप्राप्तीनंतर आपण केला असता, तर देशात आज दिसणारी अभद्र चित्रं रंगविण्याचं धाडस काळपुरुषाला झालं नसतं. अज्ञान, दारिद्र्य, विषमता, धर्मभोळेपणा या गोष्टी काही मूठभर सज्जनांकडून सहजासहजी नष्ट होण्याइतक्या वरवरच्या नाहीत. या विषवृक्षांची पाळंमुळं जशी कालबाह्य झालेल्या समाजरचनेत खोलवर पसरलेली आहेत, तशीच त्या रचनेत बद्ध झालेल्या दुर्बल मानवी मनातही विखुरलेली आहेत. ही पाळमुळं खणून काढण्याचं काम पिढ्यानपिढ्या करावं लागणार आहे. व्रतस्थ वृत्तीनं

आणि बुद्धिवादी भूमिकेवरून आपली मांड पळभरही चळू न देता शे–दोनशे माणसांपैकी एखाद्यानं जरी निष्ठेनं या कामाला स्वत:ला वाहून घेतलं तरी, त्याचा त्याग, चारित्र्य आणि ध्येयवाद यांच्यापासून सामान्यांना स्फूर्ती मिळते, धुळीवर खिळलेली त्यांची दृष्टी नकळत वर वळते.

स्वातंत्र्योत्तर काळात आपल्याकडे घडायला हवं होतं ते हे. पण दुर्दैवानं ते घडलं नाही. अर्धकच्चा मार्क्सवाद आणि अर्धकच्चा गांधीवाद यांच्या मिश्रणातून संधीसाधूंनी आणि प्रवाहपतितांनी आपल्याला सोयीस्कर असं नवं कोरं करकरीत तत्त्वज्ञान बनवलं. या ढोंगी तत्त्वज्ञानानं देशापुढल्या सर्व समस्या जटिल आणि अवघड करून टाकल्या आहेत. तरुण पिढीला गांधीजींचं आकर्षण वाटत नाही याचं मुख्य कारण तिची दृष्टी सभोवतालच्या परिस्थितीवर खिळली आहे. तिला पावलोपावली बोचणारे आणि पायांची चाळण करणारे अनेक काटे ज्या पिढीचे गांधी हे प्रमुख नेते होते त्या पिढीनंच पेरले आहेत याची तिला जाणीव आहे. सैनिकांच्या पळपुटेपणामुळं लढाईत अपयश येतं, पण त्या पराभवाची इतिहास नोंद करतो ती सेनापतीच्या नावानं. गांधीजींच्या बाबतीत नेमकं तेच झालं आहे.

परंतु नुसत्या चडफडाटानं, आदळ – आपटीनं किंवा वैतागाच्या आणि वैफल्याच्या आहारी जाऊन तरुण पिढीपुढले अवघड प्रश्न सुटणार नाहीत. गांधींच्या अनुयायांनी त्यांच्या मूलगामी जीवनदृष्टीपेक्षा तिच्या अनुषंगानं निर्माण झालेल्या कर्मकांडाला महत्त्व दिलं. हा दोष गांधींचा नाही. भारतीय माणसाच्या परंपरागत दुबळया मनाचा आहे. कोणाही मध्यस्थाची मदत न घेता, कुणाही भाष्यकाराला वाट न पुसता, तरुणांनी गांधीविचारांचा मागोवा घेतला तर, त्यांना एका महान आत्म्याचं दर्शन होईल. त्या आत्म्याच्या अंतरंगातून पाझरणाऱ्या करुणेची जाणीव झाल्यावर आपण एका महासागराच्या तीरावर उभे आहोत असा त्यांना भास होईल. दुर्दैवानं गांधीजींना दैनंदिन राजकारणात, समाजकारणात, अर्थकारणात सदैव बुडून रहावं लागलं. दुय्यम सुधारणांकरिता त्यांची किती तरी शक्ती खर्ची पडली. प्रतिभावान कवीनं घरातल्या जमाखर्चाचा मेळ बसावा म्हणून सारा बाजारहाट स्वत: करीत सुटावं तसा काहीसा हा प्रकार झाला; पण आपल्या अंतरंगात गांधी उद्याच्या निर्भय आणि निर्मळ मानवाचं जे भव्य स्वप्न पाहात होते, त्यात जशी बुद्ध, ख्रिस्ताची करुणा होती तशी यंत्रयुगातल्या संताची प्रज्ञाही होती. मनुष्य हा दोन पायांवर चालणारा पशू नाही. प्रयत्नानं उच्च पातळीवर त्याला जाता येतं. ती पातळी गाठण्याची तीव्र इच्छा त्याच्या मनात निर्माण करणं ही विसाव्या शतकातल्या मानवाची मुख्य गरज आहे, हे गांधींनी जाणलं होतं. त्यांच्या दृष्टीनं सारी माणसं सारखी होती. केवळ परमेश्वराची लेकरं म्हणून नव्हे, तर या जगात नांदायला आलेले स्खलनशील पण स्वप्नवेडे जीव म्हणून, या माणसांनी परस्परांशी

मिळतं जुळतं घेतल्याशिवाय, सर्वांच्या सुखदु:खांचा काला करून तो चविष्टपणानं खाण्याची सवय स्वत:ला लावून घेतल्याशिवाय, मानवजातीला स्वास्थ्याची आशा नाही. मानवाला शांतिसुखाची आशा नाही. याची दखल राजकारणाशी संबंध आलेल्या जगातल्या दुसऱ्या कोणत्याही नेत्यानं घेतलेली नाही. दोन माणसं, दोन समाज, दोन राष्ट्रं बंधुभावानं जोडली गेल्याशिवाय यापुढं मानवाला भवितव्य नाही ही जाणीव गांधीजींच्या मनी मानसी सतत तेवत राहिली. तिचं मर्म तरुणांनी आत्मसात केलं नाही तर, गांधींच्या तत्त्वज्ञानातली आर्तता आणि ओलावा यांचा स्पर्श त्यांच्या मनांना होणार नाही.

दुर्दैवानं भारतीय सामाजिक मनाच्या पूर्वजन्म, आणि कर्मफल, दैववाद आणि धर्मभोळेपणा, स्वार्थ आणि कर्तव्यशून्यता, स्वप्नाळूपणा आणि विज्ञानविन्मुखता यांच्या कातऱ्यांत भारतीय सामाजिक मनाच्या शतश: चिंधड्या होऊन गेल्यामुळं, त्याला गांधीजींच्या तत्त्वज्ञानाचा गाभा पचवता आला नाही. त्यामुळं गांधीजी या जगातून निघून जाताच त्यांच्या तत्त्वज्ञानातलं चैतन्य हरपलं. ज्या आदर्शाला गांधीजी सहज हात घालू शकत होते, त्याच्याकडं वर मान करून पाहण्याची हिंमतही त्यांच्या नामधाऱ्या अनुयायांना आणि खुज्या देशबांधवांना राहिली नाही. पण हा काही गांधींच्या शिकवणुकीचा पराभव नव्हे. फार चांगलं बी रेताड जमिनीत पेरलं गेलं एवढाच त्याचा अर्थ.

बाह्यत: धर्मनिष्ठ पण अंतरी स्वार्थपरायण असलेल्या आमच्यातल्या पंडितांचा, धनवंतांचा, पुढाऱ्यांचा संकुचित दृष्टिकोन कायम ठेवून तरुणांच्यापुढील समस्यांची दाहकता कमी होणार नाही. गांधीजींनी जे जे सांगितलं त्यातली फोलं पाखडून सत्य घेणं आणि त्या सत्त्वाच्या सहाय्याने सामाजिक परिवर्तन घडवणं हे १९४७ नंतरच्या जाणत्या पिढीचं काम होतं. या पिढीनं गेल्या दहा–वीस वर्षांत देशात लोकशाहीचा आणि समाजवादाचा डांगोरा पिटला, पण शतकेच्या शतके या देशात वेदघोष घालू असूनही सामान्य मनुष्य जसा अडाणी राहिला, तसा मोठमोठ्या तत्त्वांच्या जल्लोषात तो अजूनही कोरडाच राहिला आहे. समाजवादी मूल्यं आपणाला प्रामाणिकपणे आचरणात आणायची असतील तर धनिकांनी, बुद्धिमंतांनी आणि वरिष्ठ वर्गीयांनी सर्वसामान्य मनुष्यापेक्षा स्वत:पाशी जे जे अधिक असेल ते ते इतरांना मिळावं म्हणून समर्पण भावनेनं देण्याची तयारी दर्शविली पाहिजे. नव्या मानवतेच्या स्पर्शानं उजळलेल्या बुद्धिनिष्ठ भूमिकेशिवाय हे घडणं शक्य नाही.

मार्क्सवादाच्या मार्गानं आलेला समाजवाद यांत्रिकीकरण व औद्योगिकीकरण करील. संपत्तीची समान वाटणी व्हावी म्हणून नवी सामाजिक चौकट ठोकून ठोकून घडवील, पण हे किंवा अशा प्रकारचे काही शांततापूर्ण मार्गांनी व्हायचे असेल तर, सामाजिक मनाची बधिरता नष्ट करून त्याला संवेदनशील आणि क्रियाशील करणे हा गांधींचा मार्ग – त्या मार्गावरली चाल कितीही कष्टप्रद असली तरी – आपल्याला पत्करला पाहिजे. हा

मार्ग एकदम डोळ्यांत भरणारा नाही. तो आहे भिजवणीच्या पावसासारखा, आता नव्या सामाजिक मनाची जडण – घडण घरात, शाळांत, महाविद्यालयात, कलाक्षेत्रात, साहित्यालयात, मंदिरात सर्वत्र होत राहिली पाहिजे. तरच ज्या चिरंतन मानवी मूल्यांवरल्या श्रद्धेमुळं गांधीजींनी या देशाला स्वातंत्र्यप्राप्तीचा अभिनव मार्ग दाखविला, त्या श्रद्धेची पताका खांद्यावर घेऊन सुखी आणि समाधानी समाजाचं स्वप्न साकार करण्याकरिता तरुण पिढीला धडपडता येईल.

मार्क्सवाद आणि गांधीवाद यांच्या या तात्त्विक अथवा व्यावहारिक वैगुण्यांचा काथ्याकूट करण्याऐवजी या दोन समर्थ विचारप्रणालींचा जीवनाच्या संदर्भात कसा उपयोग करून घेता येईल, हे नव्या पिढीनं जरूर पाहायला हवं. म्हणून गांधीवादाविरुद्ध कुरकुरणाऱ्या तरुणांना मी म्हणेन, ''माझ्याहून तुम्ही शतपटीने भाग्यवान आहात. मी विद्यार्थी होतो तेव्हा, या दान्ही महापुरुषांचे संस्कार आम्हाला मिळणं अशक्य होतं, मार्क्स होऊन गेला होता. पण आपल्या देशातल्या मोठमोठ्यांना त्याचा पत्ता नव्हता. गांधीचं महात्मायन पुढं घडायचं होतं. सुदैवानं ही दोन्ही जिवंत, ज्वलंत, तत्त्वज्ञानं केवळ कागदावरली नव्हेत; हाडामांसाच्या माणसांच्या जीवनात उतरलेली, राष्ट्रांचे चेहरेमोहरे बदलून टाकण्याची किमया करणारी – तुम्हांला लाभली आहेत. या दोन्ही महासागरांत अवगाहन करा. या दोन महासागरांच्या दरम्यान मोठं वाळवंट पसरलं आहे याची मला जाणीव आहे. पण या वाळवंटातून तुम्हाला मोठा कालवा खोदून काढला पाहिजे. असा कालवा तयार होईल त्या वेळी त्यांच्या संगमाला नव्या महातीर्थाचं महात्म्य प्राप्त होईल. त्या सागरतीर्थाचं स्वप्न पाहात पुढं चला. दोन नद्यांचा संगम पवित्र मानला जातो. दोन महासागरांचा संगम त्याच्याहूनही अधिक पवित्र आहे. हा संगम हे एक स्वप्नरंजन मानू नका. बैलगाडीचा शोध न लागलेल्या काळात जंगलातल्या माणसाला आपला कुणी वारसदार चंद्रावर जाऊ शकेल असे स्वप्नात तरी वाटले असेल काय? पण तुमच्या पिढीत स्वप्नात न येणाऱ्या गोष्टीही सत्य स्थितीत उतरल्या आहेत. म्हणून म्हणतो, चिरचिऱ्या नजरेनं मागं पाहू नका. भिरभिरणाऱ्या डोळ्यांनी आणि थरथरणाऱ्या अंत:करणांनी क्षितिजावरलं या सागरतीर्थाचं स्वप्न पाहात पुढं चला. खऱ्याखुऱ्या मानवी समतेचं कमळ कुठं फुलायचं असेल तर ते या सागरतीर्थांच्या आसपासच फुलेल!''

राममनोहर लोहिया

(१९१० मार्च २४ – १९६७ ऑक्टोबर १२)

- लोहिया राममनोहर.
- भारतीय समाजवादी चळवळीतील एक अग्रगण्य नेते.
- बर्लिन विद्यापीठाची पीएच. डी., विषय - अर्थशास्त्र.
- १९४२ च्या चळवळीत अच्युतराव पटवर्धन आणि जयप्रकाश नारायण यांच्या बरोबरीने काम.
- काँग्रेसमधून बाहेर पडून १९४८ रोजी स्वतंत्र समाजवादी पक्षाची स्थापना.
- १९६२ रोजी लोकसभेवर निवड.
- नेहरूंचे कट्टर विरोधक.
- लोहियांचे विचारप्रवर्तक, परखड स्फुट लेख, व्याख्याने ग्रंथबद्ध.
- काही ग्रंथांचे मराठीत अनुवाद :
  - ललित लेणी
  - भाषा आणि जाती
  - समता आणि समृद्धी
  - भारतीय फाळणीचे गुन्हेगार
  - भारतीय शिल्प इत्यादी.

"कुणाला हवे होते सार्वभौम सत्तेचे ते सिंहासन ?"

रामनोहर लोहिया

सत्तेचा मोह व सत्तेचे भय या दोन्ही गोष्टी सारख्याच धोकादायक होत. राजकारणी माणसाने या दोहोत विवेक केला पाहिजे. राजकारणी हा मुत्सद्दीही असावा लागतो. सत्तेची अभिलाषा व सत्तेपासून दूर पळण्याची प्रवृत्ती या दोन्ही गोष्टी त्याने टाळल्या पाहिजेत. म्हणूनच सरदार पटेल व नेहरू यांच्या त्या वेळच्या मन:स्थितीचा आता पुन्हा विचार करू. थकल्या भागल्या माणसाप्रमाणे त्यांची इच्छाशक्ती ढासळली होती. या बाबतीत नेहरू व पटेल यांत काही फरक नव्हता. तथापि पटेलांचे वर्तन सरळ होते. त्यांनी ढोंग केले नाही. नेहरू व पटेल यांच्यात खरे पाहता ते अधिक ध्येयवादी होते. परंतु आपल्यामागे भ्रामक ध्येयनिष्ठेचा वारसा मात्र त्यांनी ठेवला नाही.

पंडितजींची इच्छाशक्ती कशी विकलांग झाली होती, हे स्पष्ट करणारी एक आठवण सांगाविशी वाटते. १९४६ च्या मे-जूनचा तो काळ असेल. तुरुंगातून सुटून आल्यानंतर मी त्यांना भेटलो नव्हतो. भेटण्यासाठी विशेष आतुरही नव्हतो. पण नेहरूंनीच मला एकदा, एके ठिकाणी गाठले आणि त्या दिवशीच्या संध्याकाळी आपल्याबरोबर राहिले पाहिजे असा आग्रह केला. जेवण झाल्यावर त्यांच्या बागेच्या एका कोपऱ्यात आम्ही दोघेच जाऊन बसलो. आपली संपूर्ण जादू त्यांनी त्या प्रसंगी माझ्यावर पसरली. मनात असेल आणि परस्पर लाभाची शक्यता असेल तेव्हा नेहरू अतिशय मिठ्ठासपणे वागू शकतात. त्यांनी मला प्रारंभीच विचारले, "तू अगोदर बोलतोस की मी अगोदर बोलू? की कोणीच न बोलता स्वस्थ बसावे असे तुझे म्हणणे आहे?" "तुम्हाला योग्य वाटेल ते तुम्ही करा." असे मी सांगितले. आमचे संभाषण चालू असता एकदा मी त्यांना म्हटले, "तुम्ही सध्या एका मोठ्या धोक्यात सापडला आहात. तुम्ही हळूहळू सुधारणावादी, प्रागतिक बनत आहात. आपल्या सहकाऱ्यांवरचा व काँग्रेस संघटनेवरचा तुमचा विश्वास उडत चालला आहे. देशाचे भले करण्यासाठी सरकारी सत्ता हाती घेण्याकरिता तुम्ही उतावीळ झाला आहात. तुम्हाला अलीकडे शासक वर्गातील सनदी नोकरांचे किंवा तशाच इतरांचे फार कौतुक वाटू लागले आहे. हे असेच चालू राहिले तर तुम्ही लवकरच पक्के प्रागतिक बनाल." अतिशय स्पष्टपणे मी त्यांना इशारा दिला. माझ्या या आरोपांचे त्यांनी प्रथम खंडन केले नाही. काँग्रेसवाल्यांची किती अधोगती झाली आहे आणि त्यांच्या अध:पतनाची मला कशी संपूर्ण कल्पना नाही या संबंधांतच ते प्रक्षुब्ध होऊन बोलले.

काँग्रेस अंतर्गत निवडणुकांसंबंधी उत्तर प्रदेश काँग्रेसने नेमलेल्या एका लवादाच्या अहवालाचा त्यांनी या संदर्भात उल्लेख केला. आपापसात मारामाऱ्या करीत असता काँग्रेसवाल्यांनी इंडियन पीनल कोडचे प्रत्येक कलम धाब्यावर बसविले असे त्या

अहवालात म्हटले होते. हे खरे असेलही; कारण राजकारणी लोक अंतर्गत कलहात भल्याबुऱ्याचा विचार करीत नाहीत. तुरुंगातून सुटून आल्यानंतर आपणही काँग्रेसला आदर्श बनविण्याचा प्रयत्न करून पाहिला होता असे नेहरूंनी मला सांगितले. सर्व काँग्रेसची सुधारणा करावी असा आपला विचार होता असे नेहरू म्हणाले. हा प्रयत्न सुरू करताच स्थानिक काँग्रेसवाले नेहरूंना भेटण्याचे टाळू लागले. अगदी नेहरूंचे पिट्टू समजले जाणारे लोकही नेहरूंना टाळू लागले.

पण आता त्यांच्या या बोलण्यामागील रहस्य माझ्या ध्यानी येऊ लागले आहे. मी नेहरूंना म्हटले की, काँग्रेसजनांचा फारच अध:पात झाला हे खरे. पण ब्रिटिश सत्ता उलथून पाडण्याच्या कामी हे काँग्रेसजन सनदी नोकरापेक्षा कितीतरी अधिक उपयुक्त आहेत. भांडवलशाही नष्ट करण्याच्या कार्यात सभ्य व सद्वर्तनी पांढरपेशा वर्गापेक्षा पतनोन्मुख समाजवादीदेखील जास्त उपयुक्त ठरतील असे मी म्हणतो.तसेच याही बाबतीत मला वाटते. माझी समजूत पटविणे जमत नाही असे दिसताच नेहरूंनी आपला पवित्रा बदलला आणि आपण पूर्वीप्रमाणे काँग्रेसजनांवर विश्वास ठेवू असे आश्वासन मला त्यांनी दिले.

नेहरूंचा आपल्या सहकारी काँग्रेस–जनांवर विश्वास उरला नव्हता; हे स्पष्ट होते. वाढत्या वयाचा काँग्रेस नेत्यांवर परिणाम होत होता. तसेच त्यांना आपल्या अनुयायांचाही वीट आला होता. १९४६ च्या जून व जुलैमध्ये एकदा नेहरूंशी याबाबत वाद झाला. त्या वर्षी नेहरू काँग्रेसचे अध्यक्ष झाले. जयप्रकाश नारायण व मी वर्किंग कमिटीवर यावे अशी त्यांची इच्छा होती. मला काँग्रेसच्या सरचिटणीसपदावर घ्यावयाचेही त्यांच्या मनात होते. मी त्यास अर्थातच नकार दिला. यासंबंधी आम्ही पुष्कळ चर्चा केली. तीन बैठका झाल्या. अगदी मध्यरात्रीपर्यंत आम्ही बोलत होतो. या चर्चेतील अवांतर गोष्टी मी सांगत नाही. फक्त मुद्द्याची गोष्ट तेवढी सांगतो. चर्चेत मी नेहरूंना दोन सूचना केल्या.

एक–काँग्रेस वर्कींग कमिटीच्या कोणाही सभासदाने मंत्रिमंडळात जाता कामा नये आणि दोन–काँग्रेस सरकारविरुद्ध हितकर टीका करण्याचे स्वातंत्र्य काँग्रेस संघटनेला मिळाले पाहिजे. या दोन्ही सूचना नेहरूंनी फेटाळून लावल्या. काँग्रेस अध्यक्षाने सरकारात सामील होता कामा नये ही माझी तिसरी सूचना मात्र त्यांनी अंशत: मान्य केली.

ब्रिटिश सत्तेशी समझोता करण्यास याच सुमारास काँग्रेस सिद्ध होत होती. काँग्रेस अध्यक्षाने सरकारमध्ये सामील होता कामा नये ही माझी प्रथम मान्य केलेली सूचना नेहरूंनी स्वत:ला लागू करण्याची माझी विनंती मात्र धुडकावून लावली. काँग्रेस अध्यक्ष या नात्याने आपण १९३७ सालच्या काँग्रेसच्या प्रांतिक सरकारांना केलेल्या सूचनांची कशी उपेक्षा केली जाई याचे नेहरूंनी मला या संदर्भात स्मरण करून दिले आणि आपली अडचण समजून घेण्यास प्रेमपूर्वक आवर्जून सांगितले. सल्लागार या नात्याने माणूस जे

सांगतो त्याप्रमाणे वागण्याची पाळी आली की मात्र तो वागत नाही. मला त्या वेळेपेक्षा आता नेहरूंचा स्वभाव जास्त चांगला कळू लागला आहे.

''सत्तेच्या मोहाने काँग्रेस नेते पछाडले होते तर तुम्ही तिच्या भयाने ग्रस्त झाला आहात,'' असे कोणी मला म्हणेल. सत्तेचा मोह व सत्तेचे भय या दोन्ही गोष्टी सारख्याच धोकादायक होत. राजकारणी माणसाने या दोहोत विवेक केला पाहिजे. राजकारणी हा मुत्सद्दीही असावा लागतो. सत्तेची अभिलाषा व सत्तेपासून दूर पळण्याची प्रवृत्ती या दोन्ही गोष्टी त्याने टाळल्या पाहिजेत. सत्ता व अधिकारपद यात फरक आहे असे मी मानतो. अधिकारपद एका व्यक्तीसाठी असते तर सत्ता सर्वांकरिता असते. *अधिकारपद हा एका व्यक्तीच्या बाबतीत खेदकारक कलंक ठरू शकतो, परंतु सर्वांसाठी, समाजासाठी सत्ताग्रहण करण्याच्या प्रयत्नात व्यक्तीला प्राधान्य नसते. सत्ताप्राप्ती हाच सर्व राजकारणाचा केंद्रबिंदू असला पाहिजे.* अशा सत्तेचे मात्र कधीकधी मला आकर्षण वाटते. थकलेली आणि वृद्ध माणसे व्यक्तिगत अधिकारपदांवर संतुष्ट होतात, पण जिवंत माणसे सत्ता प्राप्त करण्याची आकांक्षा बाळगतात. आपल्या कल्पनेप्रमाणे सरकारी सत्तेचा उपयोग करता आला नाही तर असे लोक सहसा क्षुब्ध होत नाहीत. सत्ता हाती घेतल्यावर आपल्या श्रद्धेप्रमाणे जनशक्ती उभी करण्यात यश मिळविले, जनतेचे विचार सवयी आणि कृती यांना आपल्या कल्पनेप्रमाणे वळण लावता आले तर तेवढ्यावर ते संतुष्ट असतात. कारण आज ना उद्या या सर्व परिवर्तनाचे प्रतिबिंब सरकारी सत्तेमध्ये अपरिहार्यपणे पडेल अशी त्यांना आशा वाटत असते.

दिल्लीत हिंदू – मुसलमान दंगली चालू होत्या तेव्हाची ही गोष्ट आहे. वातावरण अतिशय तंग होते. अशा वेळी एक दिवस वर्तमानपत्रात 'एका मुसलमानाच्या घरात ३०३ बंदुका सापडल्या!' अशी बातमी प्रसिद्ध झाली. *ही बातमी केंद्र सरकारच्या प्रसिद्धी खात्याकडून देण्यात आली होती. थ्री नॉट थ्री या प्रकारची एक बंदूक त्या घरात पोलिसांना सापडली होती. पण बातमीत म्हटले होते की ३०३ बंदुका सापडल्या. मी संतापलो.* हिंदू मुसलमांनातील तणाव कमी करण्यासाठी इतके आम्ही धडपडायचे आणि तिकडे सरकारने अशा विपर्यस्त बातम्या प्रसिद्ध करायच्या, मी गांधीजींकडे ताडकन गेलो आणि या बाबत भांडलो. त्यावेळच्या चर्चेत ते मला एकदा म्हणाले, ''मग तूच का घेत नाहीस माहिती खाते आपल्या हातात? '' मी हसलो. त्यावर ते म्हणाले, ''तू अधिकार पद घ्यायला घाबरतो आहेस.'' याविषयी आणखी बरेच बोलणे झाले. मी गांधींना सांगितले, ''आम्ही लोक म्हणजे समाजवादी सर्वात चांगले आहोत किंवा आमच्यापेक्षा दुसरे कोणी चांगले लोक नाहीत असे आपणाला वाटेल तेव्हाच आपण मला अधिकारपद घ्यावयास सांगावे,'' माझ्या या म्हणण्याचा अर्थ काय होता?

मला अधिकारपद देण्यात आले तेव्हा ते नाकारण्यात चूक केली असली तर त्यामुळे

माझे नुकसान झाले असेल, देशाचे नाही. देशाच्या ऐक्याचा सौदा करून स्वातंत्र्य विकत घेणाऱ्या नेहरू-पटेलांनी मात्र देशाचे नुकसान केले. सत्तापुरुष समोर आल्यावर एखाद्या मुलीसारखे त्याला वरण्यास ते लाजले असते तर काय बिघडले असते? या देशाचे तितकेसे नुकसान झाले नसते. आणखी काही काळ त्यांनी थांबायला हवे होते, काम करीत राहायला हवे होते. तसे केले असते तर त्यांच्यानंतर येणाऱ्या पिढीच्या हाती खऱ्या जनतेच्या सामर्थ्याचे द्योतक असलेली सरकारी सत्ता आली असती.

भारतातील राजकीय नेत्यात अभंग धैर्याचा अभाव दिसून येतो. मनुष्याच्या व्यक्तिमत्त्वाचा व कोणत्याही ध्येयवादाचा हे धैर्य हाच तर कणा असतो. राष्ट्र या नात्याने धैर्याचा अभाव आपल्यात पूर्वीही नव्हता आणि भविष्यकाळातही असणार नाही असे माझे मत आहे. गांधीजींच्या ठायी धैर्याचा हा गुण होता. तथापि आपल्या सहकाऱ्यांमध्ये व अनुयायांमध्ये हा गुण त्यांना निर्माण करता आला नाही. यात गांधीजींचा दोष होता की तो त्या वेळच्या परिस्थितीचा अनिवार्य परिणाम होता हा एक चिंतनाचा विषय आहे. असे चिंतन उपयुक्त होईल. धैर्याच्या अभावामुळेच देशाची फाळणी झाली आणि समाजवादी आंदोलनाची वाताहत होण्यासही तेच कारण आहे एवढेच मला या ठिकाणी या संदर्भात सांगावयाचे आहे. फाळणी व समाजवादी आंदोलनाची वाताहत या अलीकडच्या भारतीय जीवनातील दोन फार मोठ्या आपत्ती होत. या संदर्भात एक आठवण सांगावीशी वाटते. दिल्लीमधील हिंदू-मुसलमान जातीय दंगलीच्या काळात मी गांधीजींच्या आदेशानुसार जातीय ऐक्याचे काम करीत होतो. माझ्या कामातून काही निष्पन्न होत आहे असे मला वाटेनासे झाले. गांधीजींना मी तसे सांगितले आणि म्हणालो, ''मला आता दिल्ली सोडून जायला परवानगी द्या.'' गांधीजींनी माझ्याकडे पाहिले. क्षणभर थांबून मग म्हणाले, ''ठीक आहे. तू जेथे काम करशील तेथे तुझ्या कामाला फळ आले की मला एक पोस्टकार्ड टाक मी तुझ्या कामात सामील होईन.'' ज्याला क्रांतिकारक परिवर्तन घडवून आणायचे आहे त्याने तत्काळ फळाची अपेक्षा धरणे योग्य नाही.

परंतु माणसाच्या मनात काहीही असले तरी आजूबाजूची परिस्थिती अनुकूल नसेल तर त्याच्या मनातील हेतू सफल होत नाही. त्यावेळी देशातील हिंदू-मुसलमानात अत्याचारी दंगलींचे अनुकूल वातावरण नसते तर अधिकारपदे प्राप्त करण्यासाठी आतुर झालेल्या वृद्ध काँग्रेसनेत्यांचा हेतू साध्य झाला नसता आणि देशाची भविष्यकाळात झालेली हानीदेखील टळली असती. हिंदू-मुसलमान हे एकत्र नांदणे अशक्य झाले होते. त्यामुळे फाळणी पत्करून अधिकारपदावर चढण्याची म्हाताऱ्या काँग्रेस पुढाऱ्यांची लालसा वरकरणी उदात्त हेतूच्या बुरख्याखाली झाकली गेली. या नेत्यांपैकी काहींना आपल्या सुप्त हेतूची कल्पनाही कदाचित नसेल. देशाची फाळणी पत्करून सत्तेच्या सिंहासनावर बसण्याच्या तयारीत असताना हे काँग्रेसनेते वर आपण हिंदू-मुसलमानांचा कठीण प्रश्न

कायमचा सोडविला या खुशीत होते. बहुसंख्य जनतेलाही असे वाटले की, एक अशक्य प्रश्न सुटला त्यामुळे स्वातंत्र्य मिळाले.

हा हिंदू-मुसलमान प्रश्न किती जटिल बनला होता याचे एक गमक त्यावेळच्या मुस्लिम लीगवाल्यांच्या हिंदुस्थानाकडे व मुसलमानेतरांकडे पाहण्याच्या दृष्टीत सापडते. मला स्वत:लाच त्याचा एकदा अनुभव आला. मी एकदा सहज जिज्ञासेने मुस्लिम लीगच्या एका वार्षिक संमेलनास गेलो होतो. संमेलनातील लोकांना मी आलेलो आवडले नसावे. मला स्वत:लाही विचित्र वाटू लागले. लोकांच्या डोळ्यातून संतापाच्या तीक्ष्ण सुऱ्या बाहेर पडत आहेत असे मला वाटले. त्यांना वाटले, हा धार्मिक व राजकीय गुंड येथे का म्हणून आला आहे? त्यांना खरोखरच तसे वाटले की नाही ते मी सांगू शकत नाही; पण माझी तरी तशी समजूत झाली खरी. परस्परांतील हा दुरावा व आक्रमणाची ही भावना त्यांच्यात होती की माझ्यात होती हा मूळ प्रश्न नाही. एकूण वातावरण त्यावेळी कसे होते हे या प्रसंगाने दिसून येते.

हिंदुस्थानचे राजकीय नेतृत्व यावेळी उथळ झाले होते याला फक्त गांधीजी आणि कधी कधी सरदार पटेल, सुभाषचंद्र बोस व जिना अपवाद ठरले आहेत. आपल्या उद्दिष्टांसंबंधी स्पष्ट कल्पना आणि ते साध्य करण्यासाठी काळजीपूर्वक आखलेली वास्तववादी योजना यांचा या नेतृत्वांत अभाव दिसून येतो. हिंदू-मुसलमान दंगलीचा प्रश्न असाच उथळपणे या नेतृत्वांनी हाताळला. मूळ हिंदू-मुसलमान प्रश्नाविषयी ज्याच्या विचारात गोंधळ होता अशा माझ्यासारख्या माणसाचे सोडून द्या, पण भारतीय राजकारणाच्या केंद्रस्थानी जे काँग्रेसनेते होते आणि ज्यांचा परिस्थितीशी जवळचा संबंध होता त्यांच्यापासून ती परिस्थिती हाताळण्याच्या निश्चित मार्गाची अपेक्षा करणे चूक आहे असे म्हणता येणार नाही. पण हे लोक माझ्यापेक्षाही या बाबतीत नालायक ठरले. त्यांनी बांधलेले परिस्थिती विषयीचे अंदाज कमालीचे चुकीचे ठरले आणि ते वागलेही दुष्ट बुद्धीने.

गांधींची आणि गांधीवादाची शोकांतिका इथून सुरू झाली आहे.

जे स्वातंत्र्य मिळवण्यासाठी काँग्रेस जिवाचे एवढे रान करीत आहे ते स्वातंत्र्य ती केवळ स्वत:साठी नव्हे तर पंचेचाळीस कोटी जनतेसाठी मिळवू पाहात आहे.

मार्टिन ल्यूथर किंग ज्यु.

(१९२९ जानेवारी १५ – १९६८ एप्रिल ४)

- किंग मार्टिन ल्यूथर ज्युनियर
- ॲटलांटा, अमेरिका येथे निग्रो घराण्यात जन्म.
- निग्रोंना देण्यात येणाऱ्या वर्णभेदाच्या वागणुकीविरुद्ध लढणाऱ्या निग्रो चळवळीचा पहिला नेता.
- १९६४ - शांततेचा 'नोबेल पुरस्कार' प्राप्त सर्वात तरुण विजेता.
- निग्रोंना समान अधिकार मिळावेत यासाठी अथक प्रयत्न
- १९५५ - बोस्टन विद्यापीठाची डॉक्टरेट.
- १९५९ - फेब्रुवारी महिन्यात भारतात पं. नेहरूंची भेट.
- महात्मा गांधींच्या विचारांचा प्रभाव.
- म. गांधींकडून यशस्वी अहिंसक चळवळीची प्रेरणा.
- १९६८ - एप्रिल ४ रोजी एका माथेफिरूकडून गोळ्या झाडून हत्या.

अखेरचे आवाहन

मार्टिन ल्यूथर किंग ज्यु.

''हिंसा अनैतिक आहे; कारण प्रेमापेक्षा द्वेषावर तिचा भर असतो. हिंसेमुळे समाजाचा नाश होतो आणि भ्रातृभाव अशक्यप्राय होतो. हिंसेमुळे समाजात सहकार्याऐवजी विभक्तपणाची प्रवृत्ती निर्माण होते. हिंसेमुळे पराभूत लोकांत कडवटपणा आणि विजेत्यांत पाशवी वृत्ती निर्माण होते. हिंसेचा शेवट अखेर खुद्द हिंसेच्याच पराभवात होतो.

नागरिक हक्कांच्या चळवळीचे नेते मार्टिन ल्यूथर किंग यांनी नॉर्वेतील ऑझ्लो विद्यापीठात शांततेच्या नोबेल पारितोषकाचा स्वीकार करताना केलेले उत्स्फूर्त भाषण.

आजच्या काळातील मानवाने सर्व जगापुढे भावी काळाचे अचंबा वाटण्याजोगे चित्र उभे केले आहे. वैज्ञानिक यशाची नवी व आश्चर्यकारक शिखरे त्याने पादाक्रांत केली आहेत. माणसांप्रमाणे विचार करू शकणारी यंत्रे आणि विश्वमालेतील अनंत अवकाशाचा ठाव घेणारी उपकरणे त्यांनी तयार केली आहेत. सागर उल्लंघण्यासाठी प्रचंड पूल, तसेच गगनचुंबी भव्य इमारती बांधल्या गेल्या आहेत. माणसाने तयार केलेल्या विमानामुळे व अवकाशयानामुळे अनंत क:पदार्थ बनले आहे, काळाला मर्यादा पडली आहे. आणि अवकाशातून हमरस्ते केले गेले आहेत. आधुनिक काळातील माणसाने केलेल्या शास्त्रीय व तांत्रिक प्रगतीचे हे नेत्रदीपक चित्र आहे. पण विज्ञानाच्या व तंत्रशास्त्राच्या क्षेत्रात इतकी भव्य प्रगती होऊनही आणि भावी काळात अमर्याद प्रगती होण्याची चिन्हे दिसत असूनही काही तरी मूलभूत हरपलेले आहे, असे वाटते. आजच्या जगात आत्मिक तेजाचे दारिद्र्य भासते. विशेषत: आपल्या वैज्ञानिक व तांत्रिक समृद्धतेच्या पार्श्वभूमीवर हे दारिद्र्य प्रकर्षाने जाणवते. *आपण आधिभौतिकदृष्ट्या अधिक सधन झालो आहोत पण नैतिक व आध्यात्मिकदृष्ट्या अधिक दरिद्री झालो आहोत.* आपण आकाशात पक्ष्यांप्रमाणे विहार करण्यास आणि सागरात माशांप्रमाणे तरंगण्यास शिकलो आहोत, पण भाऊ भाऊ म्हणून एकत्र राहण्याची साधी कला मात्र आपण शिकलो नाही.

प्रत्येक मनुष्य दोन जगात वावरत असतो, एक अंतर्गत व दुसरे बाह्य. अंतर्गत जग हे आध्यात्मिक आकांक्षांचे जग असून ते कला, वाङ्मय, नैतिक मूल्ये व धर्म यांच्याद्वारे व्यक्त होते. बाह्य जग हे विविध साधने, तंत्रे, यांत्रिकी व्यवस्था व उपकरणे यांनी युक्त असून त्यांच्या साहाय्याने आपण जीवन कंठीत असतो. आपण आपले अंतर्गत जग बाह्य जगात का लुप्त होऊ दिले, हीच आज आपल्यापुढील समस्या आहे. ज्या साध्यासाठी आपण जगतो, त्या साध्यावर आपण साधनांची मात होऊ दिली आहे.

थोडक्यात कविवर्य थोरो यांच्या पुढील उद्‌बोधक वचनात आधुनिक जीवनाचे समालोचन करता येईल, ''न सुधारलेल्या साध्यासाठी सुधारलेली साधने,'' जर

मानवजातीला अस्तित्वात रहावयाचे असेल तर मानवानी आपल्यातील नैतिक व आध्यात्मिक क्षेत्रातील मागासलेपणा घालविला पाहिजे. वाढत्या आधिभौतिक शक्तीच्या प्रमाणात जर आत्मिक बल वाढले नाही तर जगात अधिक प्रमाणात प्रलय होईल. जेव्हा माणसाच्या स्वभावातील बाह्य प्रवृत्ती आंतरिक शक्तीवर विजय मिळवते, तेव्हा जगात वादळाचे काळे ढग जमू लागतात.

आध्यात्मिक व नैतिक मागासलेपणा ही आधुनिक काळातील माणसापुढील मुख्य समस्या आहे. *माणसाच्या नैतिक ऱ्हासातून जे तीन व्यापक प्रश्न उद्भवतात, त्यांतून ही समस्या व्यक्त होते. हे तीन प्रश्न वेगवेगळे असतात, पण ते एकमेकांत गुंतलेले आहेत. हे तीन प्रश्न म्हणजे अन्याय, दारिद्र्य व युद्ध होत.*

प्रथम मी वांशिक अन्यायाचा उल्लेख करतो. वांशिक अन्यायाचे पाप नष्ट करण्यासाठी चाललेला लढा हा आजच्या काळात एक मोठा लढा आहे. अमेरिकेतील निग्रोत आज जागृती झालेली दिसत आहे. स्वातंत्र्य व समानता मूर्त स्वरूपात आणण्याच्या नितान्त व तीव्र श्रद्धेतून ही जागृती झाली आहे.

उद्‌ध्वस्त जीवनाची प्रलयंकर गर्जना

ज्या काळात सामाजिक संस्कृतीतील मूलभूत दृष्टिकोन बदलत आहे अशा काळातच आपण वावरत आहोत, असे आल्फ्रेड नॉर्थ व्हाइटहेड हे तत्त्वज्ञ म्हणतात. इतिहासातील हा एक महत्त्वाचा टप्पा आहे. ज्या गृहीत तत्त्वावर समाजव्यवस्था आधारलेली आहे, त्या तत्त्वांचे पृथक्करण केले जात आहे, त्यांना जोराचे आव्हान दिले जात आहे. आणि त्यात मोठे बदल होत आहेत. आज जग स्वातंत्र्याच्या वृत्तीने भारलेले आहे. व्हिक्टर ह्यूगोच्या शब्दांत सांगावयाचे म्हणजे या विचारसरणीला मूर्त स्वरूप लाभण्याची वेळ आली आहे.

आज आपल्याला असंतोषाचा मोठा घरघराट ऐकू येत आहे. हा घरघराट म्हणजे ज्यांचे जीवन उद्‌ध्वस्त झाले आहे अशा जनतेची मेघगर्जना आहे. ही जागृत झालेली जनता गांजवणुकीच्या खाईतून स्वातंत्र्याच्या उज्ज्वल शिखरावर आरूढ होऊन एका भव्य आवाजात स्वातंत्र्याची गर्जना करत आहे. जगातील अत्यंत व्यापक असा हा विमोचनाचा काळ आहे. या काळात आगीच्या वणव्याप्रमाणे सर्व जगात स्वातंत्र्याची चळवळ पसरत आहे. आपले वंश व आपला देश यांची पिळवणूक थांबविण्याचा प्रचंडसंख्याक जनतेने निर्धार केला आहे. प्रत्येक खेड्यात, रस्त्यावर, गोद्यांत, घरात, विद्यार्थ्यांत, प्रार्थनामंदिरांत व राजकीय सभांत स्वातंत्र्याचा हा घरघराट ऐकू येत आहे.

अनेक शतकांपर्यंत ही ऐतिहासिक चळवळ या पश्चिम युरोपातील राष्ट्रे व समाज यापुरतीच मर्यादित होती. बाकीच्या जगाला अनेक प्रकारे नागवण्यात ही राष्ट्रे गुंतली

होती. तो काळ, वसाहतवादाचे युग आता संपलेले आहे. पूर्व व पश्चिम यांचा मिलाफ होत आहे. जगाची फेर वाटणी होत आहे. आपल्या मूलभूत दृष्टिकोनात बदल होत आहे.

या घडामोडीमुळे इतिहासाच्या कोणत्याही विद्यार्थ्याला आश्चर्य वाटणार नाही. पददलित लोक कायमचे पददलित राहणार नाहीत. स्वातंत्र्याची आकांक्षा अखेर व्यक्त होतेच. अनेक शतकांपूर्वी मोझीझने कैरोच्या न्यायालयात ''माझ्या लोकांना जाऊ द्या,'' ही घोषणा कशी केली त्याची रोमांचकारी कथा बायबलात आली आहे. अखंड चालू असलेल्या कथेचे ते जणू काय सुरूवातीचे प्रकरण होते.

अमेरिकेतील सध्याचा लढा याच अखंड कथेतील एक नंतरचे प्रकरण आहे. काही तरी आंतरिक शक्तीने निग्रोंना त्यांच्या स्वातंत्र्याच्या जन्मसिद्ध हक्काची जाणीव करून दिली आहे आणि काहीतरी बाह्य शक्तीने त्याला हे स्वातंत्र्य मिळविता येईल, हे पटवून दिले आहे.

अमेरिकेतील निग्रोंचे स्वातंत्र्याचे स्वप्न मूर्त स्वरूपात आणण्यासाठी अद्याप कितीतरी मजल मारावयाची आहे. बायबलातील आलंकारिक भाषेत सांगावयाचे म्हणजे इजिप्तमधील धुळीने भरलेल्या प्रदेशातून आम्ही निघालो आणि प्रदीर्घ व अतिशय तीव्र झोंबणाऱ्या हिवाळ्यामुळे अनेक वर्षे गोठून गेलेला तांबडा समुद्र आम्ही ओलांडला. पण आश्वासित समृद्ध प्रदेशाच्या भव्य किनाऱ्यापर्यंत जाऊन पोहोचण्यापूर्वी निराशाजनक व त्रस्त करणाऱ्या वैराण मुलखातून आम्हाला जावे लागणार आहे. आम्हाला अद्यापही विरोधाची उत्तुंग शिखरे व प्रतिकाराचे प्रचंड पर्वत ओलांडावयाचे आहेत. पण धिम्या व दृढ निश्चयाने आम्ही मार्गक्रमण करीत राहू आणि अशा रीतीने निराशेच्या प्रत्येक दरीचे रूपांतर उत्तुंग आशेच्या व दयेच्या शिखरात करू. अहंकाराचा व असमंजसपणाचा प्रत्येक पर्वत नम्रतेच्या व दयेच्या साधनांनी सखल करू. अन्यायाच्या खबदाडाचे रूपांतर समान संधीच्या सपाट प्रदेशात करू आणि पूर्वग्रहांच्या वेड्यावाकड्या स्थळांचे स्वरूप सुजाणतेच्या प्रवृत्तीने पालटून टाकू.

इतिहासातील अपूर्व शस्त्र : अहिंसा

स्वातंत्र्य, समानता, रोजंदाऱ्या व नागरिकत्व या संबंधीची मागणी सोडावयाची नाही किंवा तीत भेसळ करावयाची नाही किंवा ती लांबणीवर टाकावयाची नाही, अशी अमेरिकेतील नागरिक हक्कांच्या चळवळीतील मुख्य गटांची भूमिका आहे. त्यासाठी प्रतिकार व झगडा करावा लागला तरी आम्ही माघार घेणार नाही. आम्ही नमणार नाही. आम्ही आता घाबरणार नाही.

आचार व विचार या दोन्ही दृष्टींनी अहिंसा हे आमच्या लढ्याचे अधिष्ठान आहे आणि त्याचमुळे या लढ्यातील एका सैनिकाला शांततेचे नोबेल पारितोषिक देणे समर्पक

वाटले असावे. स्थूल मानाने बोलावयाचे म्हणजे नागरिक हक्काच्या चळवळीत अहिंसेचा अवलंब याचा अर्थ या लढ्यात शस्त्रास्त्रांवर अवलंबून न राहण्याचे धोरण. याचा अर्थ विषमता व गुलामगिरीचा पुरस्कार करणाऱ्या राजवटीचे रिवाज व कायदे यांच्याशी असहकार. याचा अर्थ प्रतिकाराच्या चळवळीत जनतेचा प्रत्यक्ष सहभाग. अप्रत्यक्ष मार्गावर भर दिला तर जनतेला प्रत्यक्ष कृतीत सहभागी होण्याची संधी बऱ्याच वेळा मिळत नाही, असा अनुभव आहे.

अहिंसा याचा अर्थ असाही आहे की, अलीकडच्या काळातील कष्टप्रद लढ्यात भाग घेतलेले माझे सहकारी बांधव इतरांना क्लेश न देता स्वत: क्लेश सहन करीत आहेत. यापूर्वी मी म्हटल्याप्रमाणे यापुढे आम्ही घाबरणार नाही किंवा नमणार नाही; पण त्याबरोबर बऱ्याच प्रमाणात हेही खरे आहे की, इतरांना किंवा ज्या समाजाचे आम्ही घटक आहोत, त्या समाजाला घाबरून सोडण्याचा आमचा हेतू नाही. गौरकाय लोकांची मानहानी करून आणि त्यांना गुलाम करून निग्रो लोकांचे विमोचन करणे हा या चळवळीचा हेतू नाही. आम्हाला कोणावरही विजय मिळवावयाचा नाही. अमेरिकन समाजाचे विमोचन करणे आणि सर्व जनतेच्या विमोचनात सहभागी होणे, हा आमच्या चळवळीचा उद्देश आहे. वांशिक न्याय मिळविण्यासाठी हिंसेचा मार्ग अव्यवहार्य व त्याचबरोबर अनैतिक आहे. बऱ्याच वेळा राष्ट्रांनी लढाई करून स्वातंत्र्य मिळविले आहे; पण तात्पुरते विजय मिळाले तरी हिंसेमुळे चिरस्थायी शांतता होत नाही. हिंसेमुळे सामाजिक प्रश्न सुटत नाहीत, उलट नवीन व अधिक गुंतागुंतीचे प्रश्न उद्‌भवतात. हिंसा अव्यवहार्य आहे. कारण तीमुळे अधोगती होत जाऊन अखेर सर्वांचाच नाश होतो. हिंसा अनैतिक आहे, कारण सुज्ञपणे विरोधकांना आपलेसे करण्यापेक्षा तीत विरोधकांची मानहानी करण्याची प्रवृत्ती असते, हृदयपरिवर्तन करण्यापेक्षा द्वेषावर तिचा भर असतो. हिंसेमुळे समाजाचा नाश होतो, आणि भ्रातृभाव अशक्यप्राय होतो. हिंसेमुळे समाजात सहकार्याऐवजी विभक्तपणाची प्रवृत्ती निर्माण होते. हिंसेमुळे पराभूत लोकात कडवटपणा आणि विजेत्यांत पाशवी वृत्ती निर्माण होते. खुद्द हिंसेचा शेवट अखेर खुद्द हिंसेच्या पराभवात होतो.

खऱ्याखुऱ्या अर्थी अहिंसा ही माणसातील आध्यात्मिक व नैतिक मागासलेपणा घालवू पाहते. यापूर्वी मी म्हटल्याप्रमाणे हाच मागासलेपणा म्हणजे आजच्या काळातील माणसापुढील मुख्य समस्या आहे. अहिंसा ही नैतिक साधनांद्वारे नैतिक उद्दिष्टे साध्य करू पाहते. अहिंसा हे प्रभावी व न्याय्य शस्त्र आहे. इतिहासात अपूर्व असे हे शस्त्र आहे. जखम न करता अहिंसा शस्त्रक्रिया करते, आणि हे शस्त्र पेलणारा माणूस स्वत: उदात्त बनतो.

अहिंसेच्या साधनावर माझा विश्वास आहे. मला वाटते, भंगलेल्या समाजाचे पुनरुत्थान करण्याचा हाच एकमेव मार्ग आहे. ज्यांनी अंधवृत्ती, भीती, अहंकार व असमंजसपणा यांच्या आहारी जाऊन आपल्या सदसद्‌विवेकबुद्धीकडे दुर्लक्ष केले आहे,

अशा प्रचंड बहुसंख्याक लोकांच्या सदसद्‌विवेकबुद्धीला आवाहन करून न्याय्य कायदा अंमलात आणण्याचा अहिंसा हाच मार्ग आहे.

अणुयुद्धांची भयानक समस्या

अहिंसेच्या मार्गाने प्रतिकार करणाऱ्यांना आपल्या संदेशाचे समालोचन पुढील सुलभ शब्दांत करता येईल. अन्यायाविरुद्ध सरकारी व इतर अधिकृत यंत्रणांनी जरी आवश्यक ती उपाययोजना प्रथम केली नाही तरीसुद्धा आम्ही अन्यायाविरुद्ध उघडउघड झगडू. आम्ही अन्यायी कायदे मानणार नाही किंवा अन्याय्य रिवाजापुढे नमणार नाही. अर्थात आम्ही हे सर्व शांतपणे, उघडपणे, आनंदाने करू, कारण हृदयपरिवर्तन करणे आमचे उद्दिष्ट आहे. आम्ही अहिंसेच्या साधनाचा अवलंब करीत आहोत, कारण शांततावादी समाज हे आमचे उद्दिष्ट आहे. आम्ही आमची भूमिका स्पष्ट मांडून हृदयपरिवर्तन करण्याचा प्रयत्न करू, पण त्यात अपयश आले तर आम्ही प्रत्यक्ष आचरणाने हृदयपरिवर्तन करण्याचा प्रयत्न करू. वाटाघाटी करण्यास आणि तडजोडी करण्यास आमची नेहमीच तयारी आहे. पण आम्हाला जे सत्य वाटते त्याचा आविष्कार व्हावा म्हणून जरूर तेव्हा क्लेश सहन करण्याची व प्रसंगी प्राण देण्याची आमची तयारी आहे.

वांशिक अन्यायाच्या समस्येला प्रतिकार करण्यासाठी हे जे साधन स्वीकारले गेले आहे, त्याला पूर्वी यशही आले आहे. मोहनदास करमचंद गांधी यांनी ब्रिटिश साम्राज्याच्या प्रबळ सत्तेविरुद्ध याच साधनाचा उत्कृष्ट रीतीने उपयोग केला, आणि अनेक शतकांच्या राजकीय वर्चस्वातून व आर्थिक पिळवणुकीतून भारतीय जनतेची मुक्तता केली. गांधीजींनी फक्त सत्य, आत्मबल, अहिंसा व धैर्य या अस्त्रांचा उपयोग केला.

गेल्या दहा वर्षांत अमेरिकेतील नि:शस्त्र स्त्री–पुरुषांनी अहिंसेच्या नैतिक शक्तीची व परिणामकारकतेची कृतीने साक्ष पटवून दिली आहे. हजारो अज्ञात व निर्भय निग्रो व गौरकाय तरुणांनी शिक्षणाला तात्पुरता रामराम ठोकून देहदंड सोसला. अन्यायाच्या उष्णतेने रणरणत असलेल्या वाळवंटात त्यांचे धीरोदात्त व शिस्तबद्ध कार्य म्हणजे आल्हाददायक हिरवळच होय. त्यांनी सर्व अमेरिकन लोकांना लोकशाहीच्या महान जलाशयाकडे पुन्हा नेले आहे. अमेरिकन राष्ट्राच्या संस्थापकांनी राज्यघटना व स्वातंत्र्याचा जाहीरनामा तयार करून ही लोकशाहीची समृद्ध जलाशये खोदली आहेत. एक दिवस सर्व अमेरिकेला त्यांच्या कार्याचा अभिमान वाटेल.

माणसाचे दौर्बल्य व अपयश यांची मला चांगलीच जाणीव आहे. अनेकजण अहिंसेच्या परिणामकारतेविषयी शंका घेऊन हिंसेचा उघड पुरस्कार करतात; पण शतकानुशतकांच्या वांशिक अन्यायाला प्रतिकार करण्यासाठी अहिंसा हे सर्वात व्यवहार्य व नैतिकदृष्ट्या सर्वोत्कृष्ट साधन आहे अशी माझी अद्यापही खात्री आहे.

आपल्या जगापुढील एक दुसरे अरिष्ट म्हणजे युद्धाचे. अलीकडच्या घडामोडीवरून आपल्याला स्पष्ट कळून आले आहे की, राष्ट्रे मोठ्या प्रमाणावरील विध्वंसाच्या शस्त्रांचे साठे कमी करीत नसून उलट वाढवीत आहेत. जगातील अत्यंत विकसित राष्ट्रांतील सर्वात बुद्धिमान माणसांनी आज लष्करी तंत्रशास्त्राला वाहून घेतले आहे.

आण्विक अस्त्रांच्या चाचण्यावर बंदी घालण्याचा मर्यादित करार होऊनही आण्विक अस्त्रांचा प्रसार थांबलेला नाही. उलट अलीकडेच पहिल्या गौरेतर, पौर्वात्य आणि कमी विकसित राष्ट्राने कम्युनिस्ट-चीनने-अणुस्फोट केला आहे. त्यामुळे साऱ्या मानवजातीसमोर अणुयुद्धाचा भयंकर धोका अमर्याद प्रमाणावर उभा आहे. आतापर्यंत माणसांनी आण्विक युद्धाचे स्वरूप व धोके या संबंधीच्या वास्तव परिस्थितीला आपल्या मनात थारा दिला नाही; कारण त्यांना ती कल्पनाच मुळी अतिशय मानसिक यातना देणारी व न मानवणारी होती. पण त्यामुळे अशा युद्धाचे स्वरूप बदलत नाही किंवा धोके टळत नाहीत. केवळ त्या विचाराला थारा न दिल्यामुळे चिंता तात्पुरती दूर होत असेल पण त्यामुळे मानसिक शांतता व भावनात्मक सुरक्षितता लाभत नाही.

आजही माणसाला युद्धाचे आकर्षण वाटते, ही सत्यस्थिती आहे. पण अनुभवावरून आपणास हे कळून आले पाहिजे की, युद्धाची कल्पना आजकाल विसंगत ठरली आहे. एके काळी अनिष्ट प्रवृत्तीचा फैलाव व वाढ यांना आळा घालण्याच्या दृष्टीने युद्ध उपयुक्त ठरत असेल पण आधुनिक काळातील शस्त्रांची विध्वंसक शक्ती इतकी मोठी आहे की, त्यामुळे अनिष्ट प्रवृत्तीला पायबंद घालण्याचे साधन या दृष्टीनेही युद्धाची उपयुक्तता नाहीशी झाली आहे.

सायरनांचे मधुर गीत

जीवन हे जगण्यालायक आहे आणि माणसाला जगण्याचा हक्क आहे हे आपल्याला मान्य असेल तर आपण युद्धाला दुसरा पर्याय शोधून काढलाच पाहिजे. अवकाशयाने बाह्य अवकाशात भराऱ्या मारत असताना आणि विध्वंसनाची भयंकर क्षेपणास्त्रे वातावरणातून मृत्यूसाठी हमरस्ते तयार करत असताना कोणताही देश युद्धात आपण विजय मिळवू याची खात्री देऊ शकणार नाही. मर्यादित प्रमाणात युद्ध झाले तरी मानवी हालअपेष्टा, राजकीय अशांतता व आध्यात्मिक भ्रमनिरास यांचा अनर्थकारक वारसा, परंपरा शिल्लक राहते. पण जागतिक महायुद्ध झाले तर परमेश्वराच्या कृपेने असे महायुद्ध न होवो– माणसाने आपल्या चुकीने अखेर आपला नाश ओढवून घेतला याची मुग्ध आठवण म्हणून फक्त धुमसणारी राख शिल्लक राहील. आधुनिक काळातील माणसे जर युद्धाची खुमखुमी बाळगतील तर या पृथ्वीचा – डान्टेच्या कल्पनेतही आला नसेल एवढा भयंकर नरक करतील.

म्हणून आपणा सर्वांना आणि माझे भाषण ऐकणाऱ्या व हे भाषण वाचणाऱ्या सर्वांना माझी एक सूचना आहे; अहिंसेचे तत्त्वज्ञान व कृती यांचा ताबडतोब अभ्यास केला जावा आणि मानवी संघर्षाच्या सर्व क्षेत्रात, इतकेच काय पण राष्ट्रांराष्ट्रांतील संबंधांच्याही क्षेत्रात अहिंसेच्या अस्त्राचे गंभीर प्रयोग केले जावेत. अखेर राष्ट्रेच युद्धे करतात, राष्ट्रांनीच मानवजातीच्या अस्तित्वाला धोका आणणारी शस्त्रास्त्रे तयार केली आहेत. केवळ विध्वंसकच नव्हे तर ती आत्मघातक आहेत.

त्याचबरोबर आपल्याला काही प्राचीन सवयींच्या, उदाहरणार्थ अफाट सत्तेच्या व्यवस्थेवर विचार करावयाचा आहे आणि अवर्णनीय गुंतागुंतीचे प्रश्न सोडवावयाचे आहेत. यावेळी आपणापुढे दोन पर्याय आहेत. एक म्हणजे मानतावादाचा पूर्ण त्याग करून, जी शस्त्रास्त्रे आपणच निर्माण केली आहेत, त्यांची धास्ती घेऊन निष्क्रिय होणे किंवा वांशिक अन्यायाप्रमाणेच राष्ट्राराष्ट्रांतील युद्ध व हिंसा यांना तातडीने आळा घालणे. गौरकाय लोक व निग्रो यांच्यातील समानता म्हणजे दहशतीखाली वावरणाऱ्या आणि विनाशाकडे चाललेल्या जगातील समानता ठरणार असेल तर त्यामुळे गौरकाय लोक अगर निग्रो यांपैकी कोणाचेच प्रश्न सुटणार नाहीत.

नि:शस्त्रीकरण व शांतता साध्य करण्याकरिता ज्या समस्या सोडवाव्या लागतील त्यांचे गुंतागुंतींचे स्वरूप मी क्षुल्लक लेखू इच्छित नाही. पण मला वाटते, या क्षेत्रात आपण मानसिक व आध्यात्मिक फेरमूल्यमापन करण्याची तयारी दाखविल्याशिवाय या समस्या सोडवण्यासाठी आवश्यक अशी इच्छाशक्ती, धैर्य व दूरदृष्टी आपण व्यक्त करू शकणार नाही. आपण आपला दृष्टिकोन बदलला पाहिजे. त्यामुळेच ज्या गोष्टी वास्तव व जबरदस्त आहेत, असे आपणास वाटते, त्या वस्तुत: अवास्तव व मृत्यूच्या पाशात नेणाऱ्या आहेत, याची जाणीव होईल. जे नवे जग अस्तित्वात येण्याची शक्यता आहे. त्या जगात प्रवेश करण्यासाठी आपण तयारी, इतकेच काय पण उत्सुकता व्यक्त केली पाहिजे.

केवळ नकारात्मक मार्गाचा अवलंब करून आपण शांततामय जगाची रचना करू शकणार नाही. आम्ही युद्ध करणार नाही, एवढेच म्हणणे पुरेसे नाही. शांततेसाठी कळकळ दाखविणे व तीसाठी त्याग करणे आवश्यक आहे. युद्ध नकारात्मक उच्चाटन करण्यावर केवळ आपण लक्ष केंद्रित न करता शांततेच्या सक्रिय पुनरुच्चारावर भर दिला पाहिजे.

ग्रीक वाङ्मयात युलिसिस व सायरन जमात यांच्याविषयी एक रमणीय कथा आहे. सायरन लोक इतके मधुर गात की, त्यांचे गायन ऐकण्यासाठी त्यांच्या बेटाकडे गलबत वळविण्याचा मोह खलाशांना आवरत नसे. या गायनाच्या मोहामुळे ते आपली गलबते या खडकाळ बेटाकडे वळवीत. गलबतातील खलाशी आपले घरदार, कर्तव्य व प्रतिष्ठा विसरून गायनाच्या मोहाने समुद्रात उड्या टाकत आणि मृत्युमुखी पडत. युलिसिसने

सायरन लोकांच्या मोहाला बळी पडावयाचे नाही, असा निर्धार केला. त्याने प्रथम गलबतावरील शिडाला स्वत:ला बांधून टाकण्याचे ठरविले आणि त्याच्या खलाशांनी आपले कान मेणाने बुजवून टाकले. पण अखेर स्वत:चा बचाव करण्याचा अधिक चांगला मार्ग त्यांना सुचला. त्यांनी आपल्या गलबतावर ऑफियस या उत्कृष्ट गवयाला घेतले. सायरन लोकांच्या संगीतापेक्षा त्याची गीते अधिक नादमधुर होती. ऑफियस गाऊ लागला की, सायरनांचे गायन ऐकण्याची कोण फिकीर करतो? यासाठी आपण युद्धाचे केवळ नकारात्मक उच्चाटन करण्याकडे लक्ष न देता शांततेचा सक्रिय पुनरुच्चार करण्यावर भर दिला पाहिजे. युद्धाच्या बदसुरापेक्षा कितीतरी श्रेष्ठ असे आणि मधुर संगीत – स्वर्गीय संगीत शांततेच्याद्वारे प्रगट होईल, इकडे लक्ष दिले पाहिजे. जी कोणालाही जिंकता येणार नाही, अशी नकारात्मक अधिक अस्त्रांची शर्यत थांबविली पाहिजे आणि तीऐवजी जगातील सर्व राष्ट्रांच्या हितासाठी शांतता व भरभराट यांना मूर्त स्वरूपाच्या म्हणून माणसाने सृजनशीलतेचा उपयोग करण्याची सक्रिय शर्यत सुरू केली पाहिजे. थोडक्यात शस्त्रास्त्रांच्या शर्यतीऐवजी शांततेसाठी शर्यत चालू झाली पाहिजे. जर आपण शांततेसाठी निर्धाराने अशी मोहीम सुरू केली तर आतापर्यंत आशेचे जे दरवाजे घट्टपणे बंद राहिले होते, ते आपण उघडू शकू आणि संभाव्य विश्वसंहाराच्या विलापगीतांचे रूपांतर सृजनशील पूर्तीच्या स्तोत्रांत करू. थोडक्यात वांशिक अन्याय, दारिद्र्य व युद्ध या समस्या सोडविण्यावर माणसाचे अस्तित्व अवलंबून आहे. आणि माणूस आपल्या वैज्ञानिक प्रगतीबरोबरच नैतिक प्रगती कशी किती करतो आणि एकोप्याने राहण्याची व्यवहारी कला कितपत शिकतो, यावर वरील समस्यांची सोडवणूक अवलंबून आहे.

जो प्रेम करीत नाही तो परमेश्वराला ओळखीत नाही!

काही वर्षांपूर्वी एक विख्यात कादंबरीकार निधन पावला. त्याच्या कागदपत्रांत नियोजित कादंबऱ्यांच्या कथासूत्रांची यादी होती. त्यांतील एक महत्त्वाचे कथासूत्र पुढीलप्रमाणे होते. खूप ठिकाणी विखुरलेल्या एका कुटुंबाला वारसाहक्काने एक घर मिळाले आणि या घरात त्यांना एकत्र राहणे भाग पडले. मानवजातीपुढील ही एक मोठी समस्या आहे. आपल्याला वारसाहक्काने एक मोठे घर – जगरूपी विशाल घर मिळाले आहे. या घरात काळे व गौरकाय, पौर्वात्य व पाश्चिमात्य, जेन्टाईल व ज्यू, कॅथॉलिक व प्रॉटेस्टंट, मुसलमान व हिंदू अशा सर्वांनी एकोप्याने रहावयास शिकले पाहिजे. विचारसरणी, संस्कृती व हितसंबंध या बाबतीत गैरवाजवी रीतीने विभक्त झालेले हे कुटुंब आहे. यापुढे आपणांस एकमेकाशिवाय जगणेच अशक्य असल्यामुळे आपण काही झाले तरी या विशाल जगात एकोप्याने रहाण्यास शिकले पाहिजे.

याचा अर्थ आपल्या निष्ठा विभक्त असण्यापेक्षा अधिकाधिक प्रमाणात जागतिक

झाल्या पाहिजेत. आपल्या वैयक्तिक समाजात जे काही सर्वोत्कृष्ट आहे, त्याचे जतन करण्याकरिता आपण समुच्चयाने मानवजातीविषयी सर्वांत जास्त निष्ठा व्यक्त केली पाहिजे.

विश्वबंधुत्वासाठी दिले गेलेले हे आवाहन म्हणजे वस्तुत: सर्व मानवजातीविषयी सर्वंकष व बिनशर्त प्रेम दाखविण्याचे आवाहन आहे. स्वत:ची जमात, वंश, वर्ग व राष्ट्र यांच्या पलीकडे अधिक विशाल दृष्टिकोन ठेवण्याचे हे आवाहन आहे. अखंड जगाचा या कल्पनेविषयी बराच गैरसमज होता आणि त्या कल्पनेचा चुकीचा अर्थ लावला जात होता. तिच्यावर नीत्शेने तीव्र दुबळेपणाचा व भेकडपणाचाच शिक्का मारला होता. पण आज मानवजात टिकविण्यासाठी ही कल्पना अगदी आवश्यक झाली आहे. जेव्हा मी प्रेमाविषयी बोलतो, तेव्हा काही तरी भावनात्मक व दुबळी विचारसरणी व्यक्त करत नाही. त्यात वायफळ बडबडीपेक्षा काहीतरी विशेष अर्थ आहे. सर्व महान धर्मांनी जीवनातील सर्वश्रेष्ठ ऐक्याचे तत्त्व म्हणून जी शक्ती मानली त्या शक्तीसंबंधी मी बोलत आहे. प्रेम म्हणजे अंतिम सत्याचे दार उघडण्याची किल्ली होय. अंतिम सत्यासंबंधीच्या हिंदू, मुसलमान, ख्रिश्चन, ज्यू व बौद्ध या धर्मीयांच्या या कल्पनेचे समालोचन सेंट जॉन यांच्या पहिल्या पत्ररूपी प्रवचनात उत्तम रीतीने केले गेले आहे.

आपण एकमेकांवर प्रेम करूया; कारण प्रेम म्हणजे परमेश्वर, आणि प्रेम करणाऱ्या प्रत्येकाचा जन्म परमेश्वरापासून झाला असून तो परमेश्वराला ओळखतो. जो प्रेम करीत नाही तो परमेश्वराला ओळखत नाही. कारण परमेश्वर म्हणजे प्रेम आहे. जर आपण एकमेकांवर प्रेम केले तर आपल्यात परमेश्वराचे वास्तव्य राहते आणि त्याचे प्रेम आपल्यातील प्रेमाला परिपूर्णता आणते.

उद्धार तरी होईल किंवा सर्वनाश तरी होईल

ही वृत्ती सगळीकडे फैलावेल, अशी आपण आशा करूया. ॲर्नल्ड टॉइन्बी म्हणतात, ''मृत्यू व अनिष्टता या तिरस्करणीय निवडीपेक्षा जीवन व सत् या चांगल्या निवडी करण्यातील प्रेम ही अंतिम शक्ती आहे. म्हणून प्रथम आपल्याला अशी ओढ लागली पाहिजे की, प्रेम हाच अंतिम शब्द राहील. यापुढे आपल्याला द्वेषाच्या देवतेची पूजा करून किंवा टोल्यास टोला या विचारसरणीपुढे नमून चालणार नाही. अधिकाधिक जोराने उफाळणाऱ्या द्वेषरूपी लाटांमुळे इतिहासाचे महासागर खवळले जातात. द्वेषाचा आत्मघातकी मार्ग अवलंबून ज्यांनी नाश करून घेतला अशा राष्ट्रांच्या व व्यक्तींच्या उदाहरणांनी इतिहास नटलेला आहे. आता जगापुढील समस्या सोडविण्याची प्रेम ही एकच किल्ली आहे.''

समारोप करताना मी हे सांगू इच्छितो की, मानवजात या काळात कसोटीत उतरेल आणि विनाशाकडे झपाट्याने चाललेल्या या युगाला नवी गती देईल. या काळातील

परिस्थिती तंग व अनिश्चित असूनही काही तरी अतिशय अर्थपूर्ण घडत आहे. पिळवणूक व दडपशाही यांच्या जुन्या व्यवस्था ढासळून पडत आहेत आणि नि:सत्त्व भासणाऱ्या या जगातून न्याय समता यांच्या व्यवस्था उदयास येत आहेत. पददलित लोकांपुढे संधीची द्वारे हळूहळू खुली होत आहेत, आणि राष्ट्रातील वस्त्रहीन व अनवाणी लोकांमध्ये आपण कोणी तरी आहोत ही भावना निर्माण होत आहे आणि निराशेच्या निबिड पर्वतांतून ते आशेचा बोगदा काढत आहेत.

अंधकारात जीवन कंठत असलेल्या लोकांना महान प्रकाश दिसू लागला आहे; काही ठिकाणी, व्यक्तींनी व गटांनी प्रेमाची प्रवृत्ती व्यक्त करून नैतिक प्रगल्भतेची भव्य उंची गाठली आहे. खऱ्याखुऱ्या अर्थाने जीवन जगण्याच्या दृष्टीने हा महान काळ आहे. याचमुळे भविष्यकाळाविषयी मी अद्याप निराश झालेलो नाही. भूतकाळातील सहजसुलभ आशावाद आज अशक्य झाला असेल, शांतता व स्वातंत्र्य यांच्या लढ्यात आघाडीला असणाऱ्या लोकांना अद्यापही तुरुंगवासात दिवस कंठावे लागत असतील, आणि त्यांना ठार करण्याच्या धमक्या दिल्या जात असतील, त्यांचा एकसारखा छळ केला जात असेल आणि या छळामुळे आपण हा थोडा बोजा सहन करू शकणार नाही अशी निराशेची भावना त्यांच्यात निर्माण होण्याचा आणि अधिक शांत व समाधानी जीवनाचा अवलंब करण्याचा मोह त्यांना होण्याचा संभव असेल, आज आपणामुळे जागतिक पेचप्रसंग निर्माण झाला असेल आणि त्यामुळेच जीवनाच्या खवळलेल्या संग्रामात आपण गुरफटून गेलो असू पण प्रत्येक आणीबाणीच्या प्रसंगांत जसे धोके असतात तशी संधीही मिळते. त्यामुळे उद्धार तरी होईल किंवा नाश तरी होईल. या निबिड त्रस्त जगात अद्यापही माणसांच्या अंत:करणात परमेश्वराचे राज्य होणे शक्य आहे.

लोकनायक जयप्रकाश नारायण

(१९०२ ऑक्टोबर ११-१९७९ ऑक्टोबर ८)

- जयप्रकाश नारायण.
- जेपी अथवा लोकनायक या नावाने प्रसिद्ध.
- स्वातंत्र्यचळवळीतील नेते.
- १९७५ च्या आणीबाणीत इंदिरा गांधींचे प्रमुख विरोधक .
- १९८८ - मरणोत्तर भारतरत्न.
- १९६५ - मॅगसेसे पुरस्काराने सन्मानित.
- प्रमुख ग्रंथ :

  -Towards Struggle
  -Socialism Sarvodaya and Democracy
  -Communitarian Society and Panchayat Raj
  -Towards Revolution
  -Jail Life
  -A Revolutionary's Quest
  -Concept of Social Revolution

लोकशाही समाजवाद ? का हुकूमशाही साम्यवाद ?

लोकनायक जयप्रकाश नारायण

गेल्या काही वर्षात राष्ट्रापुढे मी ज्या काही कल्पना मांडल्या त्यामुळे देशात वादंग माजले व लोकांमध्ये नव्या विचारसरणीलाही चालना मिळाली असे मला वाटते. पण मी पक्षविरहित, पक्षविहित लोकशाहीची जी कल्पना मांडली त्या कल्पनेकडेच लोकांचे जास्त लक्ष वेधले गेले व आजच्या परिस्थितीतील निकडीच्या सूचनांकडे त्यांचे दुर्लक्ष झाले.

मी केलेल्या विधायक सूचना दोन प्रकारच्या आहेत. अत्यंत निकडीने अंमलात आणायच्या सूचना व दीर्घ मुदतीने वापर करायच्या सूचना! माझी जी पक्षविहीन लोकशाहीची सूचना आहे ती दुय्यम आहे. पण माझ्या ज्या दुसऱ्या दोन सूचना आहेत त्यांची ताबडतोब अंमलबजावणी होणे आवश्यक असून त्या सूचनांकडे सर्वांनी तातडीने लक्ष दिले पाहिजे, असे माझे कळकळीचे आवाहन आहे.

देशातील लोकांच्या अंत:करणात औदासीन्य नि अपयश या भावनांचा जास्त पगडा बसल्याचे माझ्या निदर्शनाला आले आहे. लोकसभेत अगर अन्य ठिकाणी पक्षाभिमानाने धिटाईची भाषा बोलली जाते. पण काँग्रेसमध्येच नव्हे तर काँग्रेसच्या उच्चपदस्थ नेत्यांमध्येसुद्धा औदासीन्याच्या प्रवृत्तीने ठाण मांडल्याचा प्रत्यय येत आहे. देशात पसरलेली औदासीन्याची व अपयशाची प्रवृत्ती यांकडे एक वेळ आपण दुर्लक्ष करावयाचे ठरविले तरी देशातील काही समस्यांची सत्य वस्तुस्थिती आपल्या डोळ्यांपुढे नाचू लागते. *अन्न व बेकारी यांसारख्या प्राथमिक गरजांच्या समस्याही आपण स्वातंत्र्यानंतरच्या दीर्घ काळात सोडवू शकलो नाही.* पक्षाभिमानी राजकारणी मुत्सद्दी लोक एकमेकांवर दात-ओठ खाऊन उखाळ्यापाखाळ्या काढीत व एकमेकांवर चिखलफेक करीत, या परिस्थितीतून मार्ग काढण्याचाही प्रयत्न करतात. पण त्यांच्या या धोरणाने जो वेळ नि उत्साह खर्च होतो त्यामुळे कोणतीही विधायक फलनिष्पत्ती होत नाही. *सरकारच्या धोरणात दोष आहेत हे अगदी नि:संशय, पण सरकारने यापेक्षा कितीही चांगली धोरणे आखली* तरी आज लोकांची जी सार्वजनिक मागणी आहे ती मागणी पूर्ण होण्याइतकी त्यातून फलनिष्पत्ती होणार नाही.

केवळ सरकारच्या धोरणानेच राष्ट्राची सर्वांगीण प्रगती झाल्याचे इतिहासात एकही उदाहरण माझ्या अवलोकनात नाही. लोकशाही नि हुकूमशाही या दोन्ही राज्यकारभारांच्या बाबतीतही ही सत्य गोष्ट आहे. देशातील जनतेने व्यापक प्रमाणात भाग घेतल्याखेरीज राष्ट्राची उभारणी होऊ शकत नाही. या माझ्या विचारसरणीवर मी जास्त भर देऊ इच्छितो. याचे कारण आपल्या देशातील परिस्थितीत हीच मुख्य महत्त्वाची बाब आहे.

आमच्या नेत्यांच्या हाती देशाच्या राज्यकारभाराची सूत्रे आली त्यावेळी त्यांनी दुर्दैवाने या साध्या गोष्टीचीही जाणीव बाळगली नाही. ब्रिटिशांपासून सत्तेचा वारसा मिळाल्यामुळे त्या सत्तेच्या व सामर्थ्याच्या जोरावर आपण वाटेल ती गोष्ट करू शकू अशी त्यांनी व्यर्थ कल्पना करून घेतली! या सत्तेमुळे गांधीजी तेवढे बेभान झाले नाहीत. कोणतीही गोष्ट देशात परिणामकारकपणे करण्याची खरी सत्ता जनतेच्या हाती आहे व कोणत्याही परिणामकारक कृतीसाठी जनतेला जागृत केले पाहिजे याची गांधीजींनाच स्पष्ट जाणीव होती. म्हणूनच कॉंग्रेससारख्या महान संघटनेचे विसर्जन करून 'लोकसेवक संघा'त परिवर्तन करावे असे त्यांना त्यावेळी वाटत होते. कालांतराने राष्ट्रपित्याचे ते धोरण शहाणपणाचे नि दूरदृष्टीचे होते याची साऱ्यांना जाणीव झाली.

भारताची चाळीस कोटी जनता हीच खरी देशाची संपत्ती! पण हे कोट्यवधी लोक निष्क्रिय, गतिहीन राहिले तर मात्र ते लोक भूमीला भार होऊन राहतील. पण ज्यावेळी हे लोक गतिमान होतील त्यावेळी पुनर्रचनेचे, राष्ट्रउभारणीचे प्रचंड कार्य म्हणजे बालकांच्या खेळासारखे सोपे वाटेल! तेव्हा देशाचे सरकार बळकट कसे करावे, आजच्या पंतप्रधानांच्या जागी कुणाची निवड करावी हा देशापुढील महत्त्वाचा प्रश्न असून भारतातल्या निद्रिस्त असलेल्या प्रचंड देवमाशाला-चाळीस कोटी जनतेला-कार्यान्वित कसे करावे हा महान प्रश्न आहे.

सरकारी कार्यक्रम कार्यान्वित करण्यासाठी हुकूमशाही राज्यपद्धतीत सर्वसज्जता असते. पण लोकशाही राज्यपद्धतीत तशी यंत्रणा उपलब्ध नाही. तेव्हा लोकशाही कारभाराचे तत्त्व इतके मौल्यवान आहे की, कोणत्याही बाबीसाठी त्या तत्त्वाचा बळी घेणे उपकारक नाही. राष्ट्रीय पुनर्रचनेसाठी लोकशाहीची मुस्कटदाबी करायची जरुरी आहे असे मानले तर त्या धोरणाला राष्ट्रीय पुनर्रचना नाव देणे म्हणजे दिशाभूल करण्यासारखे आहे. राष्ट्रीय पुनर्रचनेत भौतिक नि नैतिक पुनर्रचनेच्या तत्त्वांचाही समावेश होतो. लोकशाही तत्त्वाची मुस्कटदाबी हे जनतेच्या नैतिक अध:पाताचे निदर्शक आहे. तेव्हा या अध:पाताचे कोणत्याही व्याख्येने मोजमाप केले तरी त्याला राष्ट्रीय पुनर्रचना म्हणता येणार नाही.

आपण आपल्या देशात लोकशाहीला राष्ट्रीय पुनर्रचनेच्या पायाचे स्वरूप दिलेले आहे. आपल्या देशात लोकशाही हा राष्ट्रउभारणीचा भरभक्कम पाया आहे. तेव्हा लोकशाहीच्या चौकटीतून जनतेला सांघिक कृतीसाठी एकत्र आणायला हवे. आपल्या देशातील लोक आज ज्या परिस्थितीत गुरफटलेले आहेत त्यामुळेही हा प्रश्न जास्त गुंतागुंतीचा झाला आहे. जर्मनी, जपान, अगर चीन या देशांतील लोकांपेक्षा आमच्या देशातील लोक मूलत: भिन्न आहेत यावर माझा मुळीच विश्वास नाही. दीर्घकालच्या परकीय राज्यामुळे त्यांची शरीरे दुबळी झालेली आहेत. त्यांचे सारे अवयव खिळखिळे झाले आहेत. प्लॅस्टरमध्ये ठेवलेले शरीर प्लॅस्टरचे कवच काढून टाकल्यावर पूर्ण निकोप

व्हायला कालावधी लागतो, तीच आज भारतीय लोकांची स्थिती. या परिस्थितीतून निकोप बाहेर पडायला त्यांना मदत नि मार्गदर्शनाची जरूरी आहे.

आमचे नेते आपल्या अधिकारपदांच्या स्थानावरून-दूर अंतरावरून त्यांना जी आवाहने करतात त्याचा जनतेच्या अंत:करणावर व्हावा तितका परिणाम होत नसल्याने स्वातंत्र्यानंतरच्या काळात आपल्या निदर्शनाला आलेले आहे. *राजकीय पक्षांच्या राजकारणाच्या खेळातही जनतेला आता आस्था वाटत नाही.* कोणत्या तरी प्रसंगाच्या निमित्ताने लोकांत जागृती झाल्याचे आपणास दिसून येते; पण ते लोकांचे प्रमाण अत्यल्प असते. ही जागृती राष्ट्रीय पुनर्रचनेसाठी होत नसून कोणते तरी आंदोलन किंवा पक्षीय प्रचारासाठी होत असते. सरकारी नोकरवर्ग अगर राज्यकारभाराची यंत्रणाही जनतेला कार्यप्रवृत्त करू शकत नाही हेही आता स्पष्ट झाले आहे. कारण सरकारी अधिकाऱ्यात तेवढी नैतिक शक्ती नसते नि आवश्यक असलेला ध्येयवादी उत्साहही नसतो.

मग हे सहकार्य कसे पार पाडायचे? अगदी जरूर तेवढ्या माफक शब्दात उत्तर द्यायचे म्हणजे – ''महात्मा गांधींच्या मार्गाचे अनुकरण करायचे!'' राजकीय सत्तासंपादनाने जनतेला कार्यप्रवृत्त करायचा चमत्कार घडून येईल या स्वप्नसृष्टीत वावरणाऱ्या आमच्या नेत्यांनी या स्वप्नातून बाहेर पडायला हवे! आमच्या नेत्यांनी जनतेच्या दारापर्यंत जाऊन पोहोचले पाहिजे. त्यांनी जनतेबरोबर जीवन जगायला हवे, तिच्याबरोबर काम करायला हवे. त्यांची सेवा करायला हवी, त्यांना मार्गदर्शन नि मदत करायला हवी. *आपला स्वत:चा पक्ष बळकट करण्यासाठी अगर निवडणुकीत मते गोळा करण्यासाठी जनतेला जागृत नि कार्यप्रवृत्त करण्यासाठी नेत्यांनी जनतेपर्यंत पोहोचायला हवे.* हा कार्यक्रम यशस्वी करायला हवा असेल, राष्ट्राच्या मनावर याचा मानसिक परिणाम घडून यायला हवा असेल तर देशातील श्रेष्ठ नेत्यांनी लोकजागृतीच्या या कार्यक्रमाचे, चळवळीचे नेतृत्व पत्करायला हवे. अपक्ष भूमिकेने राष्ट्रीय पुनर्रचनेचा भरीव कार्यक्रम आखून जनतेस विश्वासात घेणे काही फारसे कठीण नाही. याबाबतचा विनोबाजींचा कार्यक्रम तयारच आहे. त्यात जरूर तेवढी भर घालून एक नवा कार्यक्रम तयार करता येईल. हा कार्यक्रम, ही राष्ट्रीय पुनर्रचनेची मोहीम यशस्वी करण्यासाठी हजारो स्वयंस्फूर्त कार्यकर्त्यांना एकत्र आणून त्यांना कार्यप्रवृत्त करता येईल. आमच्या नेत्यांनी असे क्रांतिकारक पाऊल टाकले नि देशातील तरुणांना त्यांनी आवाहन केले तर कृतीसाठी आवश्यक असणाऱ्या स्वयंसेवकांपेक्षा जास्त स्वयंसेवक राष्ट्राच्या हाकेला ओ देतीलच याची मला यत्किंचितही शंका वाटत नाही. अशा प्रकारची मोहीम आमच्या नेत्यांनी हाती घेतली तर पाच वर्षांच्या काळात देशातील परिस्थिती बदलून जाईल. जनतेच्या अंतकरणातील औदासीन्य पार नष्ट होईल नि लाखो हातांच्या शक्तीने देशाचा रथ वेगाने धावू लागेल. अशा तऱ्हेने मोहीम कार्यान्वित झाली तर सरकारी राज्ययंत्रणा, सरकार नि जनतेवरही सुपरिणाम घडून आल्याखेरीज राहणार नाही. भारतातील

लोकशाहीचे संरक्षण करायचे असले, लोकशाहीची योग्य घडण करायची असली नि आपल्या राष्ट्राचा योग्य मार्गाने विकास करायचा असला तर याखेरीज अन्य मार्ग आहे असे मला वाटत नाही.

राष्ट्रातील राजकीय पक्षांनी प्रत्यक्ष कृतीत आणण्यासाठी मी एक आणखी सूचना करीत आहे. आशिया खंडातील परिस्थितीचे सूक्ष्म अवलोकन केल्यानंतर मी असा निष्कर्ष काढलेला आहे की, या महान खंडापुढे दोनच मार्ग आहेत. एक लोकशाही समाजवाद नि दुसरा हुकूमशाही साम्यवाद! माझे हे मत कंसांतले मानावे. सर्वोदय हाच सामाजिक लोकशाहीचा शुद्ध नि अस्सल नमुना आहे, पद्धत आहे असे मला वाटते. कैरोपासून जकार्तापर्यंत सर्व राष्ट्रांत लोकशाही समाजवादाला अनुकूल वातावरण आहे असे माझ्या निदर्शनाला आले आहे. पण लोकशाही समाजवादी समाज निर्माण करण्यासाठी जी आवश्यक राजकीय उपकरणे लागतात ती मात्र सर्व ठिकाणी दुबळी आहेत. भारतातील लोकशाही समाजवादी शक्ती दुर्दैवाने दुभंगलेल्या आहेत, विस्कळीत झालेल्या आहेत! काँग्रेसपक्षाने लोकशाही समाजवादावर आपली निष्ठा प्रगट केलेली आहे. तरीही या समाजवादी निष्ठेचे मूळ काँग्रेसमध्ये कितपत खोल रुतलेले आहे हा एक प्रश्न आहे. तथापि पक्षाची घोषणा आपण गृहीत धरायला हवी. दुसरा प्रजासमाजवादी पक्ष. हा पक्षही लोकशाही समाजवादाच्या तत्त्वाच्या बाबतीत वचनबद्ध आहे. आणखीही लहान पक्ष असून त्यांनी समाजवादावर आपली निष्ठा व्यक्त केलेली आहे. तेव्हा मी अशी सूचना केलेली आहे की, भारतातले जे पक्ष लोकशाही समाजवादाची भाषा बोलतात त्यांनी एक वर्तुळ परिषद (गोलमेज परिषद) बोलवावी, त्यांनी आपल्या धोरणाची चर्चा करावी, सिद्धान्ताच्या बाबतीत नसली तरी प्रत्यक्ष व्यावहारिक कृतीच्या बाबतीत आपल्यात एकमत होते की नाही, लोकशाही समाजवादी भारत निर्माण करण्यासाठी कोणती गोष्ट करायला हवी यासंबंधी त्यांनी सांगोपांग विचारविनिमय करावा. या परस्पर चर्चेतून काही भरीव निष्पन्न झाले नाही तरी आपण काय बोलतो आहोत नि राजकारणात वैचारिक भूमिकेत आपण कोणत्या पायरीवर उभे आहोत याची तरी त्यांना निश्चित जाणीव होईल. प्रत्येकाने नम्रतेची भूमिका घेतली व आपले मन उघडे ठेवले तर बऱ्याच प्रमाणात एकमत होण्याचे क्षेत्र निर्माण होईल असे मला व्यक्तिश: वाटते. अशा रीतीने लोकशाही समाजवादी पक्ष एकत्र आले तर त्यांनी सर्वमान्य कार्यक्रम निश्चित करून कार्याला सुरुवात करावी. पण ज्या धोरणाच्या बाबतीत त्या पक्षांमध्ये एकमत होत नसेल त्या बाबतीत आपले विचार मांडण्यास त्यांनी आपले स्वातंत्र्य अबाधित ठेवावे. अर्थातच ही गोष्ट प्रत्यक्षात आणण्यासाठी बड्या बंधूने-काँग्रेसने पुढाकाराची भूमिका घ्यायला हवी, असे मला सुचवावेसे वाटते. राजकीय हेतू साध्य करून घेण्यासाठी विद्यार्थ्यांच्या नि कामगारांच्या शक्तीचा दुरुपयोग करण्यात येऊ नये, अत्याचारी, हिंसक कृत्यांचा वापर करू नये या

धोरणाने आचारसंहिता निश्चित करण्यासाठी देशातील राजकीय पक्षात ज्या वाटाघाटी चालू आहेत त्यांना माझा संपूर्ण पाठिंबा आहे. पण त्यापेक्षाही जास्त परिणामकारक मूलभूत धोरणाच्या अंमलबजावणीची देशाला आज जास्त जरूरी आहे. तेव्हा मी आता ज्या दोन सूचना केलेल्या आहेत, त्या कार्यान्वित करण्यासाठी सारे लोकशाहीवादी राजकीय पक्ष आत्मीयतेने, गंभीरपणे विचार करतील अशी मी आशा बाळगतो.

डॉ. बाबासाहेब आंबेडकर

(१८९१ एप्रिल १४ – १९५६ डिसेंबर ६)

- आंबेडकर भीमराव रामजी.
- १९२३ - लंडन विद्यापीठाची डी. एससी. ही दुर्लभ पदवी प्राप्त.
- १९३० - नाशिकच्या काळाराम मंदिर प्रवेशासाठी सत्याग्रह.
- १९३० - इंग्लंडमध्ये गोलमेज परिषदेसाठी उपस्थित.
- स्वतंत्र भारताच्या मंत्रिमंडळात कायदामंत्री.
- भारतीय संविधानाचे शिल्पकार.
- १९५६ ऑक्टोबर १४ रोजी हिंदुधर्मातील जातिव्यवस्थेमुळे अस्पृश्यांवर होणाऱ्या अन्यायामुळे व्यथित होऊन, हजारो अनुयायांसह बौद्ध धर्मात प्रवेश.
- अनेक ग्रंथांचे मराठी अनुवाद
  'शूद्र पूर्वी कोण होते?', 'बुद्ध आणि त्याचा धम्म' इत्यादी.
- बौद्ध धर्माचे कालोचित रहस्य' हा ग्रंथ प्रसिद्ध.
- अस्पृश्यांचे तारणहार, नेते.

डॉ. आंबेडकर आणि गांधीजी

अनुवाद - रॉय किणीकर

१९३९ ची ऑगस्टची सहा तारीख. गांधीजींना डॉ. आंबेडकरांना भेटण्याची तीव्र इच्छा होती. त्याच दिवशी गांधीजींनी त्यांना निरोप पाठवला, ''तुम्ही तरी भेटायला या किंवा दुसरे दिवशी सकाळी आठला मीच येईन.'' आंबेडकरांना गांधीजींकडे येणे गैरसोईचे असेल किंवा त्यांना वेळच नसेल तर आपल्याला त्यांच्याकडे येण्यास आनंद वाटेल, असेही गांधीजींनी आवर्जून लिहिले होते. आंबेडकर सांगलीहून नुकतेच आले होते. तशात त्यांना ताप भरला होता. तरी पण आपण गांधीजींना भेटायला येऊ असा आंबेडकरांनी प्रतिनिरोप पाठवला. दुर्दैवाने आंबेडकरांच्या तापाचा पारा १०६ वर गेल्याने ती भेट पुढे ढकलली गेली.

१४ ऑगस्टला दुपारी दोन वाजता मणिभुवन येथे गांधीना भेटण्याकरता बाबासाहेब गेले. देवराव नाईक, शिवतरकर, प्रधान, बाबूराव गायकवाड, कद्रेकर वगैरे त्यांचे शिष्यलोक त्यांच्याबरोबर होते. डॉ. आंबेडकर दृष्टिपथात आले तेव्हा तिसऱ्या मजल्यावर गांधीजी आपल्या पक्षातील लोकांशी काही बोलत होते. मधून मधून ते फळेही खात होते. डॉक्टर आणि त्यांच्या बरोबरच्या लोकांनी गांधींना नमस्कार केला. व ते एका सतरंजीवर बसले. मुस्लिम व युरोपियन नेत्यांखेरीज इतरांशी ज्या नेहमीच्या पद्धतीने गांधी वागत त्याच पद्धतीने त्यांनी पहिल्यांदा डॉक्टरांच्याकडे दुर्लक्ष केले व ते मिस स्लेडशी बोलत राहिले. आपल्या बाबतीत गांधींकडूनही थोडासा भेदभाव दाखवला गेला म्हणून डॉक्टरांच्या लोकांनाही क्षणभर वाईट वाटले. लगेच गांधी आंबेडकरांकडे वळले. आंबेडकरांना गांधी पहिल्यांदाच पहात होते. औपचारिक बोलणे झाल्यावर गांधींनी मुख्य गोष्टीकडे आपला मोहरा वळवला.

गांधी : मग काय डॉक्टर? तुम्हाला या बाबतीत काय म्हणायचे आहे?

आंबेडकर : आपण मला आपली मतं ऐकून घेण्यासाठी इथं बोलावले आहे. कृपया आपल्याला काय सांगायचे आहे ते सांगा किंवा आपण मला काही प्रश्न विचारा व मी त्यांची उत्तरे देईन.

गांधी : (आंबेडकरांच्या रोखाने पहात) मला याची पूर्ण कल्पना आहे की तुमच्या मनात माझ्यविषयी आणि काँग्रेसविषयी कटुता आहे. अस्पृश्यतेच्या समस्येवर मी हायस्कूलमध्ये आल्यापासून विचार करीत आहे. त्यावेळी तुमचा जन्मदेखील झाला नव्हता. तुम्हाला कदाचित कल्पना असेल, या प्रश्नाचा काँग्रेसमध्ये अंतर्भाव करण्याकरिता मी अतोनात

प्रयत्न केले आहेत. हा निव्वळ सामाजिक आणि धार्मिक प्रश्न असल्याने राजकारणात त्याला थारा देऊ नये, असे अनेक काँग्रेस नेत्यांचे म्हणणे होते. म्हणून त्याला मी विरोध केला. अस्पृश्यांच्या उद्धाराकरिता आत्तापावेतो वीस लाख रुपये काँग्रेसने खर्च केले आहेत. आणि ही खरोखरीच खेदाची गोष्टी आहे की तुमच्यासारखेच लोक मला आणि काँग्रेसला विरोध करीत आहेत. तुम्हाला आपली बाजू मांडायची असेल तर तुम्ही ते खुशाल करू शकता.

आंबेडकर : महात्माजी, माझ्या जन्मापूर्वी अस्पृश्यांविषयी विचार करायला आपण सुरुवात केलीत हे सत्य आहे. बहुतेक वृद्ध आणि वयस्क माणसे वयावर भर देण्याचाच प्रयत्न करतात. हेही खरे आहे की आपल्यामुळे काँग्रेसमध्ये अस्पृश्यांच्या प्रश्नाला मान्यता मिळाली. पण मला आपल्याला असे स्पष्टपणे सांगायचे आहे की निव्वळ औपचारिक मान्यतेखेरीज काँग्रेसने या प्रश्नाविषयी काहीही केलेले नाही. आपण म्हणता काँग्रेसने अस्पृश्योद्धाराकरिता वीस लाख रुपये खर्च केले. मी म्हणतो, तो सगळा पैसा पाण्यात गेला. असे आर्थिक साहाय्य मिळाले असते तर माझ्या लोकांचा दृष्टिकोन आणि त्यांची आर्थिक परिस्थिती यांत मी कमालीचा बदल घडवून आणला असता आणि त्याकरिता आपली माझी भेट यापूर्वीच होणे आवश्यक होते. पण मी तुम्हाला सांगतो की, अस्पृश्यता निवारण्याचे *काँग्रेसचे हेतू प्रामाणिक नाहीत.* जर खरोखरीच काँग्रेसने यात प्रामाणिकपणे लक्ष घातले असते तर अस्पृश्यतानिवारण हा तिचा एक मुख्य कार्यक्रम राहिला असता. खादीचा वापर हे जसे प्रत्येक काँग्रेस कार्यकर्त्याचे अविभाज्य कर्तव्य होते, तसेच अस्पृश्यतानिवारणाचे ठरले असते. ज्याच्या घरात कामासाठी हरिजन स्त्री अगर पुरुष नाही, एखादा हरिजन विद्यार्थी नाही, आठवड्यातून एकदा तरी जो अस्पृश्यासमवेत जेवण घेत नाही, अशाला काँग्रेसचे सदस्यत्व नाकारणे हा उत्तम उपाय होता. अशी तुमची एखादी तरी अट आहे काय? फार कशाला? याच प्रश्नाची दुसरी हास्यास्पद बाजू बघायची तर जिल्हा काँग्रेस समितीच अस्पृश्यांच्या मंदिरप्रवेशाला विरोध करीत होती व तिकडे तुम्हा लोकांचे जाणून बुजून दुर्लक्ष होत होते....

आपण असेही म्हणू शकाल की, काँग्रेसला संख्याबल पाहिजे आहे, तेव्हा अशी अट लादणे शहाणपणाचे होणार नाही. त्यावर माझे म्हणणे असे की, *काँग्रेसला तत्त्वापेक्षाही लोकांची फिकीर अधिक आहे. हा माझा तुमच्यावर आणि काँग्रेसवर आरोप आहे.* आपण म्हणता की, ब्रिटिश सरकार आपले मत बदलीत नाही. मलादेखील असेच म्हणावयाचे आहे की, हिंदू आमच्या प्रश्नाबाबत आपले मत बदलावयास तयार नाहीत. आणि जोवर असे आहे तोवर आमचा काँग्रेसवरही विश्वास बसणार नाही आणि हिंदूंवरही. आमचा आमच्या स्वत:च्या हिंमतीवर विश्वास आहे. आम्हाला आदर वाटतो तो देखील

आमच्याबद्दलच. मोठे नेते आणि महात्मे यांच्यावर विश्वास ठेवायला आम्ही तयार नाही. मला थोडे स्पष्ट बोलू द्या. *इतिहास असे स्पष्ट सांगतो की, तुताऱ्या वाजविणारे महात्मे नुसती धूळच वर उठवतात, जमिनीची पातळी उंचावत नाहीत.* काँग्रेसच्या लोकांनी आमच्या चळवळीला का विरोध करावा किंवा मला तरी देशद्रोही का समजावे?''

आंबेडकर थोडेसे अस्वस्थ झाले. त्यांचा चेहरा रागाने लालेलाल झाला. डोळे आग ओकू लागले. क्षणभर ते थांबले. आणि धारदार आवाजात त्यांनी पुढे बोलायला सुरुवात केली.

आंबेडकर : गांधीजी, मला मातृभूमीच नाही.

गांधी : (किंचित भारलेल्या स्वरात त्यांना मध्येच थांबवून) तुम्हाला तुमची मातृभूमी आहे. आणि माझ्याकडे राउंड टेबल कॉन्फरन्सचे जे काही रिपोर्ट्स आले आहेत त्यांवरून हेच सिद्ध झाले आहे की, तुम्ही देशाविषयी कळकळ बाळगणारे एक थोर देशभक्त आहात.

आंबेडकर : आपण म्हणता मला मायभूमी आहे. तरीही मी निक्षून सांगतो की मी खरोखरीच पोरका आहे. मी या देशाला माझा देश म्हणून कुठल्या तोंडाने म्हणू? हा धर्म तरी माझा कसा? कारण इथे आम्हाला कुत्र्यामांजराच्या पलीकडली वागणूक दिली जाते. इथे आम्हाला पाणीदेखील प्यायला बंदी आहे. कोणत्याही स्वत:विषयी अभिमान बाळगणाऱ्या या अस्पृश्याला हा देश आपला आहे असे वाटणार नाही. या देशाविषयी अभिमानही वाटणार नाही. आम्हा लोकांवर इतका अन्याय झालेला आहे आणि इतकी घोर दु:खे आम्ही सहन करीत आहोत की, यातून एखादेवेळी देशद्रोह घडला तर त्याला आम्ही जबाबदार नाही, ही जबाबदारी संपूर्णपणे देशाची आहे. मला कुणी देशद्रोही ठरवले तर त्याची मला खंत वाटत नाही. कारण या देशद्रोहाची मुळेच मुळी या देशात रुजलेली आहेत. आपण म्हणता त्याप्रमाणे खरोखरीच माझ्या हातून काही देशसेवा घडली असेल, देशाला फायद्याचे आणि उपकारक कृत्य घडले असेल तर त्याला कारण माझ्यातले देशभक्तिपर विचार हे नसून माझी सदसदविवेकबुद्धी हीच आहे. माझ्या लोकांचे हक्क प्रस्थापित करण्याकरिता कोणतेही देशद्रोही कृत्य करायची माझी तयारी आहे. ते पाप आहे असे मला वाटत नाही. कारण आज युगानयुगे हा अन्याय माझ्या लोकांवर लादलेला आहे. जर माझ्या देशाला माझ्या या कृत्यामधून काही इजा पोहोचली नाही तर त्याचे कारणही माझी सदसद्‌विवेकबुद्धी हेच म्हणावे लागेल. माझी सदसद्‌विवेकबुद्धी मला सांगते की, माझ्या देशाला कसलाच धक्का न पोहोचवता आजवर मानवी हक्कांपासून वंचित झालेल्या माझ्या लोकांना त्यांचे हक्क मिळवून दिले पाहिजेत.''

वातावरण कमालीचे तापले होते. चेहऱ्यावरचे भाव बदलत होते. गांधी थोडे अस्वस्थ

झाले. आंबेडकरांच्या भाषणाला थोडे निराळे वळण लावायचा त्यांचा विचार होता. त्याच वेळी आंबेडकरांनी अत्यंत शांततेने त्यांना एक प्रश्न विचारला. हाच प्रश्न या मुलाखतीचे खरे उद्दिष्ट होता.

आंबेडकर : प्रत्येकाला हे माहीत आहे की, मुस्लिम आणि शीख - सामाजिक, राजकीय व आर्थिकदृष्टच्या अस्पृश्यांहून अधिक पुढारलेले आहेत. राउंड टेबल कॉन्फरन्सच्या पहिल्या बैठकीत मुस्लिमांच्या मागण्यांना राजकीय मान्यता मिळाली व त्यांना राजकीय संरक्षणही मिळाले. याच वेळी दलित समाजाच्या राजकीय हक्कांनाही त्यांनी मान्यता दिली. दलितांना राजकीय संरक्षण व त्यांचे प्रतिनिधित्वही त्यांनी मान्य केले होते. आम्हाला असे वाटते की दलितांच्या दृष्टीने हे फायद्याचे आहे. आपले या बाबतीत काय मत आहे?

गांधी : हिंदूंपासून दलितांच्या राजकीय वेगळेपणाला माझा तीव्र विरोध आहे. तो एक फार मोठा आत्मघात ठरेल.

आंबेडकर : (उठत) आपल्या स्पष्ट मतप्रदर्शनाबद्दल मी आपला फार आभारी आहे. या प्रश्नाबाबत आम्ही निश्चित कुठे आहोत याची पूर्ण कल्पना आता आम्हाला आली. मी आपली रजा घेतो.

आंबेडकरांनी सभागृह सोडले. आपल्या हक्कांविषयीची तीव्र जाणीव त्यांच्या मनामध्ये उफाळून आली होती. ते हक्क मिळवण्याकरिता ते अविरत धडपडणार होते.

ही मुलाखत अशाप्रकारे खिन्न – गंभीर वातावरणात पार पडली. गांधी म्हणजे भारतीय राजकारणाचे अध्वर्यू, हुकूमशाहा, भारतीय लोकांचे अनभिषिक्त सम्राट. असा माणूस आज एकदम बिथरला गेला होता. त्यांच्यातून विजेची एक लहर झपाटून गेली. पुन्हा गांधींशी संवाद करणे म्हणजे कायमची कटुता व न संपणारे दु:ख निर्माण करण्यासारखे होते. एका हिंदू पुढाऱ्याची ही हिंमत गांधीजींना आश्चर्यात टाकणारी होती. परंतु विरोधाची धार तीव्र होती. हीच मुलाखत गांधी – आंबेडकरवादाची नांदी ठरली.

आणखी एक आश्चर्याची गोष्ट म्हणजे गांधींना वाटत होते की आंबेडकर हे हरिजन नसून ब्राह्मण आहेत. ते इंग्लंडला जाईपर्यंत त्यांची ही समजूत कायम होती.

नेताजी सुभाषचंद्र बोस

(१८९७ जानेवारी २३ – १९४५ ऑगस्ट १८)

- भारतीय स्वातंत्र्यचळवळीतील श्रेष्ठ क्रांतिकारक नेते.
- १९३१ - म. गांधींच्या असहकार चळवळीत सहभाग, तुरुंगवास.
- १९३३-३६, व्हिएन्ना येथे वास्तव्य.
- १९३९ - त्रिपुरा कॉंग्रेस अधिवेशनात, पट्टाभी सीतारामय्या यांचा पराभव करून अध्यक्ष म्हणून निवड.
- कॉंग्रेस पक्षातर्फे शिस्तभंगाची कारवाई. पुढील ३ वर्षांसाठी निवडणूक लढविण्यावर बंदी.
- १९४० - राहत्या घरात स्थानबद्ध. वेषांतर करून सुटका.
- हिटलर, मुसोलिनी याच्याशी वाटाघाटी.
- स्वातंत्र्यासाठी 'आझाद हिंद सेने'ची स्थापना.
- जगातील अकरा राष्ट्रांची मान्यता.
- दिल्लीकडे सेनेची आगेकूच मात्र नैसर्गिक आपत्तीमुळे माघार.
- विमानाने रशियाला जात असताना, तैवान विमानतळावर झालेल्या अपघातात निधन.
- सुभाषबाबूंचा मृत्यू हे एक गूढ.

स्वातंत्र्य, एकात्मता आणि अस्मिता

नेताजी सुभाषचंद्र बोस

''आजाद हिंद फौजेच्या सैनिकांनो! माझ्या आयुष्यातला आजचा दिवस अत्यंत अभिमानाचा आहे. भारताची विमोचनसेना आज अस्तित्वात आली आहे हे सांगण्याचा अपूर्व बहुमान नियतीने आज मला दिला आहे. ही सेना सिंगापूरच्या एकेकाळी ब्रिटिश साम्राज्याचा मजबूत तळ असलेल्या शहराच्या रणक्षेत्रात आज उभी आहे. ही सेना केवळ भारताला ब्रिटिशांच्या गुलामगिरीतून मुक्त करणारी राहाणार नाही तर स्वतंत्र भारताची भावी राष्ट्रीय सेना निर्माण करणारीही ती राहील. प्रत्येक भारतीयाची ही सेना आहे. प्रत्येकाला तिचा अभिमान वाटला पाहिजे. संपूर्ण भारतीय नेतृत्वाने तिची उभारणी झाली आहे व तो ऐतिहासिक क्षण आला म्हणजे भारतीय नेतृत्वानेच ती रणक्षेत्राकडे कूच करील.

''ज्या साम्राज्यावर सूर्य कधी मावळत नाही ते साम्राज्य चिरकाल टिकेल, असे काही लोकांना एकदा वाटत होते; पण असा विचार माझ्या मनात कधीही आला नाही. इतिहासाने मला असे शिकविले आहे की, प्रत्येक साम्राज्याची अवनती व विनाश अपरिहार्य असतो. शिवाय जी शहरे व किल्ले एकेकाळी झालेली संरक्षणाची मजबूत केंद्रे होती ती गतकालीन साम्राज्यांची स्मशानभूमी झालेली मी माझ्या डोळ्यांनी पाहिले आहे. ब्रिटिश साम्राज्याच्या स्मशानभूमीवर आज उभे राहिल्यानंतर सामर्थ्यशाली ब्रिटिश राज्य ही आता एक इतिहासजमा गोष्ट झाली आहे, अशी एखाद्या लहान मुलाचीही खात्री पटेल.

''१९३९ मध्ये फ्रान्सने जर्मनीविरुद्ध युद्ध पुकारले तेव्हा जर्मन सैनिकांच्या तोंडी एकच घोषणा होती, ती म्हणजे ''पॅरिसला चला''. १९४१ च्या डिसेंबरमध्ये जपानचे सैनिक कूच करीत निघाले तेव्हा त्यांच्या तोंडी एकच घोषणा होती, ''सिंगापूरला चला'' मित्रहो! शूरवीरांनो! ''चलो दिल्ली'' हीच आता तुमची घोषणा असू द्या.

''आपल्यापैकी कितीजण या स्वातंत्र्ययुद्धातून वाचतील हे मला माहीत नाही. परंतु एक गोष्ट मात्र मला माहीत आहे. ती अशी की, आपण अखेरीस विजयी होणार व ब्रिटिश साम्राज्याच्या दुसऱ्या एका स्मशानभूमीवर - दिल्लीमधील ऐतिहासिक लाल किल्ल्याजवळ - जोपर्यंत या सेनेतील जिवंत असलेले सैनिक संचलन करीत नाहीत तोपर्यंत आपले कार्य संपले आहे असे समजता येणार नाही.

''भारत आता स्वातंत्र्य मिळविण्याइतका प्रगल्भ झाला असला तरी त्याच्याजवळ एक गोष्ट नाही व ती म्हणजे विमोचनसेना, असे मला नेहमीच वाटत आले आहे. अमेरिकेचा जॉर्ज वॉशिंग्टन लढू शकला व स्वातंत्र्य मिळवू शकला कारण त्याच्याजवळ सशस्त्र स्वयंसेवक होते. सर्वांच्या अगोदर पुढे येऊन भारताची राष्ट्रीयसेना संघटित करण्याचे

भाग्य व सन्मान तुम्हाला लाभला आहे. ही सेना उभारून स्वातंत्र्यप्राप्तीच्या मार्गावरील शेवटचा अडथळा तुम्ही दूर केला आहे. अशा या उदात्त कार्यासाठी कटिबद्ध होणाऱ्यांचे आपण अग्रेसर आहोत ही जाणीव तुम्हाला आनंद देईल व तुमची छाती अभिमानाने फुलून येईल.

''तुम्हाला जे कार्य करायचे आहे त्याचे स्वरूप दुहेरी आहे. शस्त्रसामर्थ्याचा उपयोग करून व तुमच्या रक्ताची किंमत देऊन तुम्हाला स्वातंत्र्य मिळवावे लागेल. आणि भारत स्वतंत्र झाल्यावर तुम्हाला स्वतंत्र भारताची कायमसेना संघटित करावी लागेल. आपल्या स्वातंत्र्याचे सदैव रक्षण करणे हे या सेनेचे काम राहील. आपण आपले स्वातंत्र्य कधीही गमावणार नाही, इतक्या अभंग पायावर आपण आपली राष्ट्रीय संरक्षणव्यवस्था उभारली पाहिजे.

''सैनिक या नात्याने एकनिष्ठा, कर्तव्य व त्याग या तीन गुणांची तुम्हाला सदैव जोपासना करावी लागेल. जे देशाशी सदैव एकनिष्ठ राहतात, प्राणार्पण करायला सदैव सिद्ध असतात, ते सैनिक अभेद्य असतात, अजिंक्य असतात. तुम्हालाही अभेद्य व्हायचे असेल तर हे तीन शब्द मनावर तुम्ही कोरून ठेवा.

''खऱ्या सैनिकाला लष्करी व आध्यात्मिक अशा दोन्ही शिक्षणांची गरज असते. तुम्ही स्वत:ला व तुमच्या बांधवांना असे शिक्षण दिले पाहिजे की, ज्यायोगे प्रत्येक सैनिकात उदंड आत्मविश्वास निर्माण होईल. शत्रूपेक्षा आपण कितीतरी पटीने श्रेष्ठ आहोत याची जाणीव होईल, त्याला मृत्यूची भीती वाटणार नाही व कोणत्याही विपरीत परिस्थितीत, कृती करण्याची पुढाकार वृत्ती त्यांच्यात निर्माण होईल. वैज्ञानिक शिक्षण, धैर्य, निर्भयता व चैतन्यशीलता यांच्यामुळे किती अद्भुत गोष्टी साध्य करता येतात हे तुम्ही चालू युद्धात स्वत:च्या डोळ्यांनी पाहिले आहे. या उदाहरणावरून जे काही शिकता येण्यासारखे आहे ते तुम्ही शिका व आपल्या भारतमातेसाठी एक अत्यंत श्रेष्ठ दर्जाचे सैन्य उभारा.

''तुमच्यापैकी जे अधिकारी आहेत त्यांना मला असे सांगावयाचे आहे की, तुमच्यावर फार मोठी जबाबदारी आहे. कोणत्याही देशाच्या सैन्यात अधिकाऱ्यावर फार मोठी जबाबदारी असते हे खरे असले तरी तुमच्यावरील जबाबदारी त्यांच्यापेक्षा किती तरी जास्त आहे. आपल्या राजकीय गुलामगिरीमुळे मुकडेन, पोर्ट आर्थर किंवा सेदान यांसारखी स्फूर्तिदायी परंपरा आपल्याला लाभली नाही. ब्रिटिशांनी शिकविलेल्या काही गोष्टी आपण विसरायला पाहिजेत व त्यांनी न शिकविलेल्या पुष्कळ गोष्टी आपण शिकल्या पाहिजेत. असे असले तरी माझा असा विश्वास आहे की, तुम्ही परिस्थितीचे आव्हान स्वीकारून तुमच्या देशबांधवांनी तुमच्यावर जी जबाबदारी टाकली आहे ती तुम्ही पार पाडाल. सैन्याचा दर्जा उंचावणे किंवा त्याचा अध:पात होऊन ते नामशेष होणे, ही गोष्ट

अधिकाऱ्यावर अवलंबून असते, हे लक्षात ठेवा. अनेक आघाड्यांवर ब्रिटिश सैन्याचा पराभव होण्याला मुख्यत्वे करून त्यांचे अधिकारीच जबाबदार आहेत हेही लक्षात ठेवा. तसेच तुमच्यातून स्वतंत्र भारताच्या सैन्याचे श्रेष्ठ अधिकारी निर्माण होणार आहेत, हेही लक्षात असू द्या! या युद्धात अनुभव व यश संपादन करूनच तुम्हाला आपल्या सैन्याची राष्ट्रीय परंपरा निर्माण करता येईल हे मला तुम्हाला सर्वांना सांगावयाचे आहे. ज्या सैन्याला धैर्याची, निर्भयतेची व अभेद्यतेची परंपरा नाही असे सैन्य प्रबळ शत्रूशी सामना देऊ शकत नाही!

"मित्रहो! मानवी मन कल्पना करू शकेल असे जास्तीत जास्त उदात्त कार्य तुम्ही स्वेच्छेने अंगीकारले आहे. हे कार्य तडीला नेण्यासाठी कितीही त्याग, प्राणत्यागसुद्धा केला तरी तो थोडाच राहील. भारताची प्रतिष्ठा आज तुमच्या हाती आहे. भारताच्या आशाआकांक्षांचे तुम्ही प्रतीक आहात. म्हणून आपल्या देशबांधवांचे आशीर्वाद मिळतील व पुढील पिढ्यांना तुमच्याविषयी सार्थ अभिमान वाटेल असे आचरण तुम्ही ठेवा.

"माझ्या आयुष्यातील हा अत्यंत अभिमानाचा दिवस आहे असे मी सुरुवातीलाच म्हणालो. गुलामगिरीत असलेल्या लोकांना विमोचनसेनेत दाखल होणारा पहिला सैनिक यापेक्षा अधिक अभिमानाची व सन्मानाची दुसरी कोणतीही गोष्ट असू शकत नाही. परंतु या सन्मानाबरोबर जबाबदारीही येऊन पडते व मला तिची जाणीव आहे. तुमच्या सुखदु:खांत, तुमच्या आशानिराशांत, तुमच्या जयापराजयांत मी सदैव तुमचा वाटेकरी राहीन, असे मी तुम्हाला आश्वासन देऊ इच्छितो. उपासमार, हालअपेष्टा, मैलच्या मैल पायी तुडविणे आणि मृत्यू – यांपेक्षा अधिक मी तुम्हाला काही देऊ शकत नाही, परंतु जिवंतपणी किंवा मृत्यूच्या दाढेत गवसले असताना तुम्ही माझ्या मागून याल तर मी तुम्हाला विजय आणि स्वातंत्र्य मिळवून देऊ शकेन, असा मला विश्वास आहे. स्वतंत्र भारत पाहाण्यासाठी आपल्यापैकी कोण जिवंत राहील ही गोष्ट गौण आहे. भारत स्वतंत्र होईल व तो स्वतंत्र होण्यासाठी आपण सर्वस्व अर्पण करीत आहोत, इतकेच आपल्याला पुरेसं आहे. परमेश्वर आपल्या सेनेला आशीर्वाद देवो व आगामी युद्धात तिला यश देवो!

इन्किलाब जिंदाबाद! आजाद हिंद जिंदाबाद! जय हिंद!"

आजाद हिंद फौजेची पाहणी करताना सुभाषबाबूंनी हे भाषण १९४४ साली केले. भारत स्वतंत्र झाला, स्वराज्य आले, परंतु अजून सुराज्याचा पत्ता नाही! म्हणूनच सुभाषबाबूंचे हे भाषण आजच्या तरुणांना मार्गदर्शनपर ठरावे.

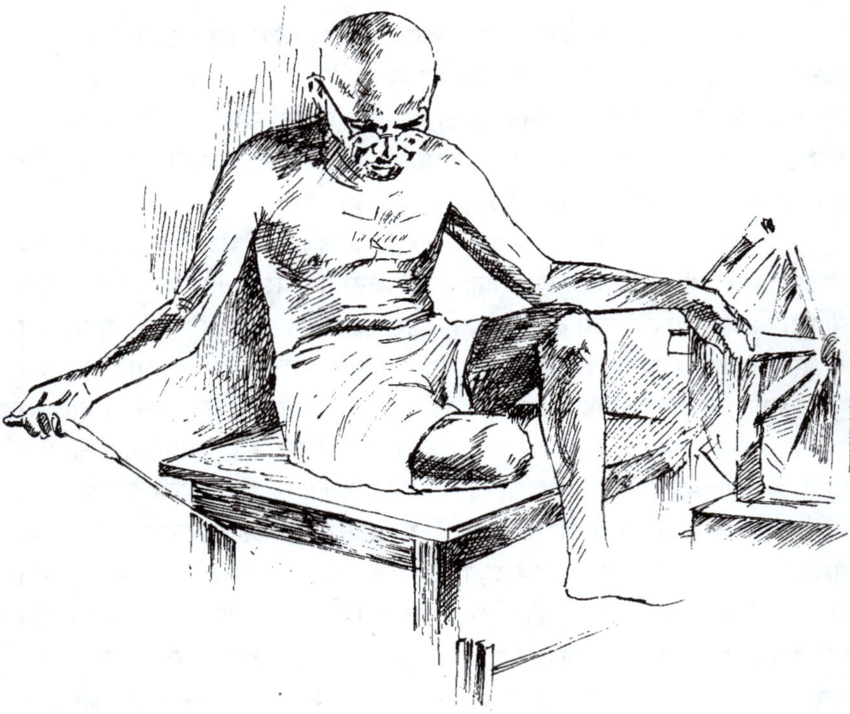

रोम जळत असताना नीरो आपले आवडते वाद्य वाजवीत बसला होता तसा मी तुम्हाला सेवाग्राममध्ये बसलेला दिसणार नाही तर स्वातंत्र्ययुद्धाच्या भीषणज्वालेत मी स्वत: होरपळून जात असलेला तुम्हाला दिसेन.

टॉलस्टॉयचे गांधीजींना पत्र

Religion is not a belief in certain supernatural occurrences, nor in the neccessity for certain prayers and cermonies; nor is it the superstition of ancient ignorance. Religion is a certain relation established by man between his separate personality and the infinite universe or its Source, and man's purpose in life which resulting from that purpose. God is not a person and there is no personal immortality, but whenever anyone devotes his life to carry out his will, which is that love should grow within the individual, the entire world, his work becomes indestructible and after his physical death will merge with the love existing in the cosmos, that is, with God. In this way a truly Christian life acquires a purpose, despite the inevitability of individual death, which makes life blissful and rob death of its sting.

These universal truths common to all religions are so simple, easily comprehensible and near to the heart of every man that they immediately compel recognition. We are of necessity led to recognise ourselves as a part of the whole-a part of something infinite. This infinite is God... to a materialist-matter; to an individualist-a magnified, non-natural man; to an idealist-his ideal, Love.

गांधीवादाचा अन्वयार्थ

गांधीवाद : काळाच्या कसोटीवर

रॉय किणीकर

२ ऑक्टोबर १९६९ रोजी गांधीजींची जन्मशताब्दी जगभर मोठ्या उत्साहाने साजरी झाली. एवढ्या प्रचंड प्रमाणावर शताब्दी साजरी केली जाण्याचे भाग्य लाभलेले गांधीजी हे बहुधा एकमेव राजकीय पुरुष असावेत. धर्मसंस्थापक, धर्मगुरू, साहित्यिक, कलावंत, तत्त्वचिंतक वगैरे लोकांचे स्मृतिउत्सव जागतिक स्वरूपात अधूनमधून साजरे होत असतात. त्यांच्या श्रेष्ठत्वाच्या बाबतीत सामान्यत: मतभेद नसतो. परंतु राजकारणी पुरुषांचे उत्सव विशिष्ट देश, पक्ष, पंथ यांच्या मर्यादेतच साजरे होतात. उदाहरणार्थ, अलीकडेच साजऱ्या झालेल्या मार्क्सच्या शताब्दीत मुख्यत: मार्क्सवादी देशांनी व गटांनीच भाग घेतला, अशा स्थितीत गांधीजींसारख्या प्रामुख्याने राजकारणी समजल्या गेलेल्या पुरुषाची जन्मशताब्दी साजरी करण्यात लोकशाही व साम्यवादी अशा दोन्ही प्रकारच्या देशांनी अहमहमिकेने पुढाकार घ्यावा, हे लक्षणीय समजले पाहिजे. ज्या ब्रिटिश साम्राज्यशाहीविरुद्ध लढण्यात गांधीजींनी आपले आयुष्य वेचले त्या साम्राज्यशाहीचे वारसदार असलेल्या ब्रिटनमध्येही गांधीजींची जन्मशताब्दी मोठ्या प्रेमाने व आपलेपणाने साजरी होत आहे, हे लक्षात ठेवण्यासारखे आहे. भारताच्या आगे – मागे अनेक देश स्वतंत्र झाले. परंतु त्यांना स्वातंत्र्यप्राप्ती करून देणाऱ्या नेत्यांची नावे त्या देशांच्या बाहेर फारशी माहीत नाहीत. ज्यांची नावे काही कारणांनी माहीत झाली आहेत त्यांच्याबद्दलही फारसा जिव्हाळा इतर देशांत आढळत नाही. उदाहरणार्थ, पाकिस्तानचे निर्माते बॅ. जिना यांच्याविषयी पाकिस्तानबाहेरच नव्हे तर खुद्द पूर्व पाकिस्तानातही (आता बांगला देशातही) कितपत जिव्हाळा आढळतो? या पार्श्वभूमीवर गांधीजींची महात्म्यता विशेष उठून दिसते. गांधीजी हे केवळ भारताला स्वातंत्र्य मिळवून देणारे राजकीय पुढारी नव्हते तर त्यापेक्षाही अधिक व्यापक, विशाल, महान असे त्यांचे व्यक्तिमत्त्व होते. त्या व्यक्तिमत्त्वाची ओळख भारतीयांना जेवढी झाली होती त्यापेक्षाही अधिक भारताबाहेरील लोकांना झाली असावी, असे वाटण्याइतका पुरावा उपलब्ध आहे. भारतीयांनी गांधीजींकडे मुख्यत: स्वातंत्र्यसागराचा सेनानी या दृष्टीनेच पाहिले. त्यांच्या यशापशाचे मूल्यमापन याच कसोटीवर केले. परंतु भारताबाहेरील असंख्य लोकांच्या दृष्टीने गांधीजी हे मानवतेचे उद्गाते होते. भगवान बुद्ध व भगवान येशू ख्रिस्त यांच्यानंतर मानवाविषयीच्या कारुण्याने ओतप्रोत असलेला हा पहिलाच महापुरुष जगाला दिसला. त्या दोन धर्मसंस्थापकांप्रमाणे

गांधीजींनी आपला वेगळा धर्म किंवा पंथ स्थापन केला नाही. किंबहुना आपल्या नावाने एखादा पंथ किंवा 'वाद' चालू नये, यावर त्यांचा विशेष कटाक्ष होता. त्यामुळे 'गांधीवाद' हा शब्दही त्यांना पसंत नसे. समग्र जीवनाविषयी त्यांनी चिंतन केले असले तरी त्याचे एखादे तत्त्वज्ञान बनवावे, असे त्यांना कधी वाटले नाही. त्यामुळे त्यांच्या विचारांना तत्त्वज्ञानाचा बंदिस्तपणा किंवा काटेकोरपणा लाभला नाही. तरीही गांधीचा असा एक वेगळा विचार असल्याचे जगाला प्रतीत झाले. आणि गांधींचा हा विचार किंवा मार्ग आपल्याला मन:शांती व स्वास्थ्य मिळवून देईल अशी आशा, भारतातील सध्याची दुरावस्था व अध:पात समोर दिसत असूनही, जग बाळगीत आहे.

याचे रहस्य शोधून काढण्याच्या दृष्टीने गांधी तत्त्वज्ञानासंबंधी तटस्थपणे व शास्त्रशुद्ध पद्धतीने चर्चा व्हावी. जगातील महापुरुषांच्या मालिकेत गांधीजींचे स्थान अग्रगण्य आहे असे आम्ही मानतो. उक्ती आणि कृती यांचा जो समन्वय त्यांनी साधला तसा समन्वय यापूर्वी कोणालाही साधता आलेला नाही. अशा महापुरुषाच्या विचारांसंबंधी एका विशिष्ट पातळीवरून साधकबाधक चर्चा होऊ शकली तर नवीन पिढीला तिचा चांगला उपयोग होईल असे वाटते. यामध्ये 'विशिष्ट पातळी' या शब्दांना खास महत्त्व आहे. गांधीजींना अलौकिक देवमाणूस मानून त्यांच्यावर स्तुतिसुमनांची वृष्टी करणारे भोळे भक्त जसे शेकड्यांनी सापडतात तसे गांधी हा एक ढोंगी, कपटी, धर्मद्रोही खलपुरुष होता असे समजून त्यांना दुर्वचनांची लाखोली वाहाणारे, निदान आपल्या महाराष्ट्रात तरी, काही कमी लोक नाहीत. हे दोन्ही दृष्टिकोन चुकीचे व निरुपयोगी आहेत. गांधीजींच्या गुणदोषांचे तटस्थपणे मूल्यमापन करण्यात आले तरच त्यापासून काही फायदा होईल, म्हणूनच अशा प्रकारचे मूल्यमापन समाजात झाले, तर गांधीजींच्या विषयी आपल्याला वाटणाऱ्या आदराला मूर्त स्वरूप दिले गेले असे म्हणता येईल.

गांधीजींसंबंधी विपुल साहित्य प्रकाशित होत आहे. त्यापैकी बहुतेक गांधीस्तुतीने भरलेले असते. अशा स्थितीत त्या स्तुतिस्तोत्रामध्ये आणखी भर घालण्याने समाजाची किंवा गांधीविचाराची काही सेवा झाली नसती. त्याऐवजी काही विशिष्ट मुद्द्यावर चर्चा घडवून आणल्यास विचारांना चालना मिळू शकेल असे वाटते. त्या दृष्टीने एक प्रश्नावली तयार केली आणि ती काही निवडक विचारवंतांकडे पाठविली. प्रश्नावली ही आधारभूत समजावी. चर्चा भरकटू नये, यासाठी घातलेले ते एक कुंपण आहे.

चर्चा मुद्देसूद व्हावी आणि विश्लेषण व्हावे म्हणून ही प्रश्नावली आधारभूत समजावी. परिणामी विविध क्षेत्रांतील विचारवंतांनी मार्मिक विश्लेषण केले आहे. यांपैकी आचार्य दादा धर्माधिकारी व श्री. नानासाहेब गोरे यांनी प्रश्नावलीतील प्रश्नांची संक्षिप्तपणे उत्तरे दिली आहेत. ही उत्तरे संक्षिप्त असली तरी अपूर्ण नाहीत. किंबहुना 'गागरमें सागर' भरून दाखविण्याची किमया त्यांनी साधलेली आहे. त्यांची सूत्रवजा उत्तरे विचारांना चालना

देण्यास नक्कीच समर्थ ठरतील. श्री. रावसाहेब पटवर्धन यांनी फक्त पहिल्याच प्रश्नाचे उत्तर दिले आहे. परंतु त्यावरूनही त्यांच्या विचाराची दिशा समजून येईल. आचार्य स. ज. भागवत व. प्रा. दि. के. बेडेकर यांनी गांधीजींच्या एकूण कामगिरीचे मूल्यमापन प्रस्तुत केले आहे, तर प्रा. वि. म. दांडेकर आणि श्री. शंकरराव खरात यांनी गांधीजींच्या आचारविचारातील त्यांना महत्त्वाच्या वाटणाऱ्या गोष्टींचे विवेचन केले आहे. हे सर्व लेख वाचल्यानंतर काळाच्या कसोटीवर गांधीमार्ग कितपत खरा उतरतो ते वाचकांच्या लक्षात येईल. त्यांच्या विचारांना चालना मिळावी, चिंतनाची एक दिशा त्यांना दिसावी, एवढाच या परिसंवादाचा उद्देश आहे.

प्रश्नावली

१. गांधीवाद किंवा गांधीमार्ग असे ज्याला संबोधिले जाते त्याचा स्वातंत्र्यपूर्व काळात भारतीय जनमानसावर खरोखरीच काही प्रभाव पडला होता काय? स्वातंत्र्यप्राप्तीमध्ये त्या प्रभावाचा भाग किती होता?

२. स्वातंत्र्यप्राप्तीनंतर गांधीजींच्या तत्त्वज्ञानाची काय स्थिती आहे? ती तशी का आहे?

३. गांधीतत्त्वज्ञानामध्ये अशी कोणती तत्त्वे होती, ज्यांना आपण चिरकाल टिकणारी अशी अमर तत्त्वे म्हणू शकतो? त्या तत्त्वांचे दर्शन भारतामध्ये सध्या आपल्याला घडते काय? नसल्यास त्यांची कारणे कोणती?

४. जागतिक राजकारण आणि समाजकारण यांच्या संदर्भात गांधीवादाचे स्थान काय? गांधीवादापासून जगाला काही स्फूर्ती प्रेरणा मिळू शकेल काय?

५. आधुनिक काळाच्या संदर्भात गांधीजींचे विचार व आचार कितपत ग्राह्य ठरतील? त्यांच्या विचारातील कोणता भाग कालबाह्य आहे व कोणता अजूनही स्वीकारार्ह आहे?

६. आज भारतासमोर व जगासमोर ज्या गंभीर समस्या उभ्या आहेत त्यांची उकल करण्याचे सामर्थ्य गांधीमार्गात आहे काय? असल्यास कोणत्या प्रकारे तो ती उकल करू शकेल?

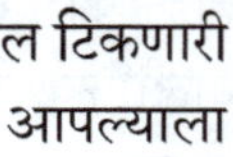

जे राष्ट्र परसत्तेपुढे मान तुकविते त्या राष्ट्राला यावच्चंद्रदिवाकरौ
'स्वातंत्र्य' हा शब्दसुद्धा उच्चारण्याचा अधिकार नाही.

दादा धर्माधिकारी

(१८९९ जून १८ – १९८५ डिसेंबर १)

- धर्माधिकारी शंकर त्र्यंबक.
- म. गांधींच्या सर्व चळवळींमध्ये सहभाग.
- विदर्भातील थोर नेते.
- आचार्य विनोबा भावे यांच्या सर्वोदयवादी विचारसरणीचे प्रमुख भाष्यकार.
- घटनापरिषदेचे एक सदस्य.
- भारतीय तत्त्वज्ञान, हिंदू धर्म व संस्कृती याविषयीचे चिंतक.
- ग्रंथ :
    - स्त्री–पुरुष सहजीवन
    - आपल्या गणराज्याची घडण
    - गांधीजी : एक दर्शन
    - पाकिस्तानी वृत्तीचा प्रतिकार
    - सर्वोदय दर्शन

गांधीवाद : एक चिरंतन सत्य

दादा धर्माधिकारी

(१) गांधीवाद किंवा गांधीमार्ग असे चुकीचे नाव ज्याला दिले जाते त्याचा स्वातंत्र्यपूर्व काळात भारतीय जनमनावर खरोखरीच पुष्कळ प्रभाव पडला होता; पण तो गांधींच्या सत्यनिष्ठेचा किंवा अहिंसेवरील त्यांच्या अढळ श्रद्धेचा प्रभाव नव्हता. सत्य व अहिंसा या तत्त्वांच्या विषयी भारतीय जनमानसात परंपरागत आदरभाव होता व आहे. पण वैयक्तिक किंवा सामाजिक व्यवहारात त्या तत्त्वांचा विनियोग करण्याचा प्रामाणिक प्रयत्न करण्याची गरज मात्र फारच क्वचित वाटली. नि:शस्त्र, हतवीर्य व हताश झालेल्या लोकांना लोकसुलभ प्रत्यक्ष प्रतिकाराचा मार्ग गांधींच्या पूर्वी श्री. अरविंद, बिपिनचंद्र पाल व लोकमान्य टिळक यांनी दाखविला होता. गांधींनी तोच मार्ग अधिक परिणामक्षम स्वरूपात मांडला, असा समज त्यावेळच्या लोकधुरीणांनी व साधारण लोकांनी करून घेतला. ब्रिटिश साम्राज्यशाहीचा प्रतिकार करण्याकरिता गांधींचा मार्ग उपयुक्त वाटला, एवढाच त्याचा अर्थ. लोकमानसावर गांधींच्या कार्यक्रमाचा जो प्रभाव पडला त्याचाच स्वातंत्र्य-प्राप्तीमध्ये प्रमुख भाग होता. सशस्त्र क्रांतिकारकांच्याबद्दल लोकांच्या मनात निरतिशय आदर होता. किंबहुना गांधींच्यापेक्षाही त्यांच्याविषयी लोकांना अधिक कौतुक व आदर वाटत होता असे म्हटले तरी चालेल. पण त्या वेळच्या परिस्थितीत गांधींचा मार्गच अधिक लोकसुलभ, अधिक व्यवहारी व अधिक परिणामक्षम असल्यामुळे लोकांच्या आचरणावर त्याचाच प्रभाव अधिक पडला.

(२) स्वातंत्र्यप्राप्तीनंतर लोकमनावर गांधींच्या तत्त्वज्ञानाची पकड फारशी शिल्लक राहिली नाही. स्वातंत्र्यप्राप्तीच्या पूर्वकालातही म्हणण्यासारखी पकड नव्हतीच. आज भारताजवळ प्रचुर उत्पादनाची यांत्रिक साधने पुरेशी नाहीत. देशव्यापी बेकारी आहे, त्यामुळे गांधीच्या कार्यक्रमाविषयी अपरिहार्यपणे आस्था वाटते.

(३) गांधींचे स्वत:चे काही तत्त्वज्ञान होते असे मानले, तर त्यातील चिरकाल टिकणारी तत्त्वे म्हणजे त्यांची सत्यनिष्ठा व सत्यनिष्ठेकरितादेखील कोणत्याही मानवाची हत्या न करण्याचा त्यांचा अभेद्य निश्चय ही होत. जीवनाची एकता व निरपवाद मानवनिष्ठा असे त्या तत्त्वांचे दुसऱ्या शब्दांत वर्णन करता येईल. या तत्त्वांचे दर्शन भारतामध्ये आज अत्यंत अल्प प्रमाणात घडते. याचे एक कारण दुर्भिक्ष व दुर्बलता अथवा पौरुषहीनता; आणि दुसरे कारण संप्रदाय, जात व भाषा यांच्या आधारावर उदयास येऊ पहाणाऱ्या क्षुद्र, संकुचित अस्मिता – हे होय.

(४ व ५) जागतिक राजकारण व समाजकारण यांच्या संदर्भात आज मानवाला गांधीजींवाचून गत्यंतर उरलेले नाही. विज्ञानाने माणसांना एकमेकांच्या अगदी निकट

आणून उभे केले आहे. त्यांच्यात कुस्ती झाली तर उभयपक्षांचा संहार अपरिहार्य आहे असा निर्वाळा विज्ञानाने दिला आहे. ज्या मानवाला निसर्गाने स्वसंरक्षणाचे कोठलेही साधन दिलेले नाही आणि त्यामुळे ज्याचा जीव घेणे अत्यंत सोपे आहे त्याच्या वधाकरिता उत्तरोत्तर नवीन नवीन शस्त्रास्त्रे शोधावी लागतात, यातील इंगित काय? या परिस्थितीत विज्ञानाचा एक असंदिग्ध संकेत साठविलेला आहे. तो संकेत असा की, आता शस्त्रास्त्रांची उपयुक्तता संपलेली आहे. अर्थात् शस्त्रनिरपेक्ष वीरतेचे युग अवतरण्याची प्रसादचिन्हे दिसू लागली आहेत. जागतिक संदर्भाचा दुसरा संकेत अतिसंपन्नता म्हणजे अतिप्रचुरता व उपकरणशीलतेचा अतिरेक यांच्यामुळे मानवीय जीवन सपक व नि:सत्त्व झालेले आहे. परोक्ष जीवनाला आजचा तरुण उबगला आहे. त्याचे मानव्य क्षीण होऊ लागले आहे. जीवनात मानवाला जणू भूमिकाच उरलेली नाही. *मानवीय संबंधांना सामाजिक व्यवहारात वाव राहिलेला नाही.* समाजाचा घटक मानव हा राहिलेला नसून संस्था व संघटन हे घटक झालेले आहेत. निरपेक्ष व निरुपाधिक मानवी संबंध म्हणजेच अहिंसा. अहिंसा हा शब्द जुनाच आहे; पण त्यात गांधींनी हा भावरूप आशय ओतलेला आहे. गांधींच्या अपरिग्रहाचा, स्वदेशीचा, स्पर्शभावनेचा व ब्रह्मचर्याचादेखील एक अभिनव आशय आहे. ती नित्यनूतन अशी सामाजिक मूल्ये आहेत.

या दृष्टीने जागतिक संदर्भात युरोप व अमेरिका यांच्यासारख्या समृद्ध खंडांत आणि रशिया-चीनसारख्या समृद्धीच्या मार्गावर असलेल्या देशांत गांधींची आवश्यकता आहे. युरोप-अमेरिकेत तशी आकांक्षाही आहे.

(६) जगासमोर असलेल्या समस्यांचा उल्लेख वर आलेलाच आहे. युरोप-अमेरिकेत अतितृप्तीची व निरवधी अवकाशाची म्हणजेच बेसुमार फुरसतीची समस्या आहे. रशिया व चीनसारख्या देशात शारीरिक गरजा भागल्यानंतर ज्या मानसिक व बौद्धिक आकांक्षा उद्भूत होतात (उद्भवतात) त्यांची समस्या आहे. या दोन्ही समस्यांची उत्तरे गांधीनिर्दिष्ट मार्गांत आहेत, हे लक्षात येण्यास फारशा बुद्धिमत्तेची गरज नाही. गांधींच्या शरीरश्रमाचा भाकरीशी अनिवार्य संबंध नाही. गांधींच्या उद्योगनिष्ठेचा बेकारीच्या निवारणाशी जितका घनिष्ठ संबंध आहे त्यापेक्षा कितीतरी अधिक संबंध निर्मितीच्या आनंदाशी आणि कारागिरीच्या व कलेच्या विकासाशी आहे. फुरसतीचा उपयोग ही सांस्कृतिक समस्या आहे. जीवन, संजीवन (recreation), जीविका यांचे संवादित्व साधावयाचे असल्यास गांधींवाचून गत्यंतर नाही.

आता थोडक्यात भारतीय परिस्थितीचा विचार करू. विपन्नता व दुर्बलता या भारताच्या दोन प्रमुख व्याधी आहेत. जेथे दुर्भिक्ष असेल तेथे सुबत्तेची हाव असणे स्वाभाविक आहे. अर्थातच भारतामध्ये वैभवाकांक्षा व वैभवशाली राष्ट्राचे अनुकरण करण्याची प्रवृत्ती सर्वत्र दिसून येते. भारताचे नि:शस्त्रीकरण म्हणजे काही स्वेच्छेने केलेला

शस्त्रसंन्यास नव्हे. आपली शस्त्रास्त्रे बळजबरीने हिसकावून घेण्यात आली, या अपमानाचे शल्य भारतीय जनमनाला अजून टोचत आहे. त्यामुळे अनुपलब्ध शस्त्रास्त्रांचा हव्यास या देशातील लोकांना वाटत राहणे स्वाभाविक आहे.

अशा परिस्थितीत गांधींचा या देशाला काही उपयोग आहे काय?

गांधीचा आविर्भाव या देशात झाला त्यावेळीही येथे उपासमार, दारिद्र्य, बेकारी यांचे साम्राज्य होते. बळजबरीच्या नि:शस्त्रीकरणामुळे राष्ट्र हतबल झालेले होते. भुकेलेल्याला भीक व चोरी या मार्गांचा अवलंब करावा लागू नये आणि नि:शस्त्र झालेल्यांना नामर्दपणे अन्याय सहन करावा लागू नये ही तळमळ गांधींना लागून राहिली होती. म्हणून त्यांनी भुकेलेल्यांना स्वदेशीचा व हतबल झालेल्यांना सत्याग्रहाचा संजीवनमंत्र दिला. रशिया व अमेरिका यांच्यापुढे दीनपणे तोंड वेंगाडल्यावाचून आत्म – प्रत्ययाने स्वत:च्या पुरुषार्थावर भारताला जगायचे असेल तर शस्त्रनिरपेक्ष शौर्य व स्वदेशी यांवर आधारलेले उत्पादन, याखेरीज दुसरा तरणोपाय आहे काय? शस्त्रनिरपेक्ष वीरता व शेजारधर्मावर अधिष्ठित स्वदेशी हाच गांधींच्या कार्यक्रमाचा गाभा नव्हता काय? शस्त्रनिरपेक्ष वीरतेत शस्त्रनिषेधाची वृत्ती असेलच असे नाही. कदाचित् शस्त्रास्त्रे व सैन्य यांचा उपयोग करून घेण्याची आकांक्षा व प्रयत्नही असेल. पण शस्त्र-प्रयोगाकरिता उपलब्ध होऊ शकणारी साधने अपर्याप्त असण्याचा संभवच अधिक. त्याचप्रमाणे स्वदेशीवर आधारलेल्या संयोजनाला यंत्राचे वावडे असण्याचे कारण नाही. पण मनुष्यशक्ती व पशुशक्ती वाया जाऊन बेकारी वाढण्याचा जेथे संभव असेल तेथे गांधीनिर्दिष्ट ग्रामसंजीवन–प्रवण संयोजनच अपरिहार्य ठरेल.

या दृष्टीने विचार केल्यास भारताला आजच्या परिस्थितीत गांधींच्या मार्गाची उपयुक्तता पटल्यावाचून राहणार नाही.

वि. म. दांडेकर

(१९२० जुलै ६ – १९९५ जुलै ३०)

- दांडेकर विनायक महादेव.
- आंतरराष्ट्रीय कीर्तीचे अर्थशास्त्रज्ञ.
- पुण्याच्या 'गोखले अर्थशास्त्र संस्थेचे' संचालक.
- लोणावळ्याच्या इंडियन स्कूल ऑफ पोलिटिकल इन्स्टिट्यूटचे संस्थापक-संचालक.
- ९० शोधनिबंध प्रसिद्ध.
- प्रमुख पुस्तके :
  - पंधराहून अधिक संशोधनपर ग्रंथ.
  - भारतातील दारिद्र्य (Poverty in India).
  - इंडियन ॲग्रीकल्चर (Indian Agriculture)
  - इंडस्ट्रियल फाइनान्स (Industrial Finance)

गांधीवादाची शोकांतिका

वि. म. दांडेकर

महात्मा गांधींच्या लोकोत्तर व्यक्तिमत्त्वाचे मूल्यमापन करताना अनेकांनी त्यांना अनेक नावांनी संबोधले आहे. पंडित जवाहरलाल नेहरूंनी त्यांना राष्ट्रपिता म्हटले. मला वाटते सर्व संबोधनांत हे संबोधन अधिक सार्थ आहे. महात्मा गांधींनी खऱ्याखुऱ्या अर्थाने भारताची राष्ट्रीय घडण केली. भारताच्या स्वातंत्र्यप्राप्तीकरता त्यांनी देशव्यापी चळवळ उभारली आणि शेवटपर्यंत तिचे नेतृत्व केले. त्याकरता आवश्यक ते राजकारणी व्यवहार कौशल्य त्यांच्यापाशी होते. परंतु तेवढ्याने राष्ट्रपिता या संबोधनास ते पात्र झाले नसते. कारण राजकीय स्वातंत्र्यप्राप्ती हा राष्ट्रीय घडणीचा केवळ एक भाग आहे. *निव्वळ व्यवहारकुशल राजकारणाने कदाचित स्वातंत्र्यप्राप्ती झाली असती परंतु राष्ट्रनिर्मिती झाली नसती.* राष्ट्राची घडण करावयाची तर राजकारणाला राजकीय तत्त्वज्ञानाची जोड द्यावी लागते हे त्यांनी आरंभीच ओळखले आणि प्रथमपासून आपल्या राजकारणाला तात्त्विक व नैतिक अधिष्ठान दिले. असे तत्त्वज्ञान सामान्यजनांपर्यंत पोहचवावयाचे तर त्याला थोडाबहुत आचारधर्म चिकटवावा लागतो. महात्मा गांधी हे एक अत्यंत कुशल समाजधुरीण असल्याने त्यांनी आपल्या तत्त्वज्ञानाला जनमनाची पकड घेईल असा आचारधर्म चिकटवला आणि शिस्तबद्ध राजकीय संघटना उभी करण्यास आवश्यक म्हणून या आचारधर्माचा आग्रह धरला. दुर्दैवाने महात्मा गांधींच्या काही अनुयायांना एवढा आचारधर्मच काय तो समजला. असा आचारधर्म स्थलकालपरिस्थितिसापेक्ष असतो आणि असावयास हवा हेही ते विसरले. दैनंदिन सामाजिक व राजकीय व्यवहार सांभाळण्याची जबाबदारी जशी महात्मा गांधींवर होती तशी या अनुयायांवर नव्हती. त्यामुळे खुद्द महात्मा गांधींनाही परवडणार नाही असा आचारधर्माचा आग्रह त्यांनी धरला. 'गांधींपेक्षाही कट्टर गांधीवादी' म्हणून त्यांना कोणी म्हटले तर 'आपले काही चुकत तर नाही ना?' असा विचार करण्याऐवजी त्यांना स्वत:चे कौतुकच वाटू लागले. *या मंडळींनी गांधीवादाच्या नावाखाली एक नवीन कर्मकांडाचे स्तोम माजविले. कर्मकांडाच्या खोड्यात स्वत:ला आणि गांधीवादाला अडकवून घेऊन सारा व्यवहारच अशक्यप्राय केला. स्वत:चे हसे करून घेतले आणि गांधीवाद अव्यवहार्य ठरविला.*

या एकांतिक गांधीवाद्यांच्या दुसऱ्या टोकाला स्वत:ला 'बुद्धिवादी' म्हणवून घेणारी काही मंडळी होती. राजकारणाला तात्त्विक व नैतिक अधिष्ठान हवे ही गोष्टच मुळात या मंडळीच्या बुद्धीला गम्य झाली नाही. याचे कारण राजकीय स्वातंत्र्यप्राप्तीव्यतिरिक्त राष्ट्र उभारणीचे काही कार्य आहे हेच त्यांना उमगले नाही. स्वातंत्र्यप्राप्तीपुरते बोलावयाचे तर तेही त्यांच्यासारखे दहावीस बुद्धिमान आपल्या राजकीय कौशल्याने इंग्रजांपासून मिळवू

शकतील अशी त्यांची मनोमन खात्री होती. ही मंडळी सर्व दृष्टींनी बुद्धिमान असली तरी जनमानसासंबंधीचे त्यांचे अज्ञान आश्चर्यकारक होते. राजकीय स्वातंत्र्यप्राप्ती आणि नवराष्ट्र उभारणीच्या या साऱ्या खटाटोपात जनताजनार्दन आणि जनमानस यांचा संबंध काय ह्याचेच आकलन त्यांना कधी झाले नाही. साहजिकच महात्मा गांधींच्या सर्वस्पर्शी, धुरंदर राजकीय नेतृत्वापुढे ही मंडळी हतप्रभ झाली.

महात्मा गांधीच्या पश्चात् राष्ट्राच्या नेतृत्वाची धुरा पंडित जवाहरलाल नेहरूंच्याकडे आली. पंडित नेहरू बुद्धिवादी असले तरी त्यांना जनमानसाची पूर्ण ओळख होती. राजकारणाला तात्त्विक व नैतिक अधिष्ठान हवे हा गांधीवादाचा आशय त्यांनी जाणला होता. त्यामुळे त्यांनीही आपल्या राजकारणास विरोध वा विसंगत नाही परंतु तरीही स्वतंत्र अशा राजकीय तत्त्वज्ञानाची जोड दिली आणि राष्ट्रउभारणीचे कार्य चालू राहिले.

पंडित नेहरूंच्या पश्चात् आज पुनश्च याविषयी बुद्धिभ्रंश झालेला दिसतो. भारताच्या राष्ट्रउभारणीचे कार्य अजून अपुरे आहे, ते आणखी काही पिढ्या चालू ठेवल्याशिवाय भारताचे राष्ट्रीय जीवन निर्वेध होणार नाही, सामाजिक व राजकीय नेत्यांची ही प्राथमिक जबाबदारी आहे इत्यादी गोष्टींचा आज विसर पडला आहे. साहजिकच राजकारणाला तात्त्विक व नैतिक अधिष्ठान राहिलेले नाही आणि त्याची गरजही वाटेनाशी झाली आहे. किंबहुना सर्व तात्त्विक व नैतिक विचारांची 'पुस्तकी' म्हणून अवहेलना करावी आणि तत्त्वशून्य राजकारणाचा 'व्यवहारवाद' म्हणून उदोउदो करावा अशी प्रथा पडत आहे. एकांतिक गांधीवाद्यांनी एके काळी माजविलेल्या कर्मकांडाच्या स्तोमाची ही प्रतिक्रिया आहे.

म्हणून राजकारण, समाजकारण किंबहुना सर्व मानवी व्यवहार त्यांना काहीतरी तात्त्विक वा नैतिक अधिष्ठान हवे हा जो गांधीवादाचा आशय आहे, त्याचा अर्थ समजावून घेतला पाहिजे. तात्त्विक अधिष्ठान म्हणजे तत्त्वज्ञानाची लोखंडी चौकट नव्हे. राजकारण, समाजकारण हे बोलून चालून मानवी व्यवहार आहेत. त्यांत वावरावयाचे तर व्यावहारिक तारतम्याचे स्वातंत्र्य हवे. परंतु म्हणून योग्य काय अयोग्य काय, न्याय्य काय अन्याय्य काय, नैतिक काय अनैतिक काय यासंबंधीचा निर्णय करणे सुटत नाही हे लक्षात ठेवले पाहिजे. हे निर्णय सुसंगतपणे करावयाचे तर कोण्यातरी तात्त्विक, नैतिक निकषाची गरज भासते. उपमाच द्यावयाची तर संगीतातील षड्जाची देता येईल. संगीतात षड्जाला जे महत्त्व आहे तेच राजकारणात समाजकारणात तात्त्विक वा नैतिक अधिष्ठानाला आहे. कलाकार त्याच्या आंतरिक स्वरात मिळेल तो षड्ज स्वीकारतो. त्यावर आपली बैठक स्थिर करतो. एवढे केले म्हणजे कोणताही राग कोणत्याही ढंगाने गाण्यास तो मोकळा असतो. मात्र स्वीकारलेला षड्ज त्याला सोडता येत नाही. षड्ज सुटला तर कलाकार काय गातो ते त्याचे त्यालाही कळणार नाही, तो भरकटत जाईल. सूर आणि बेसूर यांचा

निर्णय करता येणार नाही. किंबहुना संगीत संगीतच रहाणार नाही. तीच गोष्ट राजकारणाची आहे. *राजकारणाला तात्त्विक, नैतिक अधिष्ठान नसेल तर योग्य काय अयोग्य काय, न्याय्य काय अन्याय्य काय, नैतिक काय, अनैतिक काय, यांचा निर्णय करता येणार नाही.* राजकारणाच्या दृष्टीने हे सर्व प्रश्न अप्रस्तुत आहेत असे काही व्यवहारवादी मानतात, सत्तास्पर्धा एवढेच राजकारणाचे स्वरूप त्यांना समजते. त्यांना एवढेच सांगावयाचे की केवळ सत्तास्पर्धेत टिकून रहाण्याकरतासुद्धा राजकारणाला तात्त्विक, नैतिक अधिष्ठान असावे लागते. तत्त्वशून्य, दिशाहीन, सत्तास्पर्धेत भरकटत जाणारे राजकारण सामान्य जनता फार काळ मान्य करीत नाही. निव्वळ छक्क्यापंजांचे राजकारण खेळून सत्तेवर अबाधित रहाता येते अशी कोणा सत्ताधीशांची समजूत झाली असेल तर तो निव्वळ भ्रम आहे. त्याचा निरास होण्यास फार काळ लागणार नाही.

विशाल मानवतावाद आणि त्यांच्याशी सुसंगत अशी स्वनिष्ठा हे गांधीवादाचे षड्जपंचम आहेत. विशाल मानवतावादाने महात्मा गांधींनी आपल्या राजकारणास आवश्यक ते नैतिक अधिष्ठान दिले. स्वाभिमान व स्वनिष्ठेची तार छेडून त्यांनी राष्ट्रजागृतीचा मंत्र दिला. महात्मा गांधी उभे राहिले आणि भारत उभा राहिला. त्याकरिता राजकीय स्वातंत्र्य आणि आर्थिक विकास यांचीही वाट पहावी लागली नाही. राजकीय पारतंत्र्यात आणि आर्थिक दारिद्र्यातही देशाला मानवतावादाच्या नैतिक अधिष्ठानावर स्वाभिमानाने आणि स्वनिष्ठेने मान ताठ करून उभे राहणे शक्य आहे हे त्यांनी स्वतःच्या उदाहरणाने सिद्ध करून दाखविले.

गरीब माणसाने स्वाभिमानाने जगावयाचे तर दारिद्र्याबरोबर येणारे सर्व न्यूनगंड सोडून दिले पाहिजेत आणि आपले अंथरुण पाहून पाय पसरण्यास शिकले पाहिजे. श्रीमंत माणसाचा सहवास घडला म्हणजे गरीब माणसाला आपल्या अन्नवस्त्राबद्दल साहजिकच कमीपणा वाटतो आणि तो श्रीमंत अन्नवस्त्राचे नसते नाटक करू पाहतो. असल्या न्यूनगंडाने श्रीमंती येत नाही. मात्र स्वाभिमान नष्ट होतो आणि अंती अपमान पदरी येतो. महात्मा गांधींनी देशाला क्षणार्धात या न्यूनगंडापासून मुक्त केले आणि त्याचे प्रतीक म्हणून आपले अन्नवस्त्र, पुरे अपुरे असेल तसे, स्वाभिमानाने वापरण्यास शिकवले. गांधीवाद्यांनी त्याचा मथितार्थ बाजूस ठेवला आणि या साध्या व्यवहारी स्वाभिमानी शिकवणीचा अर्थ केला की माणसाने आपल्या भौतिक गरजाच शक्यतितक्या कमी केल्या पाहिजेत हीच गांधीवादाची शिकवण आहे. त्यातून काही प्रामाणिक कर्मकांड आणि पुष्कळशी भोंदूगिरी निर्माण झाली.

स्वाभिमानाबरोबरच महात्मा गांधींनी देशाला स्वनिष्ठेची शिकवण दिली. स्वनिष्ठा म्हणजे आम्ही आमच्यापाशी आहेत या साधनांनिशी स्वतःच्या पायावर उभे राहू आणि एक एक पाऊल पुढे टाकू, हा विश्वास. स्वावलंबनाने, स्वनिष्ठेने मनुष्य अंतर्मुख होतो. आपण आपल्यापाशी असलेल्या सर्व साहित्याचा, साधनांचा पूर्ण उपयोग करून घेत

आहोत का हा प्रश्न सतत विचारीत राहतो. या उलट परावलंबनाचे आहे. परावलंबी मनुष्य बहिर्मुख असतो. कोणाच्या तरी साहाय्याखेरीज आपण आपल्या पायावर उभे राहूच शकत नाही अशीच मनाची धारणा असली म्हणजे मनुष्य स्वत:चे सामर्थ्य, साहित्य व साधने यांचा विचारच करीत नाही. आधुनिकता, अद्ययावतता यांनी दिपून गेल्यामुळे त्याला 'आपल्यापाशी असलेले साहित्य व साधने' निरुपयोगी वाटतात आणि तो अधिकाधिक परावलंबी बनतो.

आपणापाशी असलेल्या साहित्यसाधनांचा पूर्ण उपयोग म्हणजे स्वनिष्ठा. तिचे प्रतीक म्हणून महात्मा गांधींनी सूतकताईचा कार्यक्रम सांगितला. परंतु गांधीवाद्यांनी त्याचाही मथितार्थ बाजूस ठेवून त्याचे कर्मकांड केले आणि त्यात सोवळे-ओवळे आणले. आहेत त्या साधनांवर निष्ठा म्हणजे नवीन साधने निषिद्ध असे ठरवले आणि आर्थिक प्राप्ती तत्त्वत:च अशक्य केली.

स्वाभिमान व स्वनिष्ठा या गांधीवादाच्या मूळतत्त्वांचा अशा रीतीने गांधीवाद्यांनी विपर्यास केल्यामुळे स्वत:स बुद्धिवादी म्हणवून घेणाऱ्या गांधीवादाच्या टीकाकारांना साहजिकच फावले. गांधीवादाने गरीब माणसास स्वाभिमानाने जगण्यास शिकवले. बुद्धिवाद्यांनी त्याचा अर्थ केला की गांधीवादास दारिद्र्य मंजूर आहे. गांधीवाद हा तत्त्वत:च संपन्न जीवनाच्या विरोधी आहे. गांधीवादाने गरीब माणसास असेल त्या साहित्यानिशी कामास प्रवृत्त केले. *बुद्धिवाद्यांनी त्याचा अर्थ केला की गांधीवादाचा नवीन साधनास आणि पर्यायाने विज्ञानासच विरोध आहे. तात्पर्य, गांधीवाद हा भौतिक व आर्थिक प्रगतीस विरोधी व मारक आहे असे बुद्धिवाद्यांनी ठरविले.*

सध्या व्यवहारवादाचा अंमल जारी आहे. व्यवहारवादाला तात्त्विक व नैतिक अधिष्ठानाचे तर वावडे आहेच; परंतु साधा स्वाभिमानही आर्थिक विकासाच्या आड येतो. स्वाभिमान, वस्तुनिष्ठा या ऐवजी मतलब व स्वार्थ ह्याच आर्थिक विकासाच्या प्रेरणा आहेत असे व्यवहारवाद्यांनी ठरविलेले दिसते. त्यामुळे व्यवहारवादाचाच एक भाग म्हणून गांधीवादाचे केवळ ढोंग राहिले आहे. बाकी गांधीवादातील स्वाभिमान व स्वनिष्ठेचा विसर पडलेला आहे. आज देश स्वतंत्र असला तरी स्वातंत्र्यरक्षणास अपरिहार्य अशा समजुतीने, देश आर्थिक दृष्ट्या पूर्वीपेक्षा सुस्थितीत असतानाही अधिक आर्थिक विकासास अवश्य आहे अशा समजुतीने, व्यवहारवादी राजकीय व सामाजिक नेते आणि राज्यकर्ते जगभर लाचारपणे, दीनवाणे भीक मागत हिंडत आहेत. जेमतेम पंचवीस तीस वर्षापूर्वीच परतंत्र, पराधीन आणि पराभूत बनलेले स्वतंत्र भारताचे नेते, ही दोन चित्रे शेजारी शेजारी ठेवून बघण्याजोगी आहेत.

राज्यकर्त्यांनी अंगीकारलेले हे परावलंबी धोरण देशात खोलवर रुजले आहे. कोठे काही फुकट मिळते का हे शोधत राज्यकर्ते जगभर भीक मागत हिंडत आहेत आणि सरकारकडून काही फुकट पदरात पाडून घेता येते का याचा शोध घेत देशातील नागरिक धावाधाव करीत

आहेत. याला म्हणतात कल्याणकारी शासन! *आपण बाहेर भीक मागावी आणि देशात लोकांना भीक मागण्यास शिकवावे असा हा सत्तेवर राहण्याचा सोपा मार्ग सापडला आहे.* मग स्वाभिमान व स्वनिष्ठेची आठवण कोणास होणार?

ही अधोगती थांबवायची असेल तर राष्ट्रकारणास मानवतावादाचे अधिष्ठान दिले पाहिजे आणि राष्ट्रउभारणीकरता स्वाभिमान व स्वनिष्ठेचा मंत्र जागृत ठेवला पाहिजे. गांधीवादाची ही त्रिसूत्री आहे. तिचे प्रतिबिंब दैनंदिन व्यवहारात पडू शकेल असा एक सर्वव्यापी सर्वस्पर्शी कार्यक्रमही महात्मा गांधीनी सांगितला आहे. तो आजही उपयोगी पडण्यासारखा आहे. वैयक्तिक व सार्वजनिक स्वच्छता आणि मलमूत्र-शेणकाडी इत्यादी त्याज्य वस्तूंचा संपूर्ण उपयोग हा तो कार्यक्रम होय. केवळ वैयक्तिक व सार्वजनिक स्वच्छतेने गरीब जीवनही किती तरी प्रसन्न करणे शक्य आहे. केवळ स्वच्छतेने नव्वद टक्के रोगराई नष्ट होईल. त्याकरता कोणाच्याही मदतीची गरज नाही. स्वच्छता ही ज्याने त्याने आपल्या घरात आणि गावात करण्याची गोष्ट आहे. पण म्हणूनच ती आम्हास नको वाटते. औषधाने भागते मग रोजची उठण्याबसण्याची स्वच्छता कशाला? आज औषधपाण्याचा, दवाखान्याचा प्रसार झाला आहे. परंतु वैयक्तिक व सार्वजनिक स्वच्छतेत फारसा फरक पडलेला दिसत नाही. सार्वजनिक आरोग्य सुधारलेले दिसते ते औषधाने, स्वच्छेतेने नाही. प्रत्येकाला आपल्या गावात दवाखाना हवा. परंतु गावातील दुर्गंधी नाहीशी करण्यास कोणी तयार नाही. मलमूत्र, शेणकाडी इत्यादी वस्तू नीट गोळा करून त्यांचा सेंद्रिय खताकरता उपयोग केला तर गावातील दुर्गंधी जाईल, रोगराई नष्ट होईल आणि शिवाय शेतीच्या उत्पादनास हातभार लागेल. हे करण्याकरता कोणाची मदत लागत नाही. हे आपले आपण करावयाचे आहे. भूमीतून आपण जो सत्त्वांश घेतो तो भूमीस परत करावयाचा आहे. तसे केले तर हीच भूमी आपणास अधिक आधार देईल. इतके हे साधे तत्त्व आहे. मग ते आपण का करीत नाही? *कारण स्वावलंबन, स्वाभिमान, स्वनिष्ठा यासंबंधी लोकशिक्षण व लोकजागृती करण्यापेक्षा परकीयांकडून रासायनिक खते भीक मागून आणणे सरकारला सोपे वाटते आणि मलमूत्र-शेणकाडी यांचा रोजचा व्यवहार करण्यापेक्षा सल्फेटचे पोते उघडून टाकणे शेतकऱ्यास सोईचे वाटते.* हे आज सुखकर वाटणारे परावलंबन परिणामी आत्मघाती ठरल्याखेरीज रहाणार नाही. हीच गांधीवादाची मुख्य शिकवण आहे.

स्वाभिमान, स्वनिष्ठा आणि त्यांचे प्रतिबिंब दैनंदिन जीवनात पडू शकेल असा सर्वव्यापी, सर्वस्पर्शी कार्यक्रम हाच गांधीवादाचा आशय आहे. त्याचे आज पुनरुत्थान झाले पाहिजे.

“ *महात्माजींविषयी नवीन आणि वेगळे असे आज काय सांगता येईल? उत्तुंग पर्वताचे शिखर, खळाळणारे सप्तसागर किंवा लखलखणारी नवलाख नक्षत्रे यांच्याविषयी तरी असे काय नवीन आणि वेगळे सांगता येणार आहे? तो पर्वत, ते सप्तसागर आणि ती नक्षत्रे यांचे दर्शन घडताच मानवाच्या मनाचे हात अपार श्रद्धेने आपोआप जुळतात, तसेच महात्माजींच्या नामोच्चारानेही होते. भव्य पर्वताची उदात्तता, सागरतळाशी अंथरलेली निगूढ एकान्तता, नक्षत्रांचे मांगल्य आणि अचल निष्ठा - या साऱ्या श्रेष्ठ सद्गुणांचा समन्वय म्हणजेच महात्माजी!* ”

ना. ग. गोरे

(१९०७ जून १५ – १९९३ मे १)

- गोरे नारायण गणेश.
- १९३० पासून स्वातंत्र्य लढ्यात सहभाग, तुरूंगवास.
- थोर समाजवादी नेते, विचारवंत.
- गोवा मुक्तिसंग्राम तसेच संयुक्त महाराष्ट्राच्या लढ्यात सक्रिय सहभाग.
- १९६७ – ६८, पुण्याचे महापौर.
- १९७७ – ७९, भारताचे इंग्लंडमधील उच्चायुक्त.
- १९७९ – ८३, 'साधना' साप्ताहिकाचे संपादक.
- सामाजिक प्रश्नांवर विपुल लेखन.
- काही प्रमुख पुस्तके :
  - समाजवादच का?
  - कारागृहाच्या भिंती
  - सीतेचे पोहे
  - डाळी
  - कालिदासाच्या मेघदूताचे मराठी भाषांतर
- १९७० – ७३, महाराष्ट्र साहित्य परिषदेचे अध्यक्ष.

गांधीजी आणि सुभाषबाबू बोस

ना. ग. गोरे

(१) स्वातंत्र्यापूर्वी गांधीवादाचा प्रभाव लोकांवर पडला होता; पण पूर्णतया नाही तर १९१७ मध्ये मार्क्सवादाचा रशियातील जनतेवर वा १९४९ मध्ये मार्क्सवादाचा चीनी लोकांवर जितका होता तेवढाच. जो असंतोष लोकमान्यांनी १९१६ पर्यंत भारतात निर्माण केला त्याला वाट सापडण्याची आवश्यकता होती. धोपट मार्ग दोन होते. एक असंतोषाची धग कमी होता होता ॲनी बेझंट यांच्या किंवा गोखल्यांच्या मार्गावर येणे किंवा शस्त्राचारी क्रांतीची वाट धरणे. यांपैकी कोणत्याही मार्गाने राष्ट्रीय चळवळ पुढे गेली असती तर गांधीजींच्या नेतृत्वामुळे ज्या व्यापक प्रमाणावर जनता तिच्यात गोवली गेली ते झाले नसते. केवळ बुद्धिवादी वा केवळ हिंसावादी लढ्यांत बहुजन खऱ्या अर्थाने भाग घेऊ शकत नाहीत. गांधीजींनी जो तिसरा मार्ग दाखविला त्यामुळे मागासलेले वर्ग, कष्टकरी वर्ग, संस्थानिक प्रजाजन, स्त्रीवर्ग यांच्यापर्यंत चळवळ पोहोचली. नि:शस्त्र जनतेला एक नवा मार्ग गांधीजींनी दाखविला व त्यामुळे भारतात लोकशाहीला पोषक भूमी तयार झाली.

भारताला स्वातंत्र्य मिळाले ते केवळ गांधीजींच्या ''छोडो भारत'' च्या लढ्याने मिळाले नाही. *अनेक विचारप्रवाह व कृतिप्रवाह स्वातंत्र्याला कारणीभूत झाले. सुभाषबाबूंच्या कार्यामुळे ब्रिटिश राज्यकर्त्यांचा सेनेवरील विश्वास डळमळला.* ब्रिटनमध्ये भारताविषयी जरा अधिक आस्था असलेला मजूरपक्ष अधिकारावर रूढ झाला इत्यादी तथापि गांधीजींच्या आंदोलनाचा प्रभाव मान्य केलाच पाहिजे.

(२) स्वातंत्र्यानंतर म्हणजे सत्ताप्राप्तीनंतर भारतासमोर जे प्रश्न निर्माण झाले त्यांचे स्वरूप स्वातंत्र्यासाठी जी चळवळ काँग्रेसच्या नेतृत्वाखाली उभी राहिलेली होती तिने हाताळलेल्या प्रश्नांहून फार वेगळे होते. त्याबद्दलचा फारसा खोलवर विचार राष्ट्रीय चळवळीने केलेला नव्हता. उदाहरणार्थ, संघराज्याची घडण, संस्थानांचे विलीनीकरण, भाषावार प्रांत – रचना, देशाचे औद्योगिकीकरण व रक्षण. गांधीवादाने त्याबाबत काही नेमके म्हटलेले नव्हते. गांधीवादाचा नव्या प्रश्नानुसार विकास करण्याचे शहाणपण वा सामर्थ्यही कोणी दाखवले नाही. परिणामत: *गांधीवाद म्हणजे खादी वापरणे, ह्या समीकरणापर्यंत त्याची अधोगती झाली.*

(३) *असत्याशी अथवा अनैतिकतेशी असहकार, अन्यायाला अहिंसात्मक विरोध, उपभोगलालसेवर मर्यादा ही गांधीजींच्या शिकवणुकीतील अमर तत्त्वे आहेत, असे माझे मत आहे.* देशाच्या रक्षणाची समस्या गांधी दर्शनानुसार सोडविता येईल असे मला वाटत नाही. पण शस्त्रांची संहारशक्ती लक्षात घेता आंतरराष्ट्रीय स्तरावर हिंसात्यागावाचून पुढे

पाऊल उचलता येईल असे मला वाटत नाही. ही परिस्थिती कशी निर्माण करिता येईल त्याचे स्पष्ट दर्शन मला या घडीला झालेले नाही. सामर्थ्यसंपन्न देशाकडूनच प्रारंभ व्हावयास हवा असे मात्र वाटते.

वर नमूद केलेल्या तत्त्वांचे दर्शन भारतात सध्या होत नाही याचे कारण सत्ता व संपत्ती याबाबत आपली दीर्घकाळपर्यंत उपासमार झालेली होती. विषमातून मुक्त झालेला रोगी खा खा करतो तसे आपले झाले आहे. लोकसत्तेमुळे दडपलेल्यांना, क्षुधितांना (भुकेलेल्यांना) सत्तेवर येण्याची संधी मिळाली. त्यांचे पोट भरेपर्यंत थांबावे लागले. यात अस्वाभाविक काही नाही. याचा असाही अर्थ होतो की *जे स्वत:ला गांधींचे अनुयायी म्हणवीत त्यांपैकी बहुतांश क्षुधितच होते व त्यांनी गांधीमार्गाचा केवळ एक सत्ताप्राप्तीचे साधन म्हणून स्वीकार व वापर केला होता.*

(४) गांधीवादाचा प्रचार व आचार यानंतर भौतिक दृष्ट्या तृप्त व समृद्ध राष्ट्रांमधील मागास गटातून त्याचप्रमाणे सांस्कृतिक दृष्ट्या पुढारलेल्या गटातून भारतापेक्षा अधिक प्रमाणात होण्याचा संभव आहे.

तेथे माणूस उपभोगांचा भोक्ता होण्याऐवजी तो भोगांचे भक्ष्य बनत आहे. शत्रुसंहारक शस्त्रे सगळ्यांचाच संहार करतील अशी भीती तेथे निर्माण झालेली आहे. म्हणून राष्ट्रीय सार्वभौमत्व, सत्ता व उपभोग यांबद्दलची ज्यांची सुरसुरी संपलेली नाही अशा भारतासारख्या नवमुक्त राष्ट्रांपैकी त्या राष्ट्राची भूमिका गांधीवादाला पोषक ठरण्याचा संभव अधिक.

(५,६) ह्या प्रश्नाचे उत्तर आधीच्या प्रश्नांच्या उत्तरात येऊन गेलेले आहे असे वाटते. तथापि मी एवढे म्हणेन की गांधीवादाचे आपण कोणी राखणदार अथवा मुखत्यार आहोत असे मानून भारताने चालू नये. इतर राष्ट्रांच्या समवेत सुखी, शोषणरहित व भयमुक्त समाजाकडे चालणारे आपण पथिक आहोत, ह्या विनम्र भावनेने भारताने चालावे. त्याचप्रमाणे गांधीजींचे विचार ज्यावेळी बनले त्यावेळी मानवाच्या हाती जी उत्पादनसाधने होती त्यांच्यात अभूतपूर्व बदल झालेला आहे हे लक्षात घेऊन खादी, स्वावलंबी ग्रामव्यवस्था इत्यादींमध्ये काय बदल करावा लागेल त्याचाही भारताने विचार करावा. तसेच राजकारण व राजकीय सत्ता ही समाजाची नित्याची गरज आहे हे लक्षात घेऊन त्याला अपवित्र मानण्याची कल्पना सोडून द्यावी.

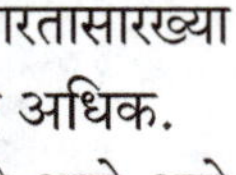

आचार्य स. ज. भागवत

(१९०३ एप्रिल २६–१९७३ जानेवारी ८)

- भागवत सखाराम जगन्नाथ.
- १९२० - मॅट्रिक उत्तीर्ण.
- १९२१-२६, महाड येथील शाळेत शिक्षक व शाळाप्रमुख.
- १९२६ मध्ये नाशिक येथील शंकराचार्य डॉ. कूर्तकाटी यांच्या मठात संस्कृतचे अध्ययन.
- १९२७-३० - टिळक महाराष्ट्र विद्यापीठात अध्ययन. तिथेच 'आचार्य' ही पदवी प्राप्त.
- १९४६ - कोरगावकर ट्रस्टची स्थापना.
- १९५२ - गारगोटीच्या मौनी विद्यापीठाची स्थापना. पहिले कुलपती.
- महाराष्ट्रात गांधीवाद रुजविण्याचे मोलाचे कार्य.
- काका कालेलकर, दादा धर्माधिकारी, शंकरराव देव, विनोबा भावे यांच्याबरोबर काम.

भारतीय आध्यात्मिक जीवन आणि गांधी

आचार्य स. ज. भागवत

हिंदुस्थानात ब्रिटिशांची सत्ता जशीजशी स्थिर होऊ लागली तसातसा भारतातील विचारवंतांच्या बुद्धीत नवविचार जन्म घेऊ लागला. पाश्चात्त्य विद्येच्या संस्कारामुळे जीवनाकडे पाहाण्याची एक नवी दृष्टीच येथील नवसुशिक्षितांमध्ये निर्माण झाली. जीवनाच्या सर्वच क्षेत्रांत पुनर्विचार केला पाहिजे अशी जाणीव उदय पावली. आमचा धर्मविचार, आमची समाजसंस्था आणि आमची राजकीय ध्येयधोरणे या सर्वच बाबतींत जोराचे आत्मनिरीक्षण सुरू झाले. राजा राममोहन रॉय यांना भारतीय नवजागरणाचे पहिले पुढारी मानण्यात येते. त्यांनी जीवनाच्या सर्वच क्षेत्रांत नवचिंतन सुरू केले. त्याचे पडसाद भारतातील इतर प्रांतांतही दुमदुमू लागले. ब्राह्मो समाज, आर्य समाज, प्रार्थना समाज वगैरे संस्था निर्माण झाल्या; आणि त्यांमधून भारताच्या आध्यात्मिक शक्तीच्या संजीवनाचे प्रयत्न चालू झाले. रामकृष्ण आणि विवेकानंद यांनी आणि थिऑसॉफिकल सोसायटीच्या डॉ. बेझंटसारख्या थोर नेत्यांनी धर्म व अध्यात्म या क्षेत्रांत नवा साक्षात्कार उभा केला. या सर्व पंथांमध्ये सर्वच बाबतीत सारखेपणा किंवा मतैक्य नसले तरी भारतीय जीवनाला आध्यात्मिक अनुभूतीचा दृढ आधार असला पाहिजे ही जाणीव समान होती. *भारतीय आध्यात्मिक जीवनाच्या इतिहासात विविध धारांचे मीलन झालेले आहे, याची स्पष्ट जाणीव या काळात झाली.* वैदिक आणि अवैदिक दर्शनांचे लढे कित्येक शतके या भूमीत चालले होते. त्यांचा समन्वय भगवद्गीतेत आणि महाभारतात साधण्यात आलेला होता. त्यानंतर इस्लाम आणि ख्रिस्ती धर्म यांचाही मोठाच परिणाम भारतीय मनावर झाला. मध्ययुगीन भारतीय संतांनी आध्यात्मिक साक्षात्काराच्या आधाराने त्या काळातही एका नव्या समन्वयाची निर्मिती चालविलेली होती. या पूर्वइतिहासाला धरूनच आधुनिक काळी आध्यात्मिकतेची बैठक अत्यंत व्यापक पायावर उभारण्याचा चांगला प्रयत्न झाला. 'एकं सद् विप्रा बहुधा वदन्ति।' या वैदिक जीवनदर्शनाची पुन: या युगात प्रस्थापना करण्यात आली. जीवनाला आध्यात्मिक बैठक असावी, जीवनाचे साध्य आध्यात्मिक दृष्ट्या परिपूर्णतेचे असावे, हा विचार या नवजागरणात स्थिर झाला.

या नवजागरणात आणखीही एक स्पष्ट बोध झाला. आपले सामाजिक जीवन या आध्यात्मिक ध्येयाच्या दृष्टीने अत्यंत जड आणि दुष्ट कल्पनांनी व रूढींनी ग्रस्त झालेले आहे हे स्पष्ट होत गेले. ही सामाजिक जडता जीवनाच्या सर्व क्षेत्रांतून नष्ट केल्याशिवाय आध्यात्मिक जीवनाचे दर्शन समाजातील प्रत्येक व्यक्तीला उपलब्ध होणार नाही याचीही जाणीव वाढू लागली आणि अध्यात्मजीवनाचा परिपाक सामाजिक जीवनाच्या जिवंतपणातच अनुभवास येऊ शकतो, या सिद्धान्ताचीही चांगली प्रतीती येऊ लागली.

यामुळे अध्यात्म आणि समाजव्यवहार यांचा परस्पर संबंध निर्माण झाला पाहिजे, अशी तीव्र जाणीव जन्म पावली. यालाच आधुनिक काळी कर्मयोग अशी संज्ञा प्राप्त झालेली आहे. लोकमान्य टिळकांच्या गीता-रहस्यामध्ये या कर्मयोगाचे मूलभूत सिद्धान्त फार चांगल्या रीतीने मांडलेले आढळतील. मोक्ष आणि लोकसंग्रह ही दोन प्रमुख जीवनध्येये आहेत आणि त्यांची अविरोधाने उपासना केली पाहिजे. हे गीतारहस्याचे मुख्य सूत्र आहे. महात्मा गांधींच्या जीवनात याच सूत्राचा अत्यंत प्रभावी आविष्कार झालेला आपणास दिसून येईल. आध्यात्मिक ध्येये ही जर व्यवहारात आणण्यासारखी नसतील तर ती असत्य ठरतील असे गांधीजींचे म्हणणे होते. त्यांचे सर्व आयुष्य आध्यात्मिक साध्ये सामाजिक जीवनात कशी मूर्तस्वरूपात उभी करिता येतील याचा शोध करण्यात व्यतीत झालेले आढळेल.

पाश्चात्त्य विद्येने संस्कारित झालेल्या हिंदुस्थानातील भिन्न भिन्न प्रांतांतून जीवनाच्या नव्या उत्साहात रंगलेले लोक पुढे आले. त्यांना आपल्या समाजाला आधुनिकतेचे नवे संस्कार देण्याची मोठी ईर्षा निर्माण झाली. त्यामधूनच हिंदी राष्ट्रीय सभेचा जन्म झाला. हिंदी राष्ट्रीय सभेने साम्राज्यांतर्गत स्वराज्य हे आपले साध्य निश्चित केले आणि त्यासाठी स्वावलंबनाचा व संघटनेचा मार्ग स्वीकारला. त्या सुमारासच महात्मा गांधींनी आपली दक्षिण आफ्रिकेतील भारतीयांची चळवळ संघटित केली. आणि राजकीय हक्क प्राप्त करून घेण्यासाठी नि:शस्त्रप्रतिकाराचे एक नवे तंत्र शोधून काढले. हिंदुस्थानात राष्ट्रीय सभेला स्वावलंबनाची व संघटनेची दिशा लोकमान्य टिळक व बाबू अरविंद घोष या नव्या विचाराच्या पुढाऱ्यांनी देण्याचे जोराचे प्रयत्न केले. स्वराज्यसंपादनासाठी टिळक-अरविंदांनी ज्या मार्गाची निवड केली होती त्याचा देशव्यापी प्रयोग त्यावेळी होऊ शकला नाही. सरकारी दडपशाहीखाली नव्या विचाराचे पुढारी दूर केले गेले; आणि पहिले महायुद्ध सुरू झाले, त्या सुमारास गांधीजी आपला दक्षिण आफ्रिकेतील सत्याग्रह यशस्वी करून भारतात कायमचे परत आले होते. महायुद्धाच्या काळात गांधीजींनी सरकारशी सहकार्य ही केले; पण महायुद्ध संपल्यानंतर ब्रिटिशांनी भारताला स्वराज्याचे अधिकार तर दिले नाहीतच पण प्रजेवर दडपशाहीच्या कायद्यांचा तीव्र आघात केला. खिलाफत प्रकरणात ब्रिटिशांनी हिंदुस्थानातील मुस्लिम समाजाला दिलेली अभिवचने बेदरकारपणे मोडली व त्यांची घोर वंचना केली. ब्रिटिशांच्या या अन्यायाविरुद्ध गांधीजींनी सत्याग्रहाची चळवळ सुरू केली आणि तेव्हापासून गांधीजी हे भारतातील हिंदू-मुस्लिम प्रजेचे प्रभावी नेते म्हणून पुढे आले. तेव्हापासून भारताला संपूर्ण स्वातंत्र्य प्राप्त होईपर्यंत गांधीजींचे राजकीय पुढारीपण हिंदी राष्ट्रीय सभेने मान्य केले होते. त्यामुळे स्वातंत्र्यप्राप्तीच्या साधनांत गांधीजींच्या पुढारीपणाचा हिंदी राष्ट्राने पूर्णतया स्वीकार केलेला होता, अशी इतिहासच साक्ष देत आहे. टिळक-अरविंदांच्या बहिष्कारयोगाला गांधीजींनी अहिंसेची दीक्षा दिली

आणि त्यांच्या नेतृत्वाखाली सारा भारतीय समाज स्वराज्याच्या निर्मितीसाठी वर्षानुवर्षे स्वार्थत्यागपूर्वक झगडत राहिला.

पहिल्या महायुद्धानंतर हिंदुस्थानात राजकीय पातळीवर एक विलक्षण कोंडी निर्माण झाली होती. सनदशीर चळवळ वांझोटी ठरली होती. आणि सशस्त्र क्रांतीचे मार्ग विफल झाले होते, अशा वेळी गांधीजींनी राष्ट्राला जे राजकीय मार्गदर्शन केले ते अत्यंत मुत्सद्दीपणाचे ठरले. असहकार युगाच्या प्रारंभी त्यांनी हिंदी राष्ट्रीय सभेचे एक नवीनच स्वरूप निर्माण केले. राष्ट्रीय स्वातंत्र्य हे एकमेव साध्य राष्ट्रापुढं ठेवून त्या साध्यासाठी प्रत्यक्ष लोकसमाजात जाऊन लोकांना जागृत व संघटित करणारा एक विशाल, विधायक कार्यक्रम निर्माण केला. विधायक कार्यकर्त्यांचे एक मोठे सैन्यच त्यांनी स्वावलंबनाच्या व सेवेच्या पायावर उभारले. आणि राष्ट्रीय सभेच्या व्यापक छत्राखाली देशातील विविध वर्गांना व हितसंबंधीयांना एकत्र आणले. पहिल्या महायुद्धानंतर जागतिक राजकारणात कम्युनिस्ट रशियाचा एक नवा पंथ उदयास आला होता. त्याचा परिणाम भारतीय राजकारणावर होणे अपरिहार्य होते.

गांधीजींनी या विचाराचा प्रवाहही आपल्या राष्ट्रीय चळवळीत सामावून घेण्याचे कार्य अत्यंत कुशलतेने पार पाडले. या कामी पंडित जवाहरलाल नेहरूंचा त्यांना अतिशय उत्तम उपयोग झाला. राष्ट्रवादी आणि समाजवादी या दोनही शक्तींना एकमेकांना पूरक बनविण्याचे कार्य गांधीजींनी अत्यंत यशस्वीपणे पार पाडले. *स्वराज्य म्हणजे सामान्य जनतेच्या उद्धाराचे राज्य ही घोषणा त्यांनी खेड्यातल्या अत्यंत दरिद्री माणसाच्या झोपडीपर्यंत नेऊन पोहचविली.* ब्रिटिश सत्तेने फोडाफोडीचे राजकारण प्रारंभापासून चालविलेच होते. त्यांना चतुराईने तोंड देण्यात गांधीजींनी पुष्कळच यश मिळविले होते. पण दुसऱ्या महायुद्धाच्या अखेरीस राष्ट्रीय स्वातंत्र्य अवतरण्याच्या वेळी राष्ट्रीयऐक्याचा पाया अभंग ठेवणे शक्य झाले नाही. हा तत्त्वत: गांधीजींचा पराभव म्हणता येईल. त्यांनी स्वत:च तो कबूलही केलेला आहे. परंतु राजकीय स्वातंत्र्याच्या प्राप्तीनंतर द्विखंड हिंदुस्थानातही मैत्रीचे वातावरण निर्माण करिता येईल असा त्यांनी आशावाद बाळगलेला होता. फाळणीनंतर झालेल्या अघोर यादवीत गांधीजींनी स्वत:च्या प्राणांचे बलिदान दिले ते याच आशावादाच्या सामर्थ्यावर.

गांधीजी हे संत आणि मुत्सद्दी होते. या शिवाय ते संघटना—कुशल व झुंजार सेनानीही होते. सामान्यत: या शक्ती परस्परविरोधी मानल्या जातात. एकाच विभूतीमध्ये या चारही शक्तींचे साहचर्य दुर्मीळच म्हणावयाचे. गांधीजींच्या चारित्र्यात हा दुर्मीळ समन्वय साधलेला होता, हेच गांधीजींचे लोकविलक्षणत्व होय. याचे आकलन ज्यांना ज्यांना नीट झाले नाही, त्यांनी त्यांनी गांधीजींच्या सिद्धान्ताची आणि त्यांनी स्वीकारलेल्या धोरणांची केवळ तार्किक चीरफाड करण्यात समाधान मानले पण गांधीजीच्या हयातीत गांधीजींना विफल

करू शकेल अशी कोणतीही शक्ती निर्माण होऊ शकली नाही, हे आपण सर्वांनीच नीट लक्षात ठेवावयास हवे. माझा असा आजही विश्वास आहे की जसा जसा काळ लोटेल. तसे तसे गांधीजींचे हे यश पुढील इतिहासकार मान्य करतील.

व्यक्तिगत जीवनात अहिंसेचा परम उत्कर्ष साधिलेल्या पुरुषांची उदाहरणे आध्यात्मिक इतिहासात अनेक ठिकाणी आढळतात. येशू ख्रिस्ताने प्रेममार्गाचे म्हणजेच अहिंसामार्गाचे सामाजिक पातळीवर मोठेच उदाहरण घालून दिलेले आहे. ख्रिश्चन परंपरेत 'कनूव्हर्शन थ्रू सफरिंग' आत्मक्लेशाच्या मार्गानें प्रतिपक्षाचे हृदयपरिवर्तन – साधण्याचे अनेक सामुदायिक प्रयोग नमूद आहेत. भारतीय इतिहासातही जैन, बौद्ध परंपरेत आणि मध्ययुगीन भागवत संतांच्या जीवनातही या साधनेचा पुरस्कार केलेला आढळतो. महात्मा गांधींनी आपल्या दक्षिण आफ्रिकेतील सत्याग्रहसाधनेत याच प्राचीन तत्त्वाचा मोठ्या प्रमाणावर जाणीवपूर्वक प्रयोग आरंभिला. हिंदुस्थानात आल्यानंतर असहकार युगाच्या प्रारंभापासून त्यांनी आपल्या अहिंसेच्या प्रयोगात 'कनूव्हर्शन थ्रू सफरिंग' या आध्यात्मिक साधनेचा विकास केला. जीवनाच्या सर्व क्षेत्रांत – सामाजिक, आर्थिक, राजकीय – अन्यायनिवारणार्थ म्हणजेच न्याय – प्रस्थापनेसाठी या हृदयपरिवर्तनमार्गाचा पुरस्कार त्यांनी केला. त्यासाठी नानाविध संस्था उभारून नानाविध प्रयोग जाणीवपूर्वक चालविले. *गांधीवाद अथवा गांधीमार्ग हे शब्द जेव्हा वापरले जातात तेव्हा गांधींच्या या हृदयपरिवर्तनाच्या सिद्धान्ताचा व साधनेचा निर्देश अभिप्रेत असतो.* ही साधना जागतिक प्रश्नात जाणीवपूर्वक स्वीकारल्याशिवाय मानवाचे प्रश्न कधीही सुटणार नाहीत, असा त्यांनी आपला दृढ विश्वास अत्यंत स्पष्टपणे व्यक्त केलेला आहे.

गांधीजींच्या मृत्यूनंतर गांधीजींच्या अहिंसेच्या साधनेचे त्यांच्या दोन उत्तराधिकाऱ्यांनी भारतीय समाजाच्या दोन क्षेत्रांत प्रयोग अवलंबिलेले आढळतात.

पूज्य विनोबाजींना* गांधीजींनी स्वराज्याच्या अंतिम लढ्यात आदर्श सत्याग्रही म्हणून निवडले होते. आपली आध्यात्मिक साधना विनोबाजींच्या द्वारा यापुढे विकसित होऊ शकेल असा त्यांचा विश्वास असावा. हा विश्वास विनोबाजींनी दोन क्षेत्रांत सफल करण्याचे प्रयत्न केले. फाळणीनंतरच्या जातीय दंगलीतील जहरी वातावरण शांत करण्याच्या प्रयत्नात विनोबाजी प्रेमाचा संदेश घेऊन प्रथम सामाजिक क्षेत्रात उतरले. त्यानंतर भारतीय प्रजेची भूमिसमस्या सोडविण्याच्या कामात त्यांनी आपले सर्वस्व पणाला लावले.

पंडित जवाहरलालजींना गांधीजी आपला राजकीय वारस समजत असत. लाहोर काँग्रेसच्या अध्यक्षपदावर त्यांची निवड व्हावी अशी शिफारस करताना गांधीजींनी

---

* तळटीप लेखाच्या शेवटी

''दि नेशन इज सेफ इन हिज हँड्झ'' (देश यांच्या हाती सुरक्षित राहील), असे उद्गार काढल्याचे प्रसिद्धच आहे. स्वातंत्र्याच्या अंतिम लढ्यात पंडित नेहरूंना त्यांनी आपला राजकीय क्षेत्रातील उत्तराधिकारी म्हणून निवडले होते. ब्रिटिशांनी सत्तासंक्रमणाची बोलणी सुरू केली, त्यावेळी गांधीजींनी जवाहरलालजींनाच काँग्रेसच्या वतीने प्रतिनिधित्व करण्यास सांगितले होते. त्यामुळे सत्तासंक्रमणानंतर जवाहरलालजींच्या हाती देशाची सर्व सूत्रे आली. जवाहरलालजींनी स्वातंत्र्यप्राप्तीनंतर या देशाला जे धोरण लावून दिले त्यात त्यांनी तीन तत्त्वांचा समावेश केला. लोकशाही, नियोजन व तटस्थता. महात्माजींच्या अहिंसेच्या सिद्धान्ताचा राजकीय परिभाषेतील आविष्कार म्हणून ही त्रयी वर्णिता येईल लोकशाहीमध्ये व्यक्तीचे स्वातंत्र्य आणि तिचे स्वयंभू महत्त्व मान्य करण्यात येते. नियोजनाच्या तत्त्वात आर्थिक शोषण थांबविण्याचा समावेश होतो. आंतरराष्ट्रीय संबंधांत तटस्थता स्वीकारण्याचे धोरण म्हणजे गांधीच्या अहिंसातत्त्वाचाच व्यावहारिक क्षेत्रातील आविष्कार होय. अमेरिका आणि रशिया या दोन्ही समर्थ राष्ट्रांनी आपले संघर्ष न वाढविता मागासलेल्या जगाला आपला विकास करून घेण्यासाठी निर्भय आणि खुले वातावरण निर्माण करून द्यावे, ही पंडितजींची मागणी होती. यासाठी त्यांनी आपल्या प्रख्यात पंचशील योजनेचा पुरस्कार केला. सुदैवाने त्यांना प्रारंभीच्या काही वर्षांत उत्तम यशही मिळाले. जागतिक संघर्ष अहिंसक मार्गाने नष्ट करण्याचा उत्तम उपाय म्हणजे अखिल राष्ट्रांची जागतिक संघटना बनवून तिच्या वतीने राष्ट्रांराष्ट्रांमधील तंटे सोडवून घेण्याचा प्रयत्न करणे हा होय. सध्याचा संयुक्त राष्ट्रसंघ (युनो) हाच अशी कामगिरी करू शकेल अशी जवाहरलालजींची अपेक्षा होती. पंडितजींचे राजकीय विचार गांधीजींच्या प्रेरणेने विकसित झालेले दिसतात. प्रत्यक्षात मात्र गांधीजींच्या दोनही उत्तराधिकाऱ्यांना अपेक्षित यश मिळाले नाही, असे सध्यातरी दिसत आहे. याची काही कारणे जागतिक सत्तास्पर्धेत आढळतील. अंतर्गत आर्थिक नियोजनातही विरोधी हितसंबंधांचा समन्वय साधण्याच्या कामी अपेक्षित यश आलेले दिसत नाही. आंतरराष्ट्रीय क्षेत्रातील धोरणाचे यशापयश पुष्कळसे अंतर्गत प्रश्नांच्या सोडवणुकीवर अवलंबून राहते. अलीकडच्या काही वर्षांत आपल्या देशातील अंतर्गत प्रश्नांचा व्यवस्थित उलगडा करण्याच्या कामी आपण असमर्थ ठरत चाललो आहोत की काय, अशी शंका वाटते. हे अपयश आपल्या पुरुषार्थाने आपण धुवून काढले पाहिजे, याची जबाबदारी भारतातील सर्व विचारवंतांवर आहे. राजकारणी पुढारी आणि त्यांचे पक्ष देशातील आर्थिक व सामाजिक प्रश्न सोडविण्याच्या कामी दुर्बळ ठरत असतील तर त्यांना मार्गावर आणण्याचे काम देशातील स्वतंत्र विचारवंतांनी निर्भयपणे अंगीकारिले पाहिजे. त्यासाठी या विचारवंतांनी प्रत्यक्ष जनतेकडे जाऊन तिला बौद्धिक मार्गदर्शन केले पाहिजे. कारण जनतेला आपले दुःख समजत असते ते दूर करण्यासाठी योग्य मार्गदर्शन लाभले तर ती कष्टपूर्वक प्रयत्न करण्यासही उद्युक्त होते. गांधीजींनी या जनतेला पारतंत्र्याच्या काळी योग्य मार्गदर्शन केल्यामुळे तिने

वर्षानुवर्षे झुंज दिली होती. परकीय सत्तेविरुद्ध झुंज देण्यात जी जनता एकदा यशस्वी झाली ती स्वकीय राजसत्तेला योग्य मार्गदर्शन करण्यात अपयशी होईल असे मानण्याचे काहीच कारण नाही.

आधुनिक काळात अणुविज्ञानाने मानवजातीच्या सर्व सांस्कृतिक विचारांत क्रांती घडवून आणली आहे. विज्ञानाचे सामर्थ्य इतके विशाल झाले आहे की पृथ्वीच्या पाठीवर कोठेही दारिद्र्य आणि दैन्य यांचे चिन्हदेखील उरण्याचे कारण नाही. पृथ्वीवरील सर्व मानव हे एक विशाल कुटुंब समजून त्यांची सर्वांगीण उन्नती करण्याचे कार्य आता हाती घेणे शक्य झाले आहे. माणसामाणसांतील स्नेहसंबंधांना दृढ करण्याची अनुकूलता वाढली आहे. हिंसा आणि द्वेष या क्षुद्र मनोवृत्तीपासून मानव-मनाला कायमची मुक्ती मिळण्याची संधी आलेली आहे. त्यामुळे राष्ट्रभेद, धर्मभेद, वर्णभेद, लिंगभेद इत्यादी सारे भेद कृत्रिम आणि विनाशक ठरत आहेत. *अणुयुगामध्ये मानवाला एका नव्या मनाची प्राप्ती व्हावयास पाहिजे. ते मन सत्याच्या शोधात रमलेले राहील; सौंदर्याच्या निर्मितीत आनंद मानील; अन्यायांच्या दूरीकरणामध्ये कृतार्थता पाहील.* साधुसंतांनी आणि ऋषिमुनींनी उद्घोषिलेले 'स्वर्गीचे राज्य' (किंग्डम ऑफ हेवन) पृथ्वीवर सामग्र्याने अवतरण्याची शक्यता उत्पन्न झाली आहे. त्याला लागणारा संघटनेचा पुरुषार्थ मानव दाखवू शकला तर महात्म्यांचे मार्ग व्यवहार्य ठरणार आहेत. भारतीय मन या पातळीवर नेण्याचे सतत प्रयत्न व्हावयास हवेत. स्वातंत्र्यात जन्म पावलेली आजची पिढी हे ध्येयस्वप्न साकार करण्यासाठी जीवापाड धडपड करील असा मी विश्वास बाळगतो.

विनोबा भावे

जन्म : ११ सप्टेंबर १८९५
मृत्यू : १५ नोव्हेंबर १९८२
विशेष : 'भूदान' व 'सर्वोदय' चळवळीचे प्रणेते, भारतरत्न या सर्वोच्च पुरस्काराने सन्मानित.
आचार्य विनोबा भावे यांना महात्मा गांधींचे आध्यात्मिक वारसदार मानले जाते. त्यांनी १८ एप्रिल १९५१ रोजी सुरू केलेल्या 'भूदान' चळवळीने अखिल जगताचे लक्ष वेधून घेतले.
विनोबा भावेंचे मूळ नाव 'विनायक नरहरी भावे' असे होते. महाराष्ट्रातील कुलाबा जिल्ह्यातील गागोडा या गावी एका ब्राह्मण कुटुंबात त्यांचा जन्म झाला.
१९२१ साली गांधीजींनी वर्धा येथील आश्रमाची सर्व सूत्रे विनोबाजींकडे सोपवली.
१९४० साली गांधीजींनी त्यांची 'पहिले वैयक्तिक सत्याग्रही' म्हणून निवड केली. 'छोडो भारत' चळवळीतही विनोबाजी सहभागी झाले.
स्वातंत्र्यप्राप्तीनंतर त्यांनी 'भूदान चळवळ' आणि 'सर्वोदय चळवळ' अशा सामाजिक चळवळी सुरू केल्या.
१५ नोव्हेंबर १९८२ रोजी त्यांचे निधन झाले. १९८४ साली त्यांना मरणोत्तर 'भारतरत्न' पुरस्काराने सन्मानित करण्यात आले.

रावसाहेब पटवर्धन

(जन्मतारीख अनिश्चित – मृत्यू २७ ऑगस्ट १९६९)

- पटवर्धन पु. ह.
- प्रसिद्ध स्वातंत्र्यसेनानी. कनिष्ठ बंधू अच्युतराव पटवर्धन यांच्याबराबेर नगर जिल्ह्यात स्वातंत्र्यचळवळीचे अग्रगण्य नेते. नाशिक येथे तुरुंगवास – अनेक तरुणांचे प्रेरणास्थान.
- नगर जिल्ह्यात अनेक संस्थांची स्थापना. अहमदनगर वाचनालय आणि अहमदनगर एज्युकेशन सोसायटीची स्थापना.
- आंतरभारती आणि सर्वोदय संघाचे अध्यक्ष. राज्यभर कार्यप्रसार.
- काही काळ 'साधना' साप्ताहिकाचे संपादक.
- जयप्रकाश नारायण, अशोक मेहता, ना. ग. गोरे, रावसाहेब पवर्धन इ. नेत्यांकडून काँग्रेस अंतर्गत समाजवादी पक्षाची स्थापना. काही काळानंतर स्वतंत्र पक्षाची स्थापना.
- स्वातंत्र्यप्राप्तीनंतर अनेक महत्त्वाची राजकीय पदे नाकारली.
- जे. कृष्णमूर्ती यांचे अनुयायी. त्यांच्या तत्त्वज्ञानाचा अखेरपर्यंत प्रसार आणि प्रचार.

दुर्बलांची अहिंसा

रावसाहेब पटवर्धन

इ. स. १९२० सालापासून १९४८ पर्यंत भारतीय स्वातंत्र्य आंदोलनाचे नेतृत्व महात्मा गांधींच्या हाती होते. सत्य व अहिंसा ही गांधीमार्गातील श्रेष्ठ साधने आहेत ही गोष्ट जनमानसावर बिंबविण्याचा महात्मा गांधी सतत प्रयत्न करीत होते. सत्यदर्शनासाठी सर्व आयुष्यभर त्यांनी प्रयोग केले. भारताच्या स्वातंत्र्यसंग्रामातील त्यांनी केलेले नेतृत्व त्या प्रयोगापैकीच एक होते. स्वातंत्र्यवादी जनतेची दृष्टी ब्रिटिश साम्राज्याचा अंत करण्यापुरती मर्यादित होती. महात्मा गांधी 'स्वराज्य' या शब्दाचा उपयोग ज्या अर्थी करीत होते त्या अर्थी लाखातला एखादाही हिंदी नागरिक करीत असेल की नाही कोण जाणे! आपल्या बहुसंख्य अनुयायांतील आपल्याशी असलेली विचारांची तफावत त्यांना पूर्ण अवगत होती. पण एखादा वैद्य शर्करावगुंठित गोळी देऊन रोग्यांची इलाज करतो त्याप्रमाणे जनतेला हवे असलेले राजकीय ईप्सित प्राप्त करून देता आले तर जनतेवर 'सत्य अहिंसा' साधनेवर श्रद्धा वाढेल अशी गांधीजींची अटकळ असावी; म्हणून त्यांची निरपवाद आदर्श ध्येयदृष्टी त्यांच्या स्वत:पुरती मर्यादित होती. अनुयायांच्यासाठी ते जरा ढिलाईने काम घेत. *ज्याला सर्वोदय, किंवा गांधीवाद म्हणतात, गांधीविचार म्हणतात, तो राजकीय स्वातंत्र्यवादी काँग्रेसने कधीच मान्य केलेला नव्हता. स्थूल मानाने एका मर्यादेपर्यंत अहिंसक उपायांचे बंधन काँग्रेसने स्वीकारले होते. पण ती दुर्बलांची अहिंसा होती हे फार काळ लपवून ठेवता आले नाही. हे पुढे स्पष्टच झाले. म्हणजे भारताच्या राजकीय विचारावर महात्मा गांधी फारच थोडा संस्कार करू शकले.*

महात्मा गांधींना समाजसुधारणेचे महत्त्व स्वातंत्र्यवादी जनतेवर बिंबविण्यात खासच यश आले. हिंदू-मुसलमान ऐक्य, अस्पृश्यतानिवारण, आर्थिक स्वावलंबन व स्वराज्य ही चतु:सूत्री राष्ट्राकडून मान्य करून घेणे हे मोठे क्रांतिकारी कार्य होते. स्वातंत्र्यवीर सावरकरही म्हणत की, ''राजकीय आंदोलन ही तलवार असली तर समाजसुधारणा ही ढाल आहे.'' पण हा विचार आपल्या अनुयायांच्या गळी उतरविण्यात वीर सावरकरांना यश लाभले नाही. भारताच्या राज्यघटनेमध्ये अस्पृश्यता मानणे हा गुन्हा जाहीर होऊन सामाजिक न्याय व समता या तत्त्वांचा स्वीकार केला गेला असला तर त्याचे बरेचसे श्रेय गांधींच्या नेतृत्वाला दिले पाहिजे. राजा राममोहन रॉय, महात्मा फुले वगैरे समाजसुधारकांचे कार्य गांधींच्या रूपाने पूर्णतेला आले. म्हणजे भारतीय राष्ट्रवादामध्ये महात्मा गांधींनी नवा आशय घातला. स्वातंत्र्य, समता, बंधुता व जागतिक शांती ही तत्त्वे त्यांनी भारतीय राष्ट्रवादात अंगभूत आहेत हे प्रस्थापित केले.

शंकरराव खरात

(१९२१ जुलै १८ – २००१ एप्रिल १)

- मान्यवर दलित लेखक.
- मराठवाडा विद्यापीठाचे माजी कुलगुरू.
- १९८४ – जळगाव येथील मराठी साहित्य संमेलनाचे अध्यक्ष.
- ग्रामीण समस्या, अस्पृश्यता यांसारख्या विषयांवर कार्य करणाऱ्या संस्थांमध्ये सक्रिय सहभाग.
- १९५८ ते १९६१ – 'प्रबुद्ध भारत' चे संपादक.
- प्रमुख सहित्यकृती :
  - अस्पृश्यांचा मुक्तिसंग्राम
  - दलित वाङ्मय : प्रेरणा व प्रवृत्ती
  - मी माझ्या गावाच्या शोधात
  - तराळ – अंतराळ (आत्मवृत्त)

अस्पृश्यता आणि गांधीजी

शंकरराव खरात

महात्मा गांधींनी १९२०-२१ सालापासून अस्पृश्यतानिवारण करण्याच्या दृष्टीने 'अस्पृश्यांच्या प्रश्नावर' वेळोवेळी विचार मांडलेले आहेत. व त्यांनी तशी कृतीची पावलेही टाकली; पण या अस्पृश्यतेच्या प्रश्नासंबंधी त्यांनी टाकलेली पावले फारच जपून व काळजीपूर्वक टाकली होती. ब्रिटिश सरकारविरोधी स्वातंत्र्यासाठी गांधीजी जी क्रांतिकारक उठावाची, सत्याग्रहाची भूमिका घेत होते, तशी अस्पृश्यता नष्ट करण्यासाठी भूमिका ते घेऊ शकले नाहीत हे त्यांच्याच या प्रश्नावरील विचारावरून दिसते.

''अस्पृश्यता हा हिंदूधर्मावरील कलंक आहे, तो नष्ट केला पाहिजे.'' या गांधीजींच्या सुप्रसिद्ध विचारात या प्रश्नाची त्यांना खोल जाणीव आहे, व हा प्रश्न सोडविला पाहिजे अशी त्यात कळकळ व सहानुभूतीचा ओलावा आहे हे दिसून येते. अस्पृश्यांचा अवघड प्रश्न पाहून गांधीजींच्या मनात दयाबुद्धी निर्माण होते आणि त्यातूनच ते अस्पृश्यतेच्या उग्र स्वरूपाबद्दल उफाळून बोलतात व संतापाने आपली मते व्यक्त करतात. एखाद्याचे दुःख पाहून एखाद्या संताला – साधूला – जसा संताप येतो, त्यातून तो बोलतो, तसे गांधीजींचे या प्रश्नावर वारंवार घडले आहे.

अस्पृश्यांची दुःखे, यातना, छळ पाहून गांधीजींच्या मनात सहानुभूती, दया निर्माण होते. गांधीजींनी येरवड्याच्या तुरुंगातून ता. ५-११-१९३२ रोजी एक पत्रक प्रसिद्ध केले होते. त्या पत्रकात ते म्हणतात, ''हरिजनांवर आपण आजपर्यंत केवढा अन्याय केला आहे याची आपणास जाणीव करून दिली तर ते गैर होणार नाही. सामाजिक दृष्ट्या हरिजनांना महारोग्याप्रमाणे वागविले जाते. आर्थिक दृष्ट्या गुलामापेक्षाही त्यांची स्थिती वाईट होत आहे. ज्याचे आपण देवालये (मंदिरे) असे वर्णन करतो, त्या ठिकाणी हरिजनांना मात्र धार्मिक दृष्ट्या बंदी केली जाते. सार्वजनिक रस्ते, सार्वजनिक शाळा, सार्वजनिक इस्पितळे, सार्वजनिक विहिरी, सार्वजनिक नळ, उद्याने, अशा ठिकाणी एका विशिष्ट मर्यादेच्या आत हरिजनांनी येणे हा एक सामाजिक गुन्हा समजला जातो. व कित्येक ठिकाणी तर हरिजनांचे तोंडही पाहाणे हे पाप समजले जाते.

शहरात व खेडेगावात त्यांची वसाहत अगदी त्याज्या जागी करण्यात येऊन सार्वजनिक सोयींचा त्यांना व्यावहारिक दृष्ट्या मुळीच उपभोग घेऊ दिला जात नाही.

अशा स्थितीत हरिजन जात धरून राहिले आहेत व अद्यापही हिंदूधर्माच्या कक्षेबाहेर गेले नाहीत, हेच आश्चर्य होय. ते जुलमाखाली इतके चिरडले गेले आहेत की, जुलूम करणाऱ्याविरुद्ध बंड करण्याचीही ताकद त्यांच्यात राहिलेली नाही.

डॉ. आंबेडकर यांनी आपल्या कटू अनुभवाचे जे कित्येक हृदयद्रावक प्रसंग सांगितले,

त्याचा मी येथे पुनरुच्चार करीत नाही. त्यांचे म्हणणे मला पटले व इतरांनाही ते पटेल अशी मला आशा आहे. अस्पृश्यतेची कीड किती दूरवर पसरली आहे व तिने राष्ट्राचा पाया कसा पोखरला आहे याची आपणास सान्निध्यामुळे योग्य जाणीव नसते. अस्पृश्यतेने सर्व वातावरण दूषित झाले आहे म्हणून ही वाळवी मुळातच नाहीशी केली पाहिजे...'' गांधीजींना या प्रश्नाची एवढी जाणीव असूनही या प्रश्नासंबंधी ते सत्याग्रहाची, उठावाची भूमिका घेऊ शकले नाहीत. अशी कडक भूमिका घेऊन त्यांना हिंदूनाही दुखवावयाचे नव्हते असेच म्हणावे लागते. सेवाधर्म म्हणून आपण अस्पृश्यांच्यावर दया दाखविली पाहिजे व अस्पृश्यता निवारण केले पाहिजे असे म. गांधींना वाटते. *एका अर्थाने अस्पृश्यता नष्ट करण्यात, न कळत का असेना पण उपकारकर्त्याची जाणीव त्यांच्या मनात निर्माण होते. आणि त्या दयेच्या पोटी म. गांधीजी अस्पृश्यता निवारण करण्याच्या मार्गाने काळजीपूर्वक व जपून पावले टाकतात.*

''आम्हाला तुमचे उपकार नकोत, आम्हाला आमचे जे जन्मजात माणुसकीचे हक्क आहेत ते पाहिजेत.'' ही डॉ. बाबासाहेब आंबेडकरांची जशी खणखणीत व रोखठोक सवालाची भूमिका होती तशी भूमिका गांधीजी घेऊ शकले नाहीत. केलेल्या पापाचे प्रायश्चित्त म्हणूनच पश्चात्तापदग्ध होऊन ते (पाप) फेडण्यासाठी आपण अस्पृश्यतानिवारण केले पाहिजे. अशीच गांधीजींची भूमिका होती.

''अस्पृश्यतेचे उच्चाटन करणे, ते सवर्ण हिंदूंनी हिंदूधर्मासाठी व स्वत:साठी 'पश्चात्ताप' म्हणून केले पाहिजे....''- (यंग इंडिया १६-१२-१९२४) असे महात्मा गांधींना वाटते. म्हणून अस्पृश्याचे जन्मजात अधिकार व हक्क म्हणून त्यांच्या मागण्या मान्य केल्या पाहिजेत, या मताशी म. गांधीजी सहमत दिसत नव्हते.

या अस्पृश्यतेच्या प्रश्नावर, अस्पृश्यता निवारण्याच्या प्रश्नावर डॉ. बाबासाहेब आंबेडकर व गांधीजी यांच्या विचारात मतभिन्नता होती. डॉ. आंबेडकर यांनी आपल्या विचारप्रणालीने व प्रत्यक्ष कार्याने अस्पृश्य वर्गात स्वाभिमान महत्त्वाकांक्षा व जागृती निर्माण केली. स्वत:चा उद्धार स्वत: केला पाहिजे, आपण स्वयंप्रकाशित झाले पाहिजे, याची जाणीव होऊन दलित वर्ग अस्पृश्यांच्या मुक्तिसंग्रामात उतरला व त्या दिशेने वाटचाल करू लागला.

उपकारकर्ता, सहानुभूतीदार यांच्याच भूमिकेने प्रायश्चित्त म्हणून पतितांचा उद्धार करावयाचा, त्यांना पुनीत करावयाचे, अशी गांधीजींची, त्यांच्या विचाराची छाप पडलेल्या हरिजनोद्धारकार्यकर्त्यांची व समाजसेवकांची समजूत होती. म. गांधी स्वत: म्हणत की, ''मी सनातनी आहे (I claim myself to be a Sanatanist).'' यावरून म. गांधींना हिंदुधर्म – शास्त्रे व त्यांतील विचार मान्य होते हे स्पष्टच आहे. त्यावरूनच सुरुवातीची त्यांची कर्म, वर्ण, जाति–व्यवस्था यांवरील मते मोठी सनातनी वाटतात. म्हणूनच हिंदुधर्म

– शास्त्राच्या आधारानेच म. गांधी हे अस्पृश्यता निवारण्याच्या प्रश्नाकडे सुरुवातीस पाहात होते. अर्थात काळ, परिस्थिती व लोकमत यांचे दडपण म. गांधींवर सारखे पडत असावे असेही वाटते; म्हणूनच ते हिंदुधर्म – शास्त्राच्या आधाराने अस्पृश्यांच्या प्रश्नाकडे पहात व त्या दृष्टीने हिंदूंना न दुखवता ते आपली मते व्यक्त करीत होते.

''स्वराज्यप्राप्तीपूर्वी अस्पृश्यांची मुक्ती झाली पाहिजे. अशी माझी अट आहे (१९२१) असे. म. गांधींना वाटत होते. जोपर्यंत अस्पृश्यतेचा कलंक आहे, तोपर्यंत स्वराज्य मिळाले तरी ते खरेखुरे स्वराज्य नव्हे, असे एकदम सनातनी विचाराला धक्का देणारे विचार त्यांनी मांडले आहेत; पण त्याचबरोबर ''मला जाति – पद्धती मान्य आहे, मला वर्णाश्रमव्यवस्था मान्य आहे.'' असेही विचार म. गांधींनी सुरुवातीला प्रकट केलेले आहेत.

''मनुष्याच्या अवस्थेस त्याचे कर्म हे जबाबदार आहे.'' - ('यंग इंडिया' १२-९-१९२१). ''हिंदुधर्म-श्रद्धेप्रमाणे माणूस ज्या वर्णात जन्मला तो त्या वर्णाचा समजावा. त्याने त्याचा वर्ण सोडल्याने तो स्वतःची हिंसा करून घेतो आणि त्याची अधोगती होऊन तो पतित होतो.'' - (My soul's Agony 1933 Page 42)

''जाति – व्यवस्था सामाजिक गरजेसाठी आहे. आणि वर्णाश्रमाचा आधार हिंदुशास्त्र आहे. जाती असंख्य आहेत; पण वर्ण चारच आहेत. माझी वर्णाश्रमावर ठाम श्रद्धा आहे. मी आजही स्पष्ट सांगतो की हिंदूंचा वर्णाश्रमधर्म ही मानवजातीला एक देणगी आहे.'' - ('हरिजन' ता. १२-२-१९३३). ''भंगी जातीत जन्माला आलेल्या माणसाने त्याचा जीवनचरितार्थ भंगी कामातच मिळवावा, आणि नंतर वाटल्यास काहीही करावे. भंगीकामाचा दर्जा वकील व राष्ट्रपती यांच्याप्रमाणेच आहे. - ('हरिजन' ता. ६-८-१९३७)

गांधीजींची ही मते व विचार पाहिल्यावर त्यांना वर्णाश्रमपद्धती पूर्णतया मान्य होती इतकेच नाही तर वर्णव्यवस्था ही हिंदुधर्माने दिलेली देणगी आहे, या भूमिकेपर्यंत त्यांची मजल गेलेली होती असे दिसते. प्रत्येक माणसाने त्याचा वडिलोपार्जित धंदा करावा, असाही म. गांधींचा आग्रह होता. भंग्याने त्याचे काम करावे, असेही त्यांचे मत आहे.

वंशपरंपरागत – वडिलोपार्जित, रुढिबद्ध अशा हीन प्रकारच्या धंद्यांनी व जातीय पद्धतीवर आधारलेल्या चातुर्वर्ण्यपद्धतीने अस्पृश्यांना अस्पृश्यतेच्या गुलामगिरीत कायम डांबले. अशा वर्गातील माणसांना, जाणत्या व्यक्तींना गांधीजींचे हे विचार वाचून व ऐकून संताप येतो, चीड येते. आणि गांधींनी असे विचार का मांडावेत असाच प्रश्न उभा राहातो.

अर्थात गांधीजींनी हे जे विचार मांडले त्यात कालांतराने त्यांच्या विचारात बऱ्याच अंशी बदल झालेला आहे.

डॉक्टर आंबेडकरांच्या विचारांचा गांधीजींच्या विचारांवर झालेला परिणाम

म. गांधीजींच्या या विचारात पुढे पुढे जो बदल झाला त्याला मुख्य कारण डॉ. बाबासाहेब आंबेडकर यांचे या विषयावरील मूलगामी, शास्त्रोक्त विचार हे होय. १९३२ साली पुणे येथील येरवडा जेल मध्ये 'पुणे – करार' झाला. त्याचवेळी गांधीजींच्या नेतृत्वाखाली हरिजन सेवक संघाची स्थापना झाली. आणि या अस्पृश्यतेच्या, चातुवर्ण्याच्या प्रश्नावर डॉ. आंबेडकर व म. गांधी एकमेकांच्या समोर आले. आणि गांधीजींना डॉ. आंबेडकराचे विचार ऐकून त्यावर चिंतन करावे लागले.

डॉ. बाबासाहेब आंबेडकर यांचे १९३७ साली प्रसिद्ध झालेल्या ''जातीयतेचे उच्चाटन'' (Annihilation of Caste) या प्रबंधांतील विचारांचा व त्यातील सिद्धान्तांचा गांधीजींच्या विचारांवर मोठा परिणाम झालेला दिसतो. गांधीजींनी हा प्रबंध (पुस्तक) काळजीपूर्वक वाचलेला होता. हा प्रबंध वाचल्यावर यावर गांधीजींनी स्वत: हरिजनमध्ये (ता. ११ व १८-७-१९३६) दोन लेख लिहिले होते. त्यात सुरुवातीलाच ते म्हणतात, ''कोणाही समाजसुधारकाला हे टाळता येणार नाही. सनातनी माणसाला ते वाचून फायदा होईल. त्यात मतभेदाचे मुद्दे आहेत. *डॉ. आंबेडकर हे हिंदुधर्माला एक आव्हान आहे''* (Dr. Ambedkar is a challenge to Hinduism).

डॉ. आंबेडकरांचे या पुस्तकातील विचार, तसेच त्यांनी वारंवार या विषयावर प्रकट केलेली मते यांचा गांधीजींच्यावर परिणाम झालेला होता, असे म्हणता येते. म्हणूनच सुरुवातीला सनातन्यांप्रमाणे जातीय व्यवस्थेसंबंधी मते मांडणाऱ्या गांधीजींच्या विचारात पुढे पुढे मोठा बदल झालेला दिसतो.

''सहभोजन आणि आंतरजातीय विवाह यांची अस्पृश्यता निवारण्यासाठी जरुरी नाही, असे मला वाटते. माझी वर्णाश्रमधर्मावर श्रद्धा आहे; तरी मी भंग्याबरोबर जेवतो ... . माझ्या योजनेत आंतरजातीय विवाहाला स्थान नाही एवढेच मी सांगतो.'' - (यंग इंडिया २२-१-१९३५) – असे १९२५ साली आपले मत सांगणारे म. गांधी पुन्हा १९४६ च्या २८ जुलैच्या 'हरिजनमध्ये' म्हणतात, ''सहभोजन हा अस्पृश्यता निवारण्याच्या कार्यक्रमाचा आवश्यक असा भाग नाही, असे मी एकेकाळी म्हटले आहे. पण मी स्वत: सहभोजनवादी आहे. हल्ली मी या कार्याला उत्तेजन देतो . वास्तविक आज मी त्याही पुढे जात आहे.'' - ('हरिजन' तारीख २८-७-१९४६). यासंबंधी त्यांचे आंतरजातीय विवाहाबद्दलचे बदललेले मत महत्त्वाचे आहे.

गांधीजी म्हणतात, ''जर एखाद्या सुशिक्षित हरिजन मुलीने सवर्ण – हिंदूबरोबर लग्न केले तर त्या जोडप्याने अस्पृश्यता निवारण्याच्या कार्याला वाहून घ्यावे... एका हरिजन मुलीने चांगल्या वर्तणुकीच्या शीलवंत सवर्ण हिंदूबरोबर लग्न केल्यास त्यामुळे सर्व हरिजन सवर्ण हिंदूंचे चांगले मित्र होतील आणि हे चांगले उदाहरण होईल.

'सवर्ण हिंदू मुलीने आपला भावी सहकारी पती म्हणून हरिजनाची निवड करावी हे अधिक योग्य होईल. त्यापुढे जाऊन मी म्हणेन, हे अधिक चांगले होईल.... मी माझ्या मार्गाने जावयाचे ठरविले तर ज्या मुलींवर माझे नैतिक वजन आहे अशा सवर्ण मुलींनी हरिजन पतीची निवड करावी असे मी त्यांना आवाहन करीन.'' - ('हरिजन' ७-७-१९४६)

गांधीजींच्या जीवनात जातीयतेच्या प्रश्नावर झालेला हा बदल महत्त्वाचा आहे. एका प्रश्नाला उत्तर देताना गांधीजी म्हणतात, ''कोणत्याही स्वरूपात अस्पृश्यता मानणे घटनेने गुन्हा ठरविला जाईल अशी मी माझ्या वजनाने तरतूद करू शकेन.''

घटना – परिषदेचे काम सुरू झाले तेव्हा त्यांनी हे म्हटले आहे. पण राज्यघटना अंमलात आल्यानंतर अठरा वर्षांनी दिलेल्या गोळवलकरगुरुजी यांच्या पहिल्या मुलाखतीत व नंतरच्या खुलाशात विशेष असा काहीच बदल झालेला दिसत नाही. म्हणूनच त्याचे आश्चर्य वाटते. म. गांधीजी जातीय व्यवस्था आणि अस्पृश्यता नष्ट करण्यासाठी क्रांतिकारक भूमिका घेण्यास तयार नव्हते, या प्रश्नावर मुख्यत: त्यांची सुधारणावादी भूमिका होती. इतर स्पृश्यवर्गीय समाजसुधारकांनी अस्पृश्यतेचे उच्चाटन करण्याच्या प्रश्नावर जी 'मतपरिवर्तनवादाची' भूमिका घेतली तीच म. गांधीनींही घेतली. म. गांधीजींची मतपरिवर्तनावर मोठी श्रद्धा होती.

म. गांधीजींचे अस्पृश्यतानिवारण व जातीयतेचे उच्चाटन या प्रश्नांवरील विचार पाहून डॉ. आंबेडकरांनी आपल्या दृष्टिकोनातून म. गांधींवर अनेक वेळा प्रखर टीकाही केली होती.

डॉ. आंबेडकर व म. गांधीजी यांच्यात या प्रश्नावरील विचारात मतभिन्नता होती. तरीही या दोन महापुरुषांनी आपापल्या विचाराला धरून 'अस्पृश्यतानिवारण व जातीयतेचे उच्चाटन' करण्यासाठी आपल्या आयुष्याच्या अखेरच्या क्षणापर्यंत कार्य केले हे विशेष होय.

गांधीजींनी आपल्या विचाराने व कृतीने भारतीय स्पृश्य – सवर्ण समाजात अस्पृश्य – वर्गांबद्दल एक प्रकारची दया व सहानुभूती निर्माण केली. आणि स्पृश्य वर्गाला अस्पृश्य वर्गाचे दु:ख, त्रास, छळ यांची हळूहळू जाणीव होऊ लागली. सुशिक्षित, जाणकार, व विचारी वर्गात अस्पृश्यता निवारण्याच्या कार्याला चालना मिळाली. *गांधीजींनी त्यांच्याच विचारदृष्टीने का असेना, अस्पृश्यता निवारण्याच्या प्रश्नाला चालना दिली व स्पृश्य वर्गापुढे त्यांनी हा प्रश्न सतत ठेवला. म. गांधीचे कार्य मोलाचे व महत्त्वाचे आहे.*

त्यातच डॉ. बाबासाहेब आंबेडकर यांनी आपल्या राजकीय व सामाजिक जीवनात अस्पृश्यतेच्या प्रश्नावर आपल्या विचाराने व कृतीने प्रखर हल्ले चढविले आणि सवर्ण

हिंदूसमाज या अस्पृश्यांच्या प्रश्नासंबंधी गाढ झोपेतून खडबडून जागा झाला. त्याचबरोबर या जाग्या झालेल्या स्पृश्य वर्गावर म. गांधीच्या विचारांचाही परिणाम झाला.

अस्पृश्यतेच्या प्रश्नाची हेळसांड

गांधीजींच्या मृत्यूनंतर मात्र अस्पृश्यतेच्या प्रश्नांकडे भारतीय नेत्यांनी दुर्लक्ष केले असे म्हणणे भाग पडते. म. गांधींनंतर या प्रश्नाकडे जिव्हाळ्याने कोणीच पाहीना म्हणून पुन्हा हा प्रश्न तसाच रेंगाळत मागे पडला आहे असे म्हणावे लागते. गांधीजींनी निर्माण केलेली या प्रश्नासंबंधीची परंपरा खंडित झालेली आहे, हीच या प्रश्नाची आज शोकांतिका आहे. केवळ काही उत्सव – प्रसंगांच्या निमित्तानेच या प्रश्नाची भारतीय व प्रांतिक नेत्यांना आठवण होते. बाकी हा प्रश्न सत्तास्पर्धेत, प्रांतिक वादात, भाषावादांत बाजूला, अडगळीत पडलेला दिसतो. आणि अस्पृश्यतानिवारणाचा – अस्पृश्यता नष्ट करण्याचा कायदाही कपाटात धूळ खात पडल्यासारखा दिसतो.

गांधीजींचे शिष्य – वारस व त्यांना मानणाऱ्या व्यक्ती यांना अस्पृश्यांच्या प्रश्नांचे स्मरण होत नाही ही दु:खाची गोष्ट आहे.

दि. के. बेडेकर

(१९१० जून ८ – १९७३ मे ३)

- बेडेकर दिनकर केशव.
- सुप्रसिद्ध तत्त्वचिंतक समीक्षक, विचारवंत, संपादक.
- महाराष्ट्र साहित्य पत्रिकेचे संपादक.
- ‘अर्थविज्ञान’ त्रैमासिकाचे संपादक.
- महत्त्वाची पुस्तके :
  - धर्मश्रद्धा : एक पुनर्विचार
  - हेगेलचे तत्त्वज्ञान
  - समाजवाद व प्रेरणा – बेडेकर गौरवग्रंथ
- दि. के. बेडेकरांचा ‘साहित्याचा समाजसंबद्ध’ विचार हा साहित्यसमीक्षेमध्ये मोलाचा.

गांधी – मार्ग : सामर्थ्य आणि मर्यादा

दि. के. बेडेकर

गांधीजींचा प्रभाव भारतीय जनमानसात खोलवर पडलेला नाही. याला अपवाद एवढाच की ब्रिटिश साम्राज्यसत्तेविरुद्ध निर्भयपणे उभे राहण्याचे निःशस्त्र प्रतिकाराचे गांधीजींचे तंत्र जनतेला स्वीकार्य वाटले. केवळ राजकीय लढ्यात हे तंत्र अपरिहार्य म्हणून लोकांनी वापरले. पण सशस्त्र बंडाच्या प्रयत्नांनाही लोकांचा मनोमन पाठिंबा मिळत राहिला.

स्वातंत्र्यप्राप्तीसाठी झालेल्या अनेक लढ्यांमध्ये लाखोंनी भाग घेणे शक्य झाले ते गांधीजींच्या तंत्रामुळेच; परंतु सशस्त्र बंडाचे तुरळक प्रयत्न, खलाशांचे व वैमानिकांचे बंड आणि सुभाषचंद्रांच्या नेतृत्वाखाली झालेले आझाद हिंद सेनेचे बंड यांच्यामुळेही ब्रिटिशांना येथून जावे लागले, अशी सामान्य जनतेची भावना आहे.

एकंदरीत, गांधीजींचा प्रभाव त्यांच्या राजकीय नेतृत्वापुरताच मर्यादित राहिला. त्यांचे तत्त्वज्ञान लोकमानसात रुजले नाही. याची कारणे भारतीय लोकमानसाच्या पारंपरिक विचारांत व श्रद्धांत आहेत. तशीच ती गांधीजींच्या विचारातील एका मूलभूत दुसंधपणात (दोन विरोधी मते) आहेत.

आता प्रथम लोकमानसाकडे पाहू. भारतीय मुसलमान समाज हा गांधीजींचे नेतृत्व मानीत नव्हता आणि अस्पृश्य समाजही ते मानीत नव्हता. स्पृश्य हिंदू समाजात जातिव्यवस्था आणि विषमता यांना मान्यता होती. ही परिस्थिती १९४७ पर्यंत होती व आजही आहे. याचा अर्थ असा की पारतंत्र्याच्या काळात व नंतरही स्पृश्य हिंदू व मुसलमान हे भारतीय समाजाचे प्रमुख घटक धर्म, पावित्र्य, विषमता यांच्या रूढ कल्पनांना सोडण्यास नाखूष होते व आहेत. एकीकडे, धर्मपरंपरा राखून ठेवणारे हे समाज, दुसरीकडे, स्वार्थावर व नीतिशून्य व्यवहारावर आपले सामाजिक जीवन व राजकीय वर्तन आज आधारित आहेत.

यामुळे, धर्मपरंपरा व श्रद्धा यांनाही बेगडी स्वरूप आले आहे. धार्मिकता ही पावित्र्याची व धर्मभावनेची बाब उरलेली नसून राजकीय, सामाजिक व आर्थिक स्वार्थाला उपयोगी वस्तू म्हणून राबवली जात आहे.

वैयक्तिक नफा, स्पर्धा व बाजारीपणा यांवर आधारलेली भांडवलदारी समाजव्यवस्था धर्मशून्य व नीतिशून्य असावीच लागते. तशी आजची भारतीय समाजव्यवस्था आहे. १९४७ ते १९६८ पर्यंतच्या ऱ्हासामध्ये आर्थिक प्रगतीची पावले थोडीफार पडली आहेत ती केवळ तंत्रदृष्ट्या व वरिष्ठांना फायद्याची तेवढी पडली आहेत. आणि या प्रगतीसाठी आपण एका मोठ्या नैतिक अध:पाताचे मोल दिले आहे.

ह्या प्राप्त परिस्थितीला थोपवून कलाटणी देण्याचे सामर्थ्य गांधीजींच्या राजकीय नेतृत्वात नव्हते. ते सामर्थ्य त्यांच्या अ-राजकीय तत्त्वज्ञानात होते का? हा मग प्रश्न आहे.

येथे गांधीजींच्या तत्त्वज्ञानातील दुसंधपणाची (दोन विरोधी मतांची) चिकित्सा करावी लागेल. गांधीजींना आफ्रिकेत जो अनुभव आला तो साम्राज्यसत्तेच्या नागड्या क्रूरतेचा व स्वार्थीपणाचा. त्यामुळे, गांधीजी कट्टर साम्राज्यवाद-विरोधी बनले. ते भांडवलदारी व्यवस्थेचेही विरोधक बनले, कारण नागडा स्वार्थ हा त्यांनी अनैतिक मानला. रस्किन, थोरो, टॉलस्टॉय प्रभूती तत्त्वज्ञांचे ते अनुयायी झाले ते या नैतिक भावनेमुळे. त्यांची ही नैतिकता त्यांच्या सर्वच विचारांत व राजकीय व्यवहारातही ठाम राहिली.

पण गांधीजींच्या संस्कारात आणखी एक प्रभावी घटक होता. तो म्हणजे धार्मिकतेचा, पावित्र्याच्या कल्पनेचा किंवा काही गूढ पारलौकिक शक्तीवरील श्रद्धेचा. या धार्मिकतेची त्यांच्या नैतिकतेला जोड मिळत गेली, पण अनेक महत्त्वाच्या बाबतीत धार्मिकता व नैतिकता यांमध्ये विरोध उत्पन्न झाला.

दोन उदाहरणांनी ह्या दुसंधपणाचे (दोन विरोधी मतांचे) स्वरूप स्पष्ट होईल. (१) आश्रमातील एक कालवड मृत्युपंथाला लागली होती. तिला मारावी का नाही असा पेच पडला. तेव्हा धार्मिक संस्कारावर मात करून नैतिक दृष्टीने तिला क्लेशमुक्त करणे योग्य आहे, असा निर्णय गांधीजींनी घेतला. (२) संततिनियमनाच्या प्रश्नावर धार्मिक विरोधी नैतिक निर्णय घेण्याचा प्रश्न होता. त्या वेळी नैतिकतेवर मात झाली व धार्मिक संस्कारांनी प्रभावित होऊन गांधीजींनी कुटुंबनियोजनाला विरोध केला.

आपल्या धर्मपरंपरेचा व नैतिकतेचा कधी समन्वय तर कधी विसंवाद होईल अशीच भारतीय परिस्थिती आहे. अशा वेळी, खंबीरपणे नैतिकतेवर आपले विचार व आचार ठरविणे आणि लोकमानसाला तसे मार्गदर्शन करणे गांधीजींसारख्या नेत्याकडून अपेक्षित होते. याचे कारण असे की भारतीय समाजव्यवस्थेत धार्मिकता प्रबळ आहे, स्वार्थभावनाही प्रबळ आहे, आणि नैतिकता तेवढी क्षीण व दुर्बल आहे. नेत्याने धार्मिकतेला शरण जाऊन किंवा बाजारी स्वार्थप्रेरणेला शरण जाऊन वागायचे ठरविले तर त्याला लोकप्रियता मिळेल व द्रव्याचा पाठिंबा मिळेल; पण तो नेता लोकांना नैतिक मार्गदर्शन करून नवी समाजरचना घडविण्याचे सामर्थ्य लोकांमध्ये आणू शकणार नाही.

गांधीजी धार्मिकतेला शरण गेले नाहीत व भांडवलदारी प्रेरणेलाही शरण गेले नाहीत. पण या दोन प्रवृत्तींचा निकराने निषेध व प्रतिकार करतांना त्यांचे पूर्वसंस्कार त्यांना आडवे आले. गांधीजी नैतिकतेवर फार मोठा भर देत आले, हे अगदी खरे; पण या पूर्वसंस्कारांमुळे नैतिकतेला सार्वभौम महत्त्व त्यांनी दिले नाही. यालाच मी त्यांच्या भूमिकेतला दुसंधपणा म्हणतो.

या पार्श्वभूमीवर गांधीजींच्या अहिंसातत्त्वाचा विचार करता येईल. हे तत्त्व अमर व चिरंतन मानता येईल. पण, या चिरंतनपणाचा पाया कोणता? तर तो मानवी ऐहिक जीवनातील नैतिकतेचा, असे उत्तर मी देईन. माणसा-माणसांतील कौटुंबिक, सामाजिक, राजकीय व आर्थिक संबंध माणुसकीचे असतील, स्थूल वा सूक्ष्म बलात्काराचा त्यात अंश नसेल, तरच म्हणता येईल की, अहिंसा खऱ्या अर्थाने नांदत आहे. या माणुसकीलाच आपण नैतिकता म्हणत नाही का? गांधीजींना अहिंसेचा हाच व्यापक अर्थ नैतिकतेच्या दृष्टीने अभिप्रेत होता. मानवशत्रूवरही प्रेम करावे व त्याचे हृदयपरिवर्तन करावे, ही भूमिका या नैतिकतेतूनच संभवते. मानवप्रेम हे काही धार्मिक विधीचा किंवा लढ्यातील तंत्राचा भाग असू शकत नाही.

पण, नैतिकतेवर व माणुसकीवर आधारलेली ही अहिंसा कोठेतरी धार्मिकतेशी आणि आर्थिक क्षेत्रात मालकी हक्कांशी समन्वय घालू पाहते, तेव्हा ती दुर्बल ठरते. चातुर्वर्ण्याबद्दल जे काही अनुकूल उद्गार गांधीजींनी काढले ते धार्मिकतेशी समन्वय घालण्याच्या इच्छेतून निघाले. तसेच, भांडवलदारांनी विश्वस्त म्हणून कारखाने चालवावेत, असे म्हणताना मालकी हक्कांशी समन्वय करण्याची त्यांना इच्छा होती.

चातुर्वर्ण्य व विश्वस्त योजना यांची उदाहरणे मी घेतली, कारण या दोन्ही बाबतीत राजकीय लोकसंग्रहात्मक दृष्टीने गांधीजींनी ती भूमिका घेतली असे वाटत नाही. त्यांना चातुर्वर्ण्याची तरफदारी करून लोकसंग्रह साधेल असे वाटणे शक्य नव्हते. या तरफदारीने फार तर शंकराचार्यांना किंवा काही सनातनी धार्मिक व्यक्तींनाच तेवढे समाधान वाटेल. अशी तरफदारी न्या. रानडे, लाला लजपतराय प्रभृतींनी केलेली आढळत नाही. मग गांधीजींनीच तसे का केले? याचे कारण त्यांच्यावरील धार्मिक पूर्वसंस्कारात सापडते. या संस्कारांमुळे ते निर्भेळ नैतिकतेची भूमिका खंबीरपणे घेऊ शकले नाहीत. अर्थात चातुर्वर्ण्याची तरफदारी गांधीजींनी फक्त १९४० पर्यंतच केली. त्यानंतर त्यांनी चातुर्वर्ण्याचा स्पष्ट निषेध केला आहे. अस्पृश्यतेचे निवारण केले पाहिजे ही भूमिका ते प्रारंभापासून अखेरपर्यंत घेत राहिले. विश्वस्त योजनाही लोकसंग्रहाच्या इच्छेतून आलेली नसून, मालकी हक्कांच्या सामाजिक व्यवस्थेबद्दलच्या पूर्वसंस्कारित आपुलकीमुळे निश्चित आलेली आहे असे मला वाटते.

स्वत: गांधीजी अकिंचन (निर्धन) राहात होते व भांडवलदारी पिळवणुकीला ते अनैतिक मानीत होते. लेनिन व सोव्हिएत क्रांती यांच्याबद्दल गांधीजींना मनोमन आदर होता. या आदरामागे, समाजवादाच्या मूलभूत नैतिकतेचा स्वीकार त्यांनी केला आहे हे स्पष्ट दिसते. पण, येथे त्यांची नैतिकता पूर्वसंस्कारांमुळे शबल (गुंतागुंत) झालेली दिसते व म्हणून त्यांना विश्वस्त योजना योग्य वाटली. गांधीजींचे कर्तृत्वाचे युग म्हणजे दुसऱ्या

महायुद्धाच्या समाप्तीपूर्वीचे युग. जागतिक घडामोडीच्या दृष्टीने ते युग संपले आहे. १९४५ नंतरचे युग हे एक वेगळे, जास्त भीषण युग आहे. संहाराची अस्त्रे मानवजातीलाच नष्ट करतील एवढ्या प्रमाणावर सज्ज झाली आहेत. आणि म्हणूनच जागतिक शांतता ही मनोराज्यासाठी नसून माणूस बचावण्यासाठी आहे, ही गोष्ट पटत चालली आहे. हिंसेच्या अतिरेकांतून अहिंसेचा जन्म होत आहे. असा हा आशावाद म्हणजे एका नव्या नैतिकतेच्या जाणिवेचा उदय आहे.

या वेळी गांधीजींच्या असामान्य जीवनाचे स्मरण व त्यांच्या तत्त्वांविषयी आदर वाढत जाणे स्वाभाविक आहे.

गांधीजींच्या नैतिकतेतील धार्मिक समन्वयांचा व विश्वस्त योजनेसारख्या समन्वयांचा आता लोकांना विसर पडेल. महान व्यक्तींच्या बाबतीत असे घडतेच. त्यांच्या तत्त्वांतील शबलता (गुंतागुंत) ही मागे पडते व शुद्ध स्वरूपात त्या तत्त्वांचा आदर केला जातो.

गांधीजींचे युग संपले असले तरी नैतिकता, नैतिकतेसाठी आत्मक्लेश व आत्मबलिदान, यांचा आदर्श आज लोकमानसापुढे राहीलच. भारतातील जनतेला नैतिक आदर्शासाठी मोठे बलिदान करावे लागेल व निग्रो जनतेप्रमाणे आपल्यालाही यात गांधीजींच्या तत्त्वांचा अवलंब करावा लागेल. परंतु या प्राप्त युगातील भारतीय लोकशाहीच्या लढ्यात किंवा जागतिक विराट संघर्षात, केवळ गांधीजींचीच शिकवण पुरेशी ठरेल, असे मानता येत नाही. येशू ख्रिस्त, लिंकन, बुद्ध व गांधी यांची चरित्रे व शिकवणी चिरंतन स्मरणात ठेवणारी मानवजात नित्य नव्या अमानुषतेशी आज संघर्ष करीत आहे. एका नव्या संघर्षमय युगात आपण वावरत आहोत. गांधीजींना अखरेचे काही दिवस ज्या भीषण हत्याकांडाचे दर्शन घडले, व ज्या अमानुषतेच्या झंझावातात त्यांचीच हत्या झाली त्या भीषण हिंसामयतेच्या युगात गांधीजी फार काळ वावरले नाहीत. आज ते हयात असते तर भारतीय व जागतिक घडामोडींकडे पाहण्याचे त्यांच्या नशिबी आले असते. त्यांना सभोवतालचा नैतिक अध:पात पाहून काय वाटले असते? त्यांनी कोणते पाऊल उचलले असते? हे प्रश्न निरर्थक आहेत. *त्यांच्या निर्भय त्यागमय जीवनाचे स्मरण, एवढेच आपल्याला आज पुरेसे आहे. तेवढेच प्रामाणिकपणे करणे, हे मात्र कठीण झाले आहे!*

इंदू टिकेकर
(१९३४-२००६)

- स्कॉलर व्यक्तिमत्त्व : तत्त्वज्ञान आणि भाषेच्या अभ्यासक – उत्तम शैक्षणिक कारकीर्द.
- १९६० च्या अखेरीस विनोबा भावे यांची भेट – ग्रामदान, ग्रामस्वराज्य, जिल्हादान चळवळीत सहभाग - सुंदरलाल बहुगुणा यांच्या विपको आणि टेहरीविरोधी आंदोलनांत सहभाग.
- १२ पेक्षा अधिक पुस्तके प्रकाशित - मराठी, हिंदी आणि इंग्लिशमध्ये अनेक लेख.
- राइट लाइव्हली अॅवॉर्ड (१९८७) स्वदेश पार्लमेंटतर्फे – नोबेल अॅवॉर्डच्या योग्यतेचे अॅवार्ड.

सत्याग्रह आणि सामान्य माणूस

इंदू टिकेकर

गांधीवाद या नावाचा काही विचार अस्तित्वातच नाही; अशा अर्थाचे गांधीजींचे एक वाक्य प्रसिद्ध आहे. जीवन-गतीचा मार्गही पूर्वनियोजित नसतो. जगातील सारे तंटे, लढे विचारांच्या व मार्गाच्या आग्रहातून निर्माण होतात हे गांधीजींचे निरीक्षण होते. मनुष्य जीवन जगून, यात्रा आटोपून चालता झाला की, अटळपणे उमटलेल्या त्याच्या पाऊलखुणांची विचिकित्सा होते नि कदाचित् त्यातून 'वाद' निर्माण होतो. तसा आपल्याबाबतीत होऊ नये हा गांधीजींचा प्रयत्न होता.

गांधीजींच्या व्यापक कार्याचा सर्व पसारा काही विशिष्ट साचेबंद तत्त्वज्ञानानुसार विस्तार पावला नव्हता. सत्यनिष्ठा हा त्यांच्या जीवनव्यापाराचा आधार होता. मनुष्यामनुष्यांतील संबंधांचे स्वरूप परस्परांच्या विकासाच्या दिशेने, समजुतीच्या आधारावर ठरविले जावे ही त्यांची धारणा होती. सत्यनिष्ठेपोटी जन्माला आलेली संपूर्ण जीवनाबद्दलची आस्था त्यांच्या जीवनकार्यातील सूत्रे ठरवीत आली. त्या सूत्रांना खालीलप्रमाणे अभिव्यक्ती देता येईल. (१) सारे जीवन एकात्म आहे. एकात्मतेच्या साक्षात्काराची तळमळ साऱ्या सृष्टीच्या जीवनगतीत प्रकट-अप्रकट स्वरूपात अनुस्यूत असते. याचाच अर्थ असा की एका मनुष्याचे वास्तविक हित दुसऱ्या कोणत्याही मनुष्याच्या हिताच्या विरोधात उभे नसते. मानवसमाजाचे हित अखंड अविभाजित असते. मानवी समाजाची उभारणी या जाणिवेच्या आधारावर करीत रहाणे हाच सत्याचा मागोवा घेण्याचा मार्ग होय. (२) माणसामाणसांत फूट पाडणारे, हितविरोध निर्माण करणारे तत्त्व हिंसेचे. मानवमात्रांना एक साम्य-सूत्रात गोवणारे, सहकार्य व परस्पर उन्नती साधणारे तत्त्व प्रेमाचे. हीच अहिंसा. (३) माणसावर प्रेम करणारे मन कुणावरही झालेला अन्याय वा अत्याचार सहन करू शकत नाही. प्रतिकाराची साधनेही निर्भयता व प्रेम हीच असू शकतात. अन्यायाचा अस्वीकार व त्याच्याशी असहकार हे सत्याग्रहाचे प्रकट आविष्कार.

आफ्रिकेत व या देशात गांधीजींनी राजकारण, समाजकारण, धर्म-सुधारणा इत्यादी क्षेत्रात जे काम केलेले दिसते तो केवळ 'अपघात' होता. ज्या समाजात ते वावरले तेथील दु:ख, अन्याय न पाहवल्यामुळे विशिष्ट सेवेचे कंकण त्यांना बांधावे लागले. ते कुठेही असते तरी अन्यायप्रतिकाराचे व्रत कोणत्या ना कोणत्या स्वरूपात चाललेच असते.

आपातत: असे घडून आले की साऱ्या देशांतील लोकांना गुलामगिरी तर नको होती, पण लोक नि:शस्त्र होते. गांधीजींची प्रतिकारपद्धती शस्त्र-निरपेक्ष होती. ती इतिहासात अपूर्व होती, अत्यंत धर्म्य होती, संपूर्ण मानवसमाजाला युद्धाच्या खाईतून वाचविणारी होती. या जाणिवेतून ती पद्धती या देशातील सर्वांनी पूर्ण निष्ठेने स्वीकारली असे घडले

नव्हते. त्यांचा सत्याग्रह विशिष्ट परिस्थितीमुळे एकमेव उपयुक्त साधन ठरल्यामुळे गांधीजींचे नेतृत्व व्यापक प्रमाणावर स्वीकारले गेले. त्यांचे जीवन-दर्शन, त्यांचे निरीक्षण व समस्या सोडविण्याचे मूलभूत उपाय सर्वार्थाने मान्य करणारे फार थोडे अनुयायी त्यांच्या सोबत होते. लढ्याव्यतिरिक्तचा विधायक कार्यक्रम तात्कालिक आवश्यकता म्हणूनच अनेकांना मान्य होता. गुलामगिरीचा प्रत्यक्ष विरोध जितक्या प्रमाणात गांधी-दर्शनात होता तितके दर्शनच जनमानसाला मान्य होते.

परिणामत: जो असंतोष व अन्याय सहन न करण्याची सहकार–शून्य परिस्थिती या देशात निर्माण झाली त्यामुळे व एकूण ज्या जागतिक परिस्थितीत दुसऱ्या महायुद्धाचे रूपांतर झाले त्यामुळेही स्वातंत्र्य मिळाले हे सर्वश्रुतच आहे.

स्वातंत्र्योत्तर काळात लोकशाही राजवटीत अन्याय, अज्ञान, दारिद्र्य, विषमता यांना दूर करणारी सामाजिक, राजकीय, आर्थिक व सांस्कृतिक परिस्थिती निर्माण करणे शक्य व्हावे इतकी समृद्ध तयारी गांधी–काळामध्ये विकसित झाली असावी असा अंदाज होता, पण संकुचित स्थलवाद, भाषावाद, सांप्रदायिक अंधता व व्यक्ती आणि पक्षस्वार्थ यांत भले भलेही फसून गेले. *अखिल भारतीय दानतीचा नेता राजकीय क्षेत्रात दुर्लभ झाला आणि लोकशाहीचे हसे व्हावे इतका गैरकारभार माजला.* यात दोष कुणा कुणाला आणि किती द्यायचा? आचार्य विनोबांच्या भूदान व ग्रामदान आंदोलनात सत्तानिरपेक्ष प्रयत्न जनजागृतीसाठी चालू आहे. हा एक गांधी – दर्शनाचा भारतातील आशादायक अवशेष मानावा लागेल. व्यापक वृत्तीने समतास्थापनेचा हा प्रयत्न अधिक जागरुकतेने व सार्थपणे होऊ शकला तर लोकशाही व एकात्मता दोहोंचा संभाळ होणे कठीण नाही. पण पक्ष व सत्ता यांच्या बाहेर समाजाचे नेतृत्व करू शकणारे बुद्धिवादी आपापल्या हस्तिदंती, परंपरावादी मनोऱ्यातून उतरून अजूनही पुढे येत नाहीत. अर्थशास्त्रीय, समाजशास्त्रीय व राज्यशास्त्रीय परंपरावादी भूमिका सोडून या देशातील परिस्थितीच्या प्रकाशात समता, स्वातंत्र्य व एकात्मता साधणारी समाजव्यवस्था कशी उभारता येईल याची शास्त्रीय विचिकित्सा आज व्हायला हवी आहे.

गांधीदर्शन हे अखिल मानवजातीसाठी आहे. त्याचे महत्त्वही सर्वकालीन आहे. त्या दर्शनाला राष्ट्रीय सीमांचे बंधनही खुपणारे आहे. ज्याकाळी राष्ट्रसीमा परस्पर अविश्वास व दडपण आणि प्रसंगी आक्रमण यांचे आधार बनतात त्यावेळी त्यांना मान्यता देणारी राष्ट्रीय सरकारे केव्हाही गांधीप्रणीत शस्त्रनिरपेक्ष प्रतिकाराचा विचार पुढे नेऊ शकणार नाहीत, प्रत्यक्षात आणू शकणार नाहीत. सत्याग्रहदर्शनाचा विकास राष्ट्रनिरपेक्ष वृत्तीने अखिल मानवतेसाठी करू शकणारी एखादी जागतिक संघटनाच करू शकेल अशा काही संघटना आज काम करीतही आहेत. पण त्यांची पोहोच सर्वांगीण नाही असेच आढळून येते.

भिन्न आदर्शवाद, धर्म, जाती, वंश, लिंग आणि वर्ग या विषमतेच्या मुळांना आजही साऱ्या जगात खतपाणी मिळत आहे. यांच्या आधारावर प्रकट वा अप्रकट संघर्ष सर्वत्र चालू आहेत. 'सुधारलेले' तंत्रविज्ञानपारंगत समाज अति तृप्तीच्या ग्लानीत पण बाह्य व अंत:स्थ विरोधाच्या जाणिवेत अस्वस्थ आहेत. मागासलेले देश तंत्रविज्ञान लवकरात लवकर हस्तगत करण्यासाठी धावत आहेत. आणि अविश्वास व संघर्ष यात बुडाले आहेत. शस्त्रांच्या अमर्याद चढाओढीत सारे जगच संतुलन केव्हाचे हरवून बसले आहे. अशावेळी परस्पर विश्वासाचे आवाहन करणारे, शस्त्र–निरपेक्ष समजुतीच्या आधाराने मतभेत मिटण्याचा मार्ग दाखविणारे गांधीदर्शन प्रेरणादायी ठरल्याखेरीज कसे राहील? सारे सुज्ञ, विचारवंत, शास्त्रज्ञ हेच मानतात. पण बड्या राष्ट्रप्रमुखांनी जुन्या परंपरागत समजुती, सुरक्षिततेच्या वेड्या कल्पना व जगज्जेतेपणाची हाव टाकून दिल्याखेरीज शांतिस्थापना व्हावी कशी! याही दृष्टीने जागतिक सत्तानिरपेक्ष संघटनाच काही करू शकेल.

गांधी दर्शन जीवनाचे सारे धागेदोरे पक्के बांधून टाकणारे एक साचेबंद (विणलेले वस्त्र) नव्हते, हे आपण पाहिले. त्यामुळे अनेक कालसापेक्ष व परिस्थितिसापेक्ष अन्याय व विषमता यांविषयी गांधीजींनी लिहिले. दुर्दैव असे की २५ वर्षांपूर्वीच्या समाजातील अनेक अन्याय व विषमता कमी होण्याऐवजी त्यांची धार तीक्ष्णच झाली आहे. तेव्हा अजूनही गांधी वाङ्मयातील प्रासंगिकही महत्त्वाचे ठरू शकते. उदा. हुंडा, पडदा, अस्पृश्यता, संप्रदायांधता इत्यादी.

गांधीजींनी सुचविलेल्या आचार – विचारांच्या पठडी, रूळ कितीही बदलावे लागले तरी त्यांच्या दर्शनाचा गाभा सर्वकालीनच आहे. नित्य प्रेरणादायी आहे. व्यक्तिप्रतिष्ठा व विकास या केंद्राभोवती त्यांचे दर्शन फिरत होते. स्वातंत्र्य, परस्पर जिव्हाळा व शेजार धर्म हे त्यांच्या अहिंसेचे मर्म होते. मतभिन्नतेचा आदर व आचारातील विविधतेचे कौतुक हेही त्यांना अभिप्रेत होते. साऱ्या संकुचितता टाकून व्यापक बनावे हे त्यांचे आवाहन होते. आत्मस्मृतीत वा ग्लानीत रममाण न होऊ देईल इतका उपभोग त्यांना मान्य होता. या साध्या व सोप्या प्रणालीत क्रांतिकारक बीजे लपली आहेत. त्यांचा उलगडा व विकास स्वतंत्र प्रज्ञेने नवी पिढी करू शकेल तर आजची कोणतीही समस्या टिकाव धरणार नाही.

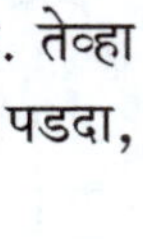

शंकरराव देव

(जन्म १८९४ – मृत्यू १९७४)

- देव शंकर दत्तात्रय.
- म. गांधींचे अनुयायी.
- राष्ट्रसभेचे ध्येयवादी निष्ठावान कार्यकर्ते.
- १९३४ – महाराष्ट्र प्रांतिक काँग्रेस कमिटीचे अध्यक्ष म्हणून निवड.
- 'उपनिषदांतील दहा गोष्टी' हिंदीमध्ये भाषांतरित.
- 'स्वराज्य' व 'सत्याग्रही' या साप्ताहिकांचे संपादक.

कृतीचे तत्त्वज्ञान

शंकरराव देव

'गांधीवाद' किंवा 'गांधीमार्ग' असे ज्याला म्हटले जाते त्याचा स्वातंत्र्यपूर्व काळात भारतीय जनमानसावर खरोखरच काही प्रभाव पडला होता काय, असा प्रश्न केला गेला आहे.

'गांधीवाद' या शब्दाचा स्वत: गांधीजींनीच इन्कार केलेला आहे. तेव्हा आपण त्या शब्दाचा उपयोग न केलेला बरा. उरला 'गांधीमार्ग'. वरील प्रश्नाची रचनाच असे सुचविते की गांधीमार्गांच्या बाबतीत असे काही तरी अपवादात्मक घडले आहे की जे अन्य मार्गाच्या बाबतीत घडलेले नाही. पण थोडा सूक्ष्म विचार केला तर असे दिसून येईल की जगातील अन्य मार्गांहून गांधीमार्गाच्या बाबतीत काही निराळे घडले नाही. आजपर्यंत ज्या ज्या महात्म्यांनी जगाला नवीन मार्ग दाखविला त्या सर्वांचे भवितव्य गांधीमार्गाहून काही निराळे घडलेले आहे असे म्हणण्याला फारशी जागा नाही. 'महाजन' ज्या मार्गाने गेले त्या मार्गाने सामान्य जन गेले आहेत किंवा जातात हे खरे नाही. हे वचन कसे प्रचलित झाले अथवा का झाले ते मला कळत नाही. खरोखरच महाजन अथवा श्रेष्ठ पुरुष ज्या मार्गाने गेले त्या त्यामार्गाने सर्वसाधारण जन गेले असते तर आज ज्या हलाखीच्या परिस्थितीत ते आहेत त्या परिस्थितीत ते खास राहिले नसते. क्लेशोऽधिकतरस्तेषामव्यक्ता-सक्तचेतसाम्। (अव्यक्ताच्या ठिकाणी ज्यांनी आपले चित्त गुंतविले आहे अशांना फारच अधिक क्लेश होतात) (श्रीमद्‌भगवद्‌गीता, १२.५) - अशी सामान्यांची स्थिती आहे. महाजनांचे किंवा श्रेष्ठांचे जे स्थूल वा प्रतिकारत्मक वागणे त्याचे ते अनुकरण करतात. आणि अनुकरणासारखे हानिकर माणसाला दुसरे काही नाही.

सर्व थोर माणसांच्या जीवनाची हीच करुण कहाणी आहे. जोपर्यंत या महान विभूती हयात असतात तोपर्यंत त्यांच्या सान्निध्यात किंवा प्रकाशात सामान्यसुद्धा विभूती झाल्याचा भास होतो. पण त्यांच्या पश्चात ज्याप्रमाणे सूर्य अस्ताला गेला म्हणजे सर्व वस्तूंचा प्रकाश गेल्यासारखे होते, तसे सामान्यांचे होते.

गांधींजी दक्षिण आफ्रिकेतून जेव्हा परत हिंदुस्थानात आले त्यावेळी हिंदुस्थानच्या राजकारणाचा डाव एकप्रकारे कुजल्यासारखा झाला होता. सनदशीर तसेच क्रांतिकारक दोघेही निष्फळ ठरले होते. व देशातील वातावरण नैराश्याने कोंदून गेले होते. गांधीजींनी सत्याग्रहाचा डाव दक्षिण आफ्रिकेत जिंकला होता. तेव्हा स्वाभाविकच हिंदुस्थानातील जुन्या पुढाऱ्यांनी त्यांचे नेतृत्व स्वीकारले आणि स्वातंत्र्यप्राप्तीपर्यंत ते नेतृत्व यशस्वी होण्याकरिता जेवढे गांधीजींचे ऐकणे व करणे आवश्यक होते तेवढे त्यांनी मनापासून व त्यागपूर्वक केले. पण येथे एक गोष्ट लक्षात घेणे जरूर आहे की त्या पुढाऱ्यांनी गांधीमार्गाचा

(Way of life) स्वीकार कधीच केला नव्हता, त्यांनी स्वीकार केला होता तो शांततेने लढण्याच्या गांधीजींच्या तंत्राचा (technique). त्या काळी ज्यांनी गांधीमार्गांचा स्वीकार केला होता ते आजही त्या मार्गावरून यथाशक्ति व यथामति चालण्याचा प्रयत्न करीत आहेत. श्री विनोबाजी व त्यांचे गेल्या १८ वर्षांचे सामाजिक क्रांतीचे कार्य याचा येथे फक्त नामनिर्देश करणे सुज्ञांकरिता पर्याप्त आहे. 'गांधीवाद' प्रमाणे 'गांधीतत्त्वज्ञाना'चाही गांधीजींनी इन्कार केला होता, असे म्हटले तर ते फारसे चुकीचे होईल असे मला वाटत नाही. *''माझे काही तत्त्वज्ञान असले तर ते कृतीचे तत्त्वज्ञान (Philosophy of action) आहे.''* गांधीजींचे तत्त्वज्ञान असे नव्हते, तर जीवनाच्या स्थितिगतीची दोन तत्त्वे होती. ती म्हणजे सत्य व अहिंसा म्हणजेच प्रेम ही होत. तत्त्वज्ञानाचे अनुयायी पुष्कळ असू शकतात, कारण ती एक बौद्धिक वस्तू आहे; पण जीवनाचे अनुयायी फारसे असू शकत नाहीत, कारण ते सतीचे वाण आहे. गांधीजींचा विशेष हा की खऱ्या जीवनाची ही जी दोन तत्त्वे ती त्यांनी राजकीय क्षेत्रात आणण्याचा व्यापक प्रमाणावर प्रयोग केला. जगात व विशेषत: भारतीय जीवनात जेव्हा जेव्हा ही तत्त्वे सामाजिक, राजकीय व आर्थिक क्षेत्रात उतरविण्याचा खास प्रयत्न झाला आहे, तेव्हा तेव्हा सफलतेने त्यांना वरलेले नाही.

या बाबतीत एक गोष्ट लक्षात घेणे जरूर आहे. गांधीजींचे राजकारण हे सेवेचे व प्रतिकाराचे राजकारण होते, सत्तेचे व शासनाचे नव्हते. स्वातंत्र्यप्राप्तीनंतर परिस्थितीत एकदम पालट झाला आहे. *काँग्रेस सेवेच्या व प्रतिकाराच्या राजकारणातून सत्तेच्या व शासनाच्या राजकारणात गेली आहे. त्यामुळे देशाच्या राजकारणात एक प्रकारचा गोंधळ व अराजक माजले आहे.* या घोर अंधारात आशेचा एक किरण म्हणजे श्री विनोबाजींचे ग्रामदान व ग्रामस्वराज्य हे आंदोलन अथवा त्यांच्याच शब्दांत 'आरोहण' हे आहे. भारतीय विचारवंतांचे व समाजधुरीणांचे या गोष्टींकडे जावे तितके व तसे अद्याप लक्ष गेलेले नाही. राजकारणी मुत्सद्द्यांसारखे तेसुद्धा आजच्या जीवन–तत्त्वज्ञानाला पडलेले बळी आहेत. गांधीतत्त्वज्ञान हे जगातल्या भूतकाळाच्या व वर्तमान अन्य तत्त्वज्ञानांप्रमाणे साचेबंद तत्त्वज्ञान नाही हे मी वर सांगितलेच आहे. गेली दोन अडीच हजार वर्षे जीवनाचे जे तत्त्वज्ञान (Philosophy of life) व जी जीवनपद्धती (Way of life) घेऊन माणसाने शांतीचा आणि सुखाचा शोध केला ती सर्वतोपरी अपयशी ठरली आहेत, म्हणून माणसाने जीवनाच्या नवीन तत्त्वज्ञानाचा (हा शब्दप्रयोग करायचाच असेल तर) व नवीन जीवन पद्धतीचा अंगीकार केला पाहिजे हे मान्य झाल्याखेरीज गांधीविचारात काही चिरकाल टिकणारी अगर तत्त्वे होती हे मान्य होणे शक्य नाही. आहे त्यातच काही अल्पस्वल्प फरक (adjustment) केला म्हणजे शांति – सुखाचा लाभ होईल अशी श्रद्धा जोपर्यंत मानव उराशी बाळगून आहे तोपर्यंत जागतिक राजकारण आणि समाजकारण

यांच्या संदर्भात गांधीवादाचे स्थान शून्य आहे असे म्हटले तर ते कोणालाही अन्यायाचे होईल असे वाटत नाही.

आजच्या जीवन तत्त्वज्ञानाच्या व जीवनपद्धतीच्या ऐवजी गांधीजी एक दुसरी वस्तू देतात हे समजले म्हणजे जे शांती सुखाच्या नवीन मार्गाच्या शोधात आहेत त्यांना गांधीजींच्या जीवनात पुष्कळ ग्राह्य वाटेल. गांधीजींच्या जीवनात जे प्रतिकात्मक म्हणजे देशकालाने बाधित आहे ते केव्हाही कालबाह्यच आहे. हा नियम सर्व थोर माणसांच्या बाबतीत लागू असतो.

अध्यात्म जे सांगत होते तेच आज विज्ञान सांगत आहे, की जीवन सर्वव्यापी (universal) वा एक आहे. तंत्र – शास्त्राने ते प्रत्यक्षात आणून दाखविले आहे अशा परिस्थितीत जनरल मॅकऑर्थरने म्हटल्याप्रमाणे, ''मानवजातीला स्वत:चा विनाश करून घ्यावयाचा नसेल तर गांधींच्या सांगण्याप्रमाणे तिला आपले विविध प्रश्न शांततेच्या मार्गानेच सोडविण्याला शिकावे लागेल! गांधीजींची शांती ही स्मशानशांती नव्हती किंवा युद्धाच्या अभावातून निष्पन्न होणारी शांती नव्हती. ती एखादी अभावात्मक वस्तू नव्हती. तर भावात्मक (Positive) व गतिमान (dynamic) वस्तू होती. गांधीजींची शांती हा प्रेमाचा परिपाक होता.

गांधीजींनी म्हटले आहे की, 'अहिंसा म्हणजे कुटुंबाचा कायदा समाजाला लावणे होय आणि ही अहिंसा म्हणजे प्रेम.'

श्रीपाद जोशी

(१९२० जानेवारी २३)

- जोशी श्रीपाद रघुनाथ.
- मराठी, हिंदी, उर्दू लेखक व भाषांतरकार.
- 'आंतरभारती' संस्थेचे चिटणीस.
- महाराष्ट्र राज्य उर्दू अकादमीचे सभासद.
- बहुभाषाकोविद – उर्दू, हिंदी, फारसी, अरबी, संस्कृत, कन्नड इत्यादी.
- विस्तृत साहित्यसंपदा - ७० अनुवादित पुस्तके १० शब्दकोश.
- विविध नियतकालिकांमधून सुमारे २००० लेख प्रकाशित.
- पुरस्कार :
  - जिब्रान खलील : 'जीवन आणि साहित्य' या पुस्तकाबद्दल पुरस्कार.
  - साहित्य अकादमीचा अनुवाद पुरस्कार.
  - भारतीय अनुवाद परिषद – द्विवागीश पुरस्कार (१९९०)
  - अखिल भारतीय भाषा साहित्य परिषद, भोपाळ – भारतभाषा भूषण श्रेष्ठता पारितोषिक (१९९५).
  - महाराष्ट्र साहित्य परिषद पुणे – 'कोशवाङ्मय पारितोषिक' (१९९८).

उपसंहार

श्रीपाद जोशी

गांधीवाद किंवा गांधीमार्ग असे ज्याला संबोधले जाते त्याचा स्वातंत्र्यपूर्व काळात भारतीय जनमानसावर निश्चितपणे परिणाम झालेला होता हे आचार्य दादा धर्माधिकारी, श्री. ना. ग. गोरे आणि आचार्य स. ज. भागवत यांनी वेगवेगळ्या शब्दांत दाखवून दिले आहे. मवाळांचा अर्जविनंत्यांचा मार्ग आणि जहालांचा, बाँब पिस्तुलांचा मार्ग दोन्ही निष्फळ ठरले होते. त्यातून सुवर्णमध्य काढला तो गांधीजींनीच, नि:शस्त्र जनताही निर्धाराच्या बळावर प्रचंड शस्त्रास्त्रांनी सज्ज असललेल्या साम्राज्यशाहीसमोर निर्भयपणे उभी राहू शकते हे त्यांनी भारतीय स्वातंत्र्य आंदोलनाच्याद्वारे जगाला दाखवून दिले. त्यांच्या या अपूर्व कर्तबगारीमुळे भारतीय जनता त्यांच्या मार्गावर श्रद्धा ठेवून वाटचाल करण्यास तयार झाली. सत्य, अहिंसा, अपरिग्रह, असंग्रह वगैरे जे आदर्श गांधीजींनी जनतेसमोर ठेवले ते त्यांच्या सूक्ष्म अर्थासह जनतेने स्वीकारले असे म्हणता येणार नाही. परंतु त्यांचे श्रेष्ठत्व जनतेने नाकारले नाही. किंबहुना काही निवडक मंडळींनी गांधीजींप्रमाणेच ते आदर्श आपल्या आचरणात उतरविण्याचाही निष्ठेने प्रयत्न केला. उथळ मंडळींनी त्याबद्दल त्यांची टिंगलही केली. परंतु तिची पर्वा न करता ते लोक आपल्या मार्गाने जात राहिले. त्याचाही परिणाम जनमनावर झाल्याशिवाय राहिला नाही. भारताला मिळालेले स्वातंत्र्य हे केवळ गांधींच्या किंवा काँग्रेसच्या चळवळीमुळे मिळालेले नसले तरी त्यासाठी लागणारी भूमी व भूमिका या चळवळीने तयार केली होती, हे मान्य करावे लागेल. वेगवेगळ्या जातीजमाती आपापल्या हितसंबंधांचे रक्षण करण्यात गढून गेलेल्या असताना जातिधर्मातीत भारतीय समाजाची कल्पना गांधीजींनी मांडली व ती बहुसंख्य भारतीय जनतेच्या गळी उतरविली, हे त्यांचे फार मोठे ऋण समजले पाहिजे.

स्वातंत्र्यप्राप्तीनंतर गांधीजींच्या तत्त्वज्ञानाची भलतीच दुर्दशा भारतामध्ये झालेली आहे हे मान्य केलेच पाहिजे. त्याचे जे कारण श्री. नानासाहेब गोरे यांनी दिले आहे अर्थपूर्ण वाटते. बुभुक्षिताच्या समोर पंचपक्वान्नांनी भरलेले ताट येताच *तो ज्या अधाशीपणाने त्याच्यावर तुटून पडतो तो अधाशीपणा आज भारतात सर्वत्र पाहावयास मिळत आहे. साऱ्या भ्रष्टाचाराचे तेच मूळ आहे.* हा अधाशीपणा संपून समतोल निर्माण होण्यास थोडा काळ लागेल. तोपर्यंत गांधीजींच्या विचारांची मिणमिणती ज्योत टिकवून ठेवण्याचे काम विचारवंतांनी व नि:स्पृह कार्यकर्त्यांनी करावयाचे आहे.

गांधीतत्त्वज्ञानामधील अमर तत्त्वांचे दर्शन वेगवेगळ्या विचारवंतांनी आपापल्या कल्पनेप्रमाणे घडविले आहे. त्या सर्वांचे दृष्टिकोन बरोबरच आहेत. त्यांमध्ये काही अंतर्विरोध नाही असे मला वाटते. यांतील काही तत्त्वे भारताला आपले अंतर्गत प्रश्न

सोडविण्यासाठी उपयोगी पडू शकतील तर काही जागतिक प्रश्नांची उत्तरे शोधण्यास साह्यभूत होऊ शकतील. उदाहरणार्थ, स्वाभिमान व स्वनिष्ठा हा गांधीवादाचा आशय आहे. आज त्याची भारताला अत्यंत आवश्यकता आहे. या दोन मूल्यांचे आचरण भारताच्या दृष्टीने किती निकडीचे आहे हे प्रा. वि. म. दांडेकर यांनी अर्थशास्त्रज्ञाच्या दृष्टिकोनातून अत्यंत प्रभावीपणे मांडले आहे. प्रा. दांडेकर हे कोणत्याही अर्थाने गांधीवाद्यांच्या जमातीत बसू शकणारे नाहीत. किंबहुना गांधीविरोधी संस्था व व्यक्ती यांच्याशीच त्यांचा घनिष्ठ संबंध राहिला आहे. अशा स्थितीत त्यांनी गांधीवादाचे त्यांना समजलेले मर्म किती समर्थपणे मांडले आहे हे वाचले की आश्चर्य वाटते. आंतरराष्ट्रीय क्षेत्रात गांधीमार्गाचा विचार अधिक सखोलपणे व जिव्हाळ्याने केला जात आहे असे दिसते. आफ्रिकेतील विकासशील देशांनाच नव्हे तर *अमेरिकेसारख्या प्रगत राष्ट्रातील निग्रो लोकांनाही गांधीजींचा मार्ग प्रेरणादायक वाटत आहे.* त्यातून त्यांना आश्वासन लाभत आहे असे दिसते. तसे नसते तर मार्टिन ल्यूथर किंगसारख्या जागतिक कीर्तीच्या निग्रो पुढाऱ्याला गांधींच्या सत्याग्रहापासून प्रेरणा मिळाली नसती. शस्त्रास्त्रांच्या व संपत्तीच्या प्रचंड भौतिक सामर्थ्याशी टक्कर घेण्याची शक्ती नि:शस्त्र व निर्धन माणसांच्या अंत:करणात असू शकते हे गांधीजींनी भारतीय स्वातंत्र्ययुद्धातील आपल्या प्रयोगाने सिद्ध करून दाखविले होते. त्याच तत्त्वांचा वापर अमेरिकेतील निग्रो किंवा झेकोस्लोवाक जनता करू शकेल आणि त्यात यशस्वी होऊ शकेल अशी आशा गेल्या काही वर्षांतील घटनांवरून वाटते. अर्थात या मार्गाचा वापर करण्यास भारतामध्येही खूप वाव आहे. या देशातील हरिजनांची व गिरिजनांची स्थिती अमेरिकेतील निग्रोंच्या स्थितीपेक्षा कितीतरी पटींनी अधिक दयनीय आहे. त्यांना या मार्गाने आपला उद्धार करून घेता येणार नाही काय? अवश्य येईल परंतु त्याकरिता त्यांनी संघटित झाले पाहिजे आणि त्यांना योग्य नेतृत्व लाभले पाहिजे. अस्पृश्यता निवारणाबाबतीत गांधीजींनी जी कामगिरी बजावली तिचे पुष्कळच समतोल विवेचन ॲडव्होकेट शंकरराव खरात यांनी केले आहे. या संदर्भात एक गोष्ट लक्षात ठेवली पाहिजे की अस्पृश्यतानिवारण हा केवळ अस्पृश्यांच्या किंवा स्पृश्यांच्या प्रयत्नांनी सुटणारा प्रश्न नाही. डॉ. बाबासाहेब आंबेडकर यांनी दाखविलेल्या मार्गाचे संपूर्णपणे अनुसरण करून अस्पृश्यता नष्ट होणार नाही तोपर्यंत सुधारणेच्या परमोच्च शिखरावर पोहोचलेला अस्पृश्य माणूस हा अस्पृश्यच राहील. या दृष्टीने गांधीजींच्या धडपडीला फार महत्त्व होते. स्पृश्यांना माणुसकी शिकवणे हे त्यांचे ध्येय होते तर अस्पृश्यांना माणुसकी मिळवून देणे हे आंबेडकरांचे ध्येये होते. ही दोन्ही ध्येय एकमेकांना पूरक होती. एकाच्या अभावी दुसरे लुळेच राहिले असते. दुर्दैवाने या दोन महापुरुषांच्या अनुयायांना हे समजले नाही. त्यांनी आपल्याखेरीज इतरांच्या मार्गांचा अधिक्षेप केला. त्यामुळे त्या दोन मार्गात एक प्रकारची अलंघ्य खाई निर्माण झाली. गांधीजींच्या मार्गाने जाणाऱ्या

हरिजन सेवकांनी आंबेडकरांना आततायी ठरविण्याचा प्रयत्न केला तर आंबेडकरांच्या अनुयायांनी गांधीजींना ढोंगी व स्वार्थी ठरविले. या परस्पर संघर्षामुळे अस्पृश्यतेला मूठमाती मिळण्याऐवजी जीवदानच मिळाले. आता वातावरण पुष्कळच निवळले आहे. डॉ. आंबेडकरांच्या कार्याचे मूल्यमापन जिव्हाळ्याने व तटस्थपणाने करणारे स्पृश्य विचारवंत जसे पुढे येऊ लागले आहेत तसेच गांधीजींना त्यांच्या कार्याचे योग्य ते श्रेय देणारे श्री. शंकरराव खरात यांच्यासारखे दलित समाजाचे नेते व विचारवंत अधिकाधिक संख्येने पुढे येतील अशी आशा वाटू लागली आहे.

गांधीजींच्या विचारातील कोणता भाग कालबाह्य आहे व कोणता अजूनही स्वीकारार्ह आहे या प्रश्नाची चर्चा जेवढ्या मोकळेपणानं व्हावी अशी आमची अपेक्षा होती तेवढ्या मोकळेपणाने ती झालेली नाही, हे आम्हाला कबूल केले पाहिजे. गांधीजींचे विचार ज्यावेळी बनले त्यावेळची परिस्थिती व आताची परिस्थिती यात जे महदंतर पडलेले आहे त्याचा केवळ निर्देश श्री. नानासाहेब गोरे यांनी केला आहे. अर्थात या प्रश्नाच्या बाबतीत फार खोलात किंवा तपशिलात शिरणे परिसंवादाच्या मर्यादित जागेत शक्य नाही. परंतु त्यांचा ओझरता उल्लेख तरी अवश्य व्हावयास हवा होता. उदाहरणार्थ, कुटुंबनियोजनाचा प्रश्न घ्या. *लोकसंख्येत होणारी भयंकर वाढ हा भारतासमोरील नव्हे तर जगापुढील एक निकडीचा यक्षप्रश्न आहे.* त्याची सोडवणूक गांधीजींच्या संयममार्गाने होऊ शकेल काय? जगाला संयमाची महती पटून तो अमलात येईपर्यंत कदाचित लोकसंख्येचे हे दुखणे हाताबाहेर गेलेले असेल तीच गोष्ट यंत्रोद्योगांची. आज खेडोपाडी जी वीज जाऊन पोहोचली आहे तिचा उपयोग अन्न व वस्त्र यांच्या भरपूर उत्पादनासाठी करणे गांधीवादात बसते की नाही? गांधीजींनी यंत्रसंस्कृतीविरुद्ध जे विचार व्यक्त केले होते त्यांत आता त्यांचा स्वीकार करण्यापूर्वी काही बदल केला पाहिजे की नाही? मिठाच्या कराविरुद्ध गांधीजींनी रान उठविले होते. आता बदललेल्या संदर्भांत मिठावर कर बसविणे योग्य होईल की नाही? हीच गोष्ट दारुबंदीची. शेकडो साखरकारखान्यांतून वाया जाणारी मळी वाचवून तिच्यापासून मद्ये तयार करणे आमच्या अर्थव्यवस्थेच्या दृष्टीने अपरिहार्य झाले आहे की नाही? यंत्रज्ञान व तंत्रज्ञान यांची जी प्रगती झपाट्याने होत आहे तिच्याशी गांधीजीप्रणीत मूलोद्योगशिक्षणाचा मेळ कसा बसू शकेल? हिंदूमुस्लिम ऐक्याच्या बाबतीत गांधीजींचे प्रयत्न अयशस्वी ठरून देशाची फाळणी पत्करावी लागली. त्यानंतरही तो प्रश्न तसाच अनिर्णीत राहिला आहे. आता तो सोडविण्यासाठी गांधीजींचा मार्ग पुरा पडेल काय? वगैरे अनेक प्रश्न असे आहेत की ज्यांची चर्चा मोकळेपणाने केली जाणे आवश्यक आहे. अर्थात गांधी हा सतत विकासशील मानव होता. स्वातंत्र्योत्तर काळातील समस्यांचे बदललेले स्वरूप पाहून त्यांनी आपल्या विचारात बदल केला असता असे वाटते. ज्या अर्थी वर्णाश्रमधर्माचा पुरस्कार करणारे गांधीजी स्पृश्यास्पृश्यांमध्ये परस्परविवाह

झाले पाहिजेत, नव्हे, ब्राह्मणांच्या मुलींनी अस्पृश्य तरुणांशी विवाह केले पाहिजेत, या निष्कर्षावर जाऊन पोहोचले होते, त्या अर्थी इतर बाबतींतही त्यांनी आपली मते बदलली नसती, असे समजण्यास आधार नाही. म्हणून त्यांच्या मतांची छाननी आधुनिक काळाच्या संदर्भात करणे आवश्यक आहे. अधिकारी मंडळींनी तसा प्रयत्न अवश्य केला पाहिजे.

अशा प्रकारचा विचार या परिसंवादात झालेला नाही, हे मान्य हे मान्य करूनही, जेवढ्या मर्यादेत महाराष्ट्रातील विचारवंतांनी गांधीमार्गाची छाननी या ठिकाणी केली आहे तेवढ्या मर्यादेतही ती पुढील पिढ्यांना उपयुक्त ठरेल असे आम्हाला वाटते.

परमेश्वर दिसत नसला तरी सर्वांचा रक्षणकर्ता तोच आहे.
परमेश्वरावरच्या श्रद्धेनेच माणूस निर्भय होतो.

आनंद पाटील
(१९४५)

- **अल्पपरिचय**

प्रा. डॉ. आनंद बाळू पाटील (१९४५) शित्तुर व्हाया बांबवडे ता. शाहूवाडी जि. कोल्हापूर.

एम.ए., पीएच.डी. इंग्रजीत, संपूर्ण शिक्षण रयत शिक्षण संस्था, सातारा 'कमवा व शिका' योजनेत. आदर्श विद्यार्थी, शिवाजी विद्यापीठाची बी. ए. इंग्रजीत दुसऱ्या क्रमांकाची गुणवत्ता शिष्यवृत्ती, ट्यूटरशिप एम.ए. करण्यासाठी पीएच.डी. साठी युजीसीचा संशोधनवृत्ती विषय : 'वेस्टर्न इन्फ्लुअन्स ऑन मराठी ड्रामा १८१८-१९४७.' ब्रिटिश कौन्सिलची ब्रिटन भेट अभ्यासवृत्ती (१९८६). वक्तृत्व - स्पर्धा पुरस्कार. डझनभर वाङ्मय पुरस्कार. त्यांतील चार महाराष्ट्र राज्याचे सर्वोत्कृष्ट साहित्यपुरस्कार. व्यासंगी वक्ता, संशोधक, आंतरराष्ट्रीय कीर्तीचा तुलनाकार व सृजनक्षम लेखक.

४० वर्षे अध्यापन, प्रशासन व संशोधन. गोवा विद्यापीठाच्या इंग्रजी विभागात १४ वर्षे प्रपाठक, प्रोफेसर व विभागप्रमुख, स्वामी रामानंद तीर्थ मराठवाडा विद्यापीठाच्या भाषा व साहित्य संकुलाचे पहिले प्रोफेसर संचालक.

पत्ता : २०२ प्रतीक्षा, सर्व्हे नं. ९६, भीमसेन जोशी पार्कजवळ, उजवी भुसारी कॉलनी, कोथरूड, पुणे ४११०३८ महाराष्ट्र, मोबाईल ०९८२३७७०४३५
e-mail : dr_anandpatil@rediffmail.com

- **प्रसिद्ध साहित्य :**

- कादंबऱ्या
- कथा
- प्रवासवर्णने
- तौलनिक साहित्य
- अनुवाद
- संस्कृति-समीक्षा
- इंग्रजी ग्रंथ

गांधीवाद आणि जागतिकीकरण : नवी तौलनिक पुनर्मांडणी

आनंद पाटील

''गांधीवादावर भारतीयांनी बोलू-लिहूच नये. तो अधिकार आपण गमावला आहे. ते काम आता पहिल्या जगातील विचारवंत / कलावंत / लेखक अधिक चांगले करतील.'' अशी परखड प्रतिक्रिया माझे स्नेही गांधीवादी 'सुबाभुळवाले' देशपांडे (व्ही व्ही) यांनी सात्त्विक संतापाने व्यक्त केली. प्रस्तुत ग्रंथासाठी संपादकांनी मला सुचविलेल्या वरील विषयाची चर्चा मी त्यांच्याशी करीत होतो. गांधीहत्या हा एका उत्क्रांत होणाऱ्या वेगळ्या विचारसरणीवरचा हल्ला होता. त्यानंतरच्या गेल्या साठ वर्षात त्यांच्या समकालीनांनी व नंतरच्या पिढ्यांनी त्या विचारधारेसाठी 'गांधीवाद', 'गांधीदर्शन', 'गांधीजींचे तत्त्वज्ञान', 'गांधीमार्ग' अशा अनेक संकल्पना वापरल्या. त्याची तुलना मार्क्सवादाशी केली. असे 'वाद' रेडीमेड मिळत नाहीत. ते व्यक्ती व समष्टीचे संबंध, त्या व्यक्तीचे वाचन[१], अनुभव आणि परिस्थितीच्या मुशीत घडत असतात. त्या विचारधारणेला स्थानिक व वैश्विक संदर्भ असतात. उदाहरणार्थ, रशियातील काउन्ट लिओ टॉलस्टॉय, आफ्रिकेतील मोहनदास करमचंद गांधींचा 'टॉलस्टॉय फार्म' आणि वर्ध्याची पर्णकुटी यांची नाळ ५ एप्रिल तसेच १६ ऑगस्ट २०११ रोजी दिल्लीत 'लोकपाल विधेयक आणि भ्रष्टाचारनिर्मूलनासाठी' उपोषण करणाऱ्या अण्णा हजारेंच्या मंडपातील महात्मा गांधीजींचे चित्र, याच आठवड्यात पुलित्झर पुरस्कार विजेते लेखक आणि 'न्यूयॉर्क टाइम्स' चे माजी संपादक जोसेफ लेलीवेल्ड यांच्या महात्मा गांधीजींच्यावरील ग्रंथांतील काही लैंगिक संदर्भावरून उठलेले वादळ आणि दुसरीकडे भारताने क्रिकेटचा विश्वचषक जिंकल्यास खेळाच्या मैदानावर नग्नावस्थेत फेरी मारू अशी घोषणा करणाऱ्या कुणा नगण्य नटीला प्रसारमाध्यमांनी अमाप प्रसिद्धी दिली, याच्याशी ही जुळले. नटीचा निषेध मात्र कुणी केला नाही. इंग्रजी ग्रंथ न वाचताच गांधी अस्मिता / प्रतिमारक्षणासाठी त्यावर बंदी घालण्याची घाई सुरू झाली. या विरोधापत्ती (Paradox) गांधीवाद आणि जागतिकीकरणाच्या मूलाधारांची तुलना केल्याशिवाय स्पष्ट होऊ शकत नाही. पुराव्याविना वर्णनाच्या चकव्यात फसणे हे वसाहतीकरण झालेल्या भारतीय मनाचे एक लक्षण मानले जाते.

या पार्श्वभूमीवर पाश्चात्त्य लेखकांचे साधार संशोधन आणि भारतीयांचे म. गांधीजींच्यावरील 'मला वाटते' तसे आस्वादन आकलन / चिंतनात्मक लेखन तुलनात्मक पद्धतीनेच तपासणे ही जागतिकीकरणाच्या रेट्यात आणि माहितीच्या स्फोटात दिवसें दिवस तीव्र होत जाणारी निकड जास्त जाणवत राहील. ही विविधांगी तौलनिक

चिकित्सा माहितीच्या स्फोटात अधिक सूक्ष्म पातळ्यांवर होत जाईल त्या प्रमाणात आधीच मिथकात जमा झालेल्या 'रामराज्य' (utopia) सारखाच गांधीवाद नवे पुराण बनण्याऐवजी अधिक प्रभावी 'साधन' बनेल. त्या पुनर्विचारातून जो 'नवगांधीवाद'[२] आकाराला येईल त्याला जागतिक परिमाण लाभत जाईल. उदाहरणार्थ गांधीवधाच्या बातमीबरोबर संपूर्ण एक पान काळे ठेवणारी पाश्चात्त्य वृत्तपत्रे होती. बर्नार्ड शॉला गांधीजींच्यावर मृत्युलेख लिहायची विनंती केली. तो त्याने एकाच वाक्यात लिहिला, To be too good is dangerous in the world.

आज चांगला स्वच्छ हाताचा सरकारी अधिकारी नोकरी करू शकतो यावर कुणाचाच विश्वास उरला नाही. भ्रष्टाचाराशी संबंधित बातमी नाही असे गेल्या महिन्यातील वृत्तपत्र कळवा आणि लाख रुपये मिळवा. लाच मागणारा अधिकारी जाळा. हे गांधीवादाचा पराभव करणारे आजचे वास्तवच जणू शाकाहारी शॉला दिसले असावे. दुसरा भारतप्रेमी ब्रिटिश लेखक 'रिफ्लेक्शन्स ऑन गांधी' १९४९ मध्ये म्हणाला होता, "Saints should always be judged guilty until they are proved innocent - जॉर्ज ऑर्वेल.''

तेव्हा या दोघांनाही माहीत नव्हते की त्यांचा साम्राज्यशाहीचा पुरस्कर्ता पंतप्रधान विन्स्टन चर्चिल याने गांधीजींना गुप्तपणे ठार मारण्याचे आदेश ब्रिटिशांच्या भारतातील अधिकाऱ्यांना दिले हाते. ते अलीकडे माहितीच्या स्फोटात बाहेर पडले. नोबेल पुरस्कार समितीलाही शांतता पुरस्कार गांधीजींना न दिला गेल्याबद्दल अलीकडेच उपरती झाली. शॉच्याच सेंट जोन नाटकाच्या अखेरच्या ओळी गांधी जीवन व कार्याच्या संदर्भात जागतिकीकरणामुळे वापरल्या जातील.

O God who madest this beautiful earth.
when will it be ready to receive thy saints
How long, O Lord how long?

ग्रंथातील गांधी आणि सांस्कृतिक उद्योग

नव्वद खंडांत गांधीजींचे विविध भाषांमधील समग्र लेखन आज उपलब्ध आहे. तरीही हजारो ग्रंथ त्यांच्यावर लिहिले जात आहेत. लेलीवेल्डच्या 'ग्रेट सोल : महात्मा गांधी अॅन्ड हिज स्ट्रगल वुइथ इंडिया'च्या परीक्षणात गांधीजींचे तरुणपणी कुणा जर्मन ज्यू बॉडी बिल्डर तरुणाशी (समलिंगी) संबंध होते असे सूचित होताच भारतात वादळ उठणे रास्त आहे. परंतु विल्यम शेक्सपिअर ते नोबेल पुरस्कार विजेत्या डब्ल्यू. बी. येट्सपर्यंतच्या अनेक पाश्चात्त्य लेखकांच्या तशा संबंधांची सैद्धान्तिक चर्चा करणारा ग्रंथ[३] अर्ध शतकापूर्वीच जगभर गाजत होता. हा जागतिकीकरणाचा परिणाम आहे. यालाच 'अमेरिकीकरण' असेही म्हणतात. क्रिकेटचा विश्वकप जिंकल्यास विवस्त्र होऊ पाहणाऱ्या स्टंटबाज नटी व मोनालिसाच्या हास्याचे रहस्य डीएनए चाचणीच्या आधारे उलगडण्याविषयीच्या एकाच

दिवशी आलेल्या बातम्यांच्या आधारे म्हणता येईल. गांधीजींनी स्वत: सत्याचे प्रयोग केले. आता लोक त्यांच्यावरच प्रयोग करीत आहेत. गतवर्षी जेड ॲडम्सच्या 'गांधीज नेकेड ॲम्बिशन'मध्येही हाच विषय चर्चिला गेला होता. गांधीजी आत्मसंयमाची परीक्षा घेण्यासाठी विदेशी तरुणीजवळ झोपत. पॅट्रिक फ्रेंचच्या लिबर्टी ऑर डेथ मध्ये गांधीजी नाती सोबत झोपत असा डांगोरा पिटण्यात आला. पण हे त्यांचे प्रयोग त्यांच्याच अनुयायांना 'झेपत' नसत. थॉमस वेबरचे 'गोइंग नेटिव्ह' यामुळेच गाजले. निर्मल बोसच्या 'माय डेज वुइथ गांधी' मध्येही हा विषय आला आहे. मात्र गांधीजींची निर्भयता, निर्मलता आणि निर्मोहितताच मध्यम वर्गाला 'शॉक' देण्यास अजून समर्थ आहे, असे दिसते. दुसऱ्या टोकाला गांधीवाद हा मार्क्सवादाप्रमाणेच पराभूत झाला. त्यामुळे त्यांचे जीवन, नातेसंबंध, मित्रमैत्रिणी वगैरे बाजूंवर ग्रंथ, नाटके, चित्रपट वगैरे सांस्कृतिक उद्योगाची भरभराट होत आहे असेही म्हटले जाते. थोडक्यात प्रत्येक व्यक्तीचे व देशाचे वेगवेगळे गांधी आज आढळतात. त्यामुळेच पूर्वी कधीच नव्हता एवढा गांधीवाद जागतिकीकरणात अधिक सापेक्ष व समर्पक ठरत आहे. स्मृतिभ्रंशाचा वास्तविक रोग त्याला जडू नये ही दक्षता घ्यायला हवी.

सिद्धान्तांचा मृत्यू आणि गांधी विचारांचे पुनरुज्जीवन

गत शतकात भारताने अणूबॉंब स्फोट केला, पाकिस्तानचे विघटन करून बांगला देश निर्माण केला. भारताने स्वत:चा असा अंतराळकार्यक्रम करून बहुउपयोगी उपग्रहांचे यशस्वी उड्डाणही केले.

गत शतकात शीतयुद्धाच्या शेवटाची परिणती रशियाचे विघटन (१९८९-९०) आणि मार्क्सवादाच्या अवनतीत झाली. अशा उत्तराधुनिक तुकडेमोडीच्या अश्रद्ध युगात विश्वखेड्याच्या पुनर्रचनेसाठी धर्माधिष्ठित आध्यात्मिकीकरणाचा राजकीय अजेंडा प्रगत देशांना हवाच होता. दोन महायुद्धांत होरपळून निघालेल्या पाश्चात्त्य देशांना एका बाजूला शांतता हवी होती. दुसऱ्या बाजूला पूर्ववसाहती देश स्वतंत्र झाल्याने त्यांच्यावर 'रिमोट कंट्रोल' ठेवणे ही त्यांच्या बाजारपेठेची गरज होती. पहिल्या महायुद्धानंतरच त्याची पूर्व तयारी त्यांनी 'आधुनिकतावादाचा महाप्रकल्प' आखून सुरू केली होती हे शूमेकर, ॲशक्राफ्ट वगैरे लेखकांच्या ग्रंथांच्या आधारे मी 'समग्र मर्ढेकर : तौलनिक संस्कृती समीक्षा' या ग्रंथात सविस्तर स्पष्ट केले आहे. या प्रकल्पात गांधीविचार हाच एक मोठा अडथळा होता. एकीकडे चर्चिलचा बलशाली भांडवली साम्राज्यवाद आणि दुसरीकडे भारतीय जातिवर्णाधिष्ठित सनातनी संरचना यांच्यामध्ये 'सॅन्डविच' झालेला गांधीवाद मुळात स्वातंत्र्यलढ्यात त्याच्या अंगभूत सर्वसमावेशकता व दुर्दम्य आशावादी / मानवतावादी मूल्यांच्या बळकट पायामुळे घट्ट पाय रोवून उभा राहिला. त्यानेच

लोकशाहीला दणकट आधार पुरवला. उलट बॅरिस्टर जिना व्यासंगी विद्वान, सहनशील धर्मनिरपेक्षतावादी प्रगतिशील पुरोगामी पुढारी असूनही जिनावाद शेजारच्या राष्ट्रात आकारास आला नाही. त्यामुळेच तिथली लोकशाही टिकाऊ ठरली नाही. माणसाच्या कल्पनाशक्तीचे नियमन संस्कृती करीत असते.

गांधीवाद घराच्या सर्व दारे – खिडक्या बंद करायला सांगत नाही. मात्र पूर्ण उघडे ठेवून परदेशी वाऱ्या-वादळात ते उडून जावे एवढे दुबळेही ठेवायला लावत नाही. त्यांची स्वदेशी आणि आजचा संधीसाधू देशीवाद यांची चर्चा माझ्या टीकावस्त्रहरण व समीक्षा 'अप'हरण या ग्रंथांतील अनेक लेखांत आली आहे. मराठी मनाने गांधीवादाचा केलेला स्वीकार अथवा त्याला दिलेला नकार हा स्वतंत्र संशोधनाचा विषय आहे. आचार्य विनोबा भावे आणि आचार्य प्र. के. अत्रे ही ती दोन टोके आहेत. सामाजिक व राजकीय जीवनात यशवंतराव चव्हाणांच्या आचार – विचारात गांधी-नेहरू-रॉय हा आगळा संयोग (synthesis) झालेला दिसतो. मात्र साहित्यात मराठीने गांधीवादाला मर्ढेकरी आधुनिकतावादाच्या रेट्यात एका कोपऱ्यात ढकललेले दिसते. हा मागे उल्लेख केलेल्या अँग्लोमेरिका आधुनिकतावादी प्रकल्पनाचा अपरिहार्य परिणाम होता. त्याने समग्र भारतीय साहित्याचे झाकाळून टाकलेले दिसते. याचा उत्कृष्ट प्रकारचा तुलनात्मक उलगडा जयदेवच्या[४] 'द कल्चर ऑफ पास्टिश : एक्झिस्टॅन्शिएल इस्थेटिसिझम इन द कन्टेम्परारी हिंदी नॉव्हेल' (१९९३) फार चांगल्या प्रकारे करण्यात आला आहे. गांधी हा भारतातील एक सर्वांत प्रामाणिक (honest) नेता होता. त्याने भारतीय संस्कृती, साहित्य व समाजाचा मूलगामी अभ्यास केला होता. परंतु गांधी विचार मागे पडून आधुनिक हिंदी कादंबरी अस्तित्ववाद, सौंदर्यवाद, उच्च आधुनिकतावाद वगैरे पाश्चात्त्य प्रभावात बुडाली. त्यामुळे समकालीन हिंदी कादंबरीने गांधीवादी सांस्कृतिक विचारांशी फारकत घेतली. आधुनिकतेत बुडाल्याने परक्या रंजनवादी संस्कृतीची ती वाहक बनली असे जयदेवने साधार सिद्ध केले आहे. अशा प्रकारचा सांस्कृतिक तुलनात्मक अभ्यास गांधीवादी सूत्रांच्या आधारे समकालीन मराठी कादंबरीच्या संदर्भात व्हायला हवा. गांधी विचार मराठी कादंबरीत किती व कसा आला हा ठोकळेबाज भरताड प्रबंध इथे अभिप्रेत नाही. खांडेकरी दोन ध्रुवाकडून मर्ढेकरांचा रात्रीचा दिवस करून घडलेला प्रवास, नेमाड्यांनी ब्रिटिश अमेरिकन काड्याकचऱ्याचा रचलेला कोसला ते आजवरच्या अनेक कार्बन कॉप्यांनी कसली 'कल्चर ऑफ पास्टिश्च' वाढवली आणि उच्चवर्णीय 'अप्सरां'च्या खांद्याला खांदा लावून लावणी सम्राज्ञी सुरेखा पुणेकर लावणीचाच बॅलेशी संकर कसा घडवत आहे, हे कळायला गांधीवाद आणि जागतिकीकरणाचे 'लव्ह अॅन्ड हेट' नाते संबंध तपासावे लागतील.

गांधीवाद आणि जागतिकीकरणातील साम्यभेद

सत्याग्रह, अहिंसा, असहकार, अपरिग्रह अशी गांधी विचाराची प्रमुख वैशिष्ट्ये मराठी माणसाला परिचित आहेत असे गृहीत धरले आहे. जागतिकीकरण मुक्त अर्थव्यवस्था गॅट करार, सीमारहितता, विश्व खेडे, live locally, think globally, link to tally or sink completely, अमेरिकीकरण पाश्चात्त्यीकरण / पश्चिमीकरण अशा अनेक संकल्पनाही वापरात आल्या आहेत. गांधीवादाची तुलना करायला उपयोगी पडावी म्हणून ए. गिडेन्सची[५] आधुनिकतेचे परिणाम १९९० : ६४ मधील जागतिकीकरणाच्या व्याख्या घेऊ :

'अशा मार्गाने परस्परापासून दूरच्या जनसमुदायांना जोडणाऱ्या जगभराच्या सामाजिक संबंधांची प्रगाढता एवढी तीव्र करणे की जेणे करून कित्येक मैल अंतरावर घडणाऱ्या प्रसंगाकडून स्थानिक घटनांना आकार दिला जाईल आणि यांच्या उलटही घडू शकेल. अशा प्रकारे ब्रिटनमधील कोळशाच्या खाणीतील कामगाराची नोकरी द. आफ्रिका अथवा पोलंडमधील घटना इतकीच स्थानिक व्यवस्थापन किंवा राष्ट्रीय सरकारच्या निर्णयावर अवलंबून असणे शक्य आहे.' (प्रस्तावना ३, क्लार्कने उद्धृत केल्याप्रमाणे)

'विस्तार व उपयोगाच्या दृष्टीने स्थानिक बाब जागतिक किंवा वैश्विक बनविणे' अशीही एक व्याख्या केली जाते. यात परस्पर क्रिया प्रभावांची तीव्रता व व्याप्ती आंतरराष्ट्रीय स्तरावरील चळवळीचे रूप धारण करतात. पहिल्यात हा बदल त्सुनामीच्या लाटा याव्यात तसा घडतो. काहींना हा अँग्लोमेरिकी साम्राज्यवाद वाटतो. त्याचा प्रतिकार कसा करावा असा संभ्रम पडतो. अमेरिकी आयटी संस्कृती व चंगळवादाने महाराष्ट्रात घातलेला धुमाकूळ आपण पहात आहोत. गरिबीचे प्रतीक म्हणून अर्धनग्न राहणाऱ्या त्या 'नंग्या फकिराने' आत्मबलाने ब्रिटिश साम्राज्य हलवले. उलट आजची मोबाईल पिढी अमेरिकी करणात नग्नता, नृत्य आणि नशाबाजीचे उत्सव साजरे करीत असते. स्कॅम्स, घटस्फोट, जुन्या नीतिमूल्यांची घसरण आदि पाहिल्यास आपले समग्र जीवनच संदर्भहीन होत असल्याच्या वेदना गांधीवादाचे अखेरचे स्पर्श झालेल्या ''मिडनाईट आधीच्या बाळांना'' आज होत आहेत. मध्यम वर्गाचे पश्चिमीकरण आणि युरोप – अमेरिकेकडे स्थलांतर याचा देखील गांधीवादाच्या प्रसारावर अनिष्ट परिणाम झाला. कारण त्यांचे बहुसंख्य अनुयायी याच वर्ण / वर्गातील होते. गांधीजींच्या स्थानिक देशीवादाची पोकळी स्थलांतरित भारतीयांचा 'डायस्पोरा डिस्टन्ट नेटिव्हीजम' भरून काढू शकत नाही, जयदेव ज्याला सांस्कृतिक पेच म्हणतो तो पारंपरिक संस्कृती रक्षक पुरोहितवर्गाच्या पश्चिमीकरणामुळे अधिक गंभीर बनला आहे. त्यामुळे सरकारला आपल्या भाषा, साहित्य व संस्कृती रक्षणासाठी वेगळ्या निधीची व्यवस्था करावी लागत आहे.

गांधीजींच्या 'खेड्याकडे चला', 'शेळीचे दूध प्या', 'खादी वापरा', अशा अनेक

प्रयोगांवर समकालीनांनी प्रहसने रचली. पु. ल. देशपांड्यानी गांधीवादी आचार्यांचे खूप उपरोधी चित्रण 'तुझे आहे तुजपाशी'मध्ये केले. आता माहितीच्या स्फोटात 'नेटिझन' तुलनाकार त्याच पुलंना अँग्लो-अमेरिकी साहित्यसंहितांचा दुरुपयोग करणारे 'राष्ट्रविरोधी' (anti - national) लेखक (पाहा : अपर्णा धारवाडकर) कसे ठरवत आहेत या सांस्कृतिक 'फेकाफेकी'ची सैद्धान्तिक चर्चा मी टीकावस्त्रहरण मधील एका शोधनिबंधात केली आहे. गांधीवाद अँग्लोमेरिकी सांस्कृतिक आक्रमण रोखण्याचे एक प्रभावी साधन आहे, याची प्रखर जाणीव जागतिकीकरणात भारतापेक्षा अन्य देशांत तीव्रतेने होत आहे. मार्टिन ल्यूथर किंग, ज्युनि. नेल्सन मंडेला आदी उदाहरणांनी हे वेळोवेळी दाखवून दिले आहे. गांधीजी ख्रिश्चन धर्मात जन्मले असते तर मदर टेरेसाच्या आधी त्यांना संतपद बहाल केले गेले असते, असे गोव्यातील माझा एक मित्र म्हणाला होता. जातिधर्मावर्णाधिष्ठित सांस्कृतिक संरचना व चिन्ह व्यवस्थेने गांधीवादाचे नियमन केले. त्यावर मर्यादा पडल्या हे मान्य करूनही त्याची मूळ चौकट आजच्या जागतिकीकरणाच्या ध्येय-धोरणांना फार पूरक आहे. हे तुलनांच्या आधारे थोडक्यात स्पष्ट केले पाहिजे.

विसाव्या शतकातील महायुद्धे, संप, स्वातंत्र्ययुद्धे, आंतरराष्ट्रीय व राष्ट्रांतर्गत हिंसाचार, फाटाफूट, तुकडेमोड, अणुयुद्धाचे भय अशा अनेक कारणांनी जगाचे ऐक्य साधून 'रामराज्य' (utopia) आणण्याच्या स्वप्नाने जागतिकीकरणाच्या प्रक्रियेला गतशतकाच्या उत्तरार्धात गती दिली. १९९५ मध्ये उरूग्वे परिषदेत The General Agreement on Trade and Tarriffs (GATT) करार जागतिक व्यापार संघटनेने केला. त्यावर आजवर दीडशे देशांनी सह्या केल्या. प्लेटोपासून गांधीजींच्यापर्यंतच्या थोर पुरुषांच्या आदर्श राज्याच्या संकल्पनांचा समावेश या कराराच्या विविध कलमांत झालेला दिसतो. मुक्त व्यापार व सेवांचा दर्जा वाढवून अविकसित देशांना विकसित देशांच्या बरोबर आणायचे. सर्व धर्मांतील आदर्श तत्त्वांचा संयोग साधून एकच मानवधर्म विकसित करायचा. त्यातून धार्मिक संघर्ष टाळायचे. देशाच्या सीमाच पुसून त्यांचे वाद संपवायचे. विश्व खेड्यात एकोप्याने नांदायचे. थोड्याफार फरकाने गांधीजींचे हेच रामराज्याचे स्वप्न होते. फाळणी व धार्मिक दंगलींनी त्याला तडा दिला. जागतिकीकरणाने पुन्हा एकदा ते जागतिक कार्यक्रम पत्रिकेवर अवतरले आहे.

गांधीवादावर आजही टीका होत असते. नोबडी किक्स् ए डेड डॉग. गांधीगिरी हेच त्या वादाचा जिवंतपणा दाखवणारे एक लक्षण आहे. जागतिकीकरणावरील काही इंग्रजी ग्रंथांची शीर्षके चाळली तरी त्यांच्या आशयाची जातकुळी गांधीवादाशी आज कशी जुळते हे स्पष्ट होते. जयप्रकाश नारायण अथवा अण्णा हजारेंच्या गांधीवादी मार्गाने केलेल्या सत्याग्रही आंदोलनांना भारत पातळीवर आजही उदंड प्रतिसाद मिळतो हेच मुळी गांधी दर्शनाचे बलस्थान आहे. तेच जागतिकीकरणाला नैतिक अधिष्ठान पुरवेल

यात शंका नाही. कारण जागतिकीकरणावरील गाजलेल्या ग्रंथांची शीर्षके पाहिली तरी एकविसाव्या शतकातील जागतिकीकरण म्हणजे मध्ययुगानंतर युरोपातील गोऱ्यांनी एका हाती बायबल घेऊन गोरेतरांना 'सुसंस्कृत' करण्याची 'सिव्हिलायझिंग मिशन' परमेश्वरानेच गोऱ्याच्या खांद्यावर दिली या मिथकाचाच नवा अवतार म्हणावा लागेल. पूर्वी गोऱ्याच्या दुसऱ्या हाती बंदूक होती. आता अमेरिकी पोलिसगिरीत बॉम्ब वापरला जातो. म्हणूनच 'ग्लोबलायझेशन अॅन्ड इथिक्स' हा ग्रंथ गतवर्षीच अवतरला आहे.

जागतिकीकरणाची ब्ल्यूप्रिंट ठरवणाऱ्या तज्ज्ञांच्या गटात नोबेल पुरस्कार विजेते अर्थशास्त्रज्ञ जोसेफ इ. स्टिग्लिट्झ यांच्या पुस्तकाच्या ग्लोबलायझेशन अॅन्ड डिसकन्टेन्ट (२००२) यावरून त्यांची भूमिका स्पष्ट होते.

जागतिकीकरणामुळे उद्भवणाऱ्या समस्यांत अविकसित देशांतील भाषा, साहित्य संस्कृती, जीववैविध्य, सांस्कृतिक वारसा वगैरे नष्ट होण्याच्या भीतीची लाट पसरली आहे. त्यांच्या रक्षणाचे कायदे करावे लागत आहेत. वेगवेगळी मंत्रालये स्थापन करावी लागत आहेत. अशा काळात गांधीवादाची पुनर्मांडणी आवश्यक ठरते. उदा. गांधीजींनी देशी भाषेचा विचार किती खोलवर केला होता याचा पुरावा अलीकडे इंग्रजी अनुवादाच्या रूपात उपलब्ध झाला आहे. गुजराती साहित्य संमेलनाचे अध्यक्षपद त्यांनी एकदा भूषविले होते. तेव्हा केलेल्या भाषणात देशी भाषा, अस्मिता आणि लिंकभाषा म्हणून इंग्रजीचे स्थान याचे तुलनात्मक विवेचन केले आहे. त्याचबरोबर संगीत, लोककला आणि समग्र सांस्कृतिक संचिताचा ठेवा पश्चिमीकरणात प्रतिकारशक्ती कसा पुरवू शकतो याचे धागे गांधी वाङ्मयातून जुळवावे लागतील. रिमिक्स आणि गिमिक्सच्या संकर (hybridity) युगात घडतंय ते बरे की वाईट हाच संभ्रम पडला आहे. संकराशिवाय नवनिर्मिती व ज्ञानाचे उत्पादन संभवत नाही, हा यंत्रयुगाचा मंत्र आहे. प्रभावी परकीय प्रभावाला प्रतिकार करण्याची शक्ती कमवायला आधी स्वसंस्कृती नीट समजून घ्यावी लागते. देशी परंपरा व इतिहास वाचावा लागतो. वर्चस्ववादी परक्या संस्कृतीचे आक्रमण व त्यांची सांकेतिक परिभाषा उकलण्याची (decode) तयारी करावी लागते. त्यासाठी हाती पर्याय उपलब्ध असावे लागतात. प्रतिकाराचे सौंदर्यशास्त्र रचावे लागते. ते रचायला गांधीवाद मोठा आधार कसा पुरवतो हे फ्रांझ फॅना प्रणीत मार्क्सवादी समीक्षा परंपरेशी त्याची तुलना केल्यास चांगले स्पष्ट होईल. भारतात गांधींचा अहिंसावाद आणि सुभाषचंद्र बोस व वीर सावरकरांचा सशस्त्र क्रांतिवाद ह्या द्वंद्वावरच अधिक भर दिला गेला. ऐतिहासिक घटनांचे नाट्यीकरण हा रोमॅन्टिक व अद्भुततेची ओढ असणाऱ्या भारतीयांचा एक दोष मानला जातो. त्यामुळे अँग्लोमेरिकी संस्कृतीच्या साम्राज्यावर उलटून वार करण्याचे धडे फॅना ते अचेबे-वॉलकॉट प्रमाणे आफ्रिका व कॅरेबियात दिले गेले तसे इथे घडले नाही. लॉर्ड मेकॉलेने 'मिनिट'मध्ये रेखाटलेल्या रंगाने गोरा नसला तरी अभिरुचीने व संस्कृतीने

पाश्चात्त्यांचे अनुकरण करणारा, भारतीयांचा मोठा वर्ग तयार झाला. तोच पुढे गांधीविचाराला सोडचिठ्ठी देऊन गांधीवधानंतर अमेरिकेच्या भांडवलशाहीला दत्तक गेला. अभिजन वर्गच स्थलांतरित झाल्याने अन्य शूद्र जातींना 'कॅनिबलायझेशन ऑफ शेक्सपिअर' हे लॅटिन अमेरिकेतील आक्रमक सौंदर्यशास्त्र समजणे शक्य नव्हते. 'शेक्सपिअरला' 'जगद्वंद्य नाटककार संबोधून पाद्यपूजा मांडून 'दक्षिणा' व 'प्राइझेस' उपटणारेच जास्त निपजले. आधीच आंबेडकरवादी गांधीवादाचे मारेकरी होते. त्या तुकडेमोडीने आपसातील स्थानिक संघर्षात तेल ओतले. 'शिका आणि संघर्ष करा' ही घोषणा तेव्हा ठीक होती. तिचा आज अतिरेक झाला आहे. 'बॅन्डिट क्वीन' चित्रपट खोटा असून फूलनदेवीवर पहिला बलात्कार करणारा तिच्याच जातिगटातील श्रीमंत होता. तिचा लढा जातीय नव्हता. तो गरीब-श्रीमंतांमधील होता. हे सत्य रॉय मॅक्हॅम या ब्रिटिश इतिहासकाराने अलीकडेच स्वतंत्र ग्रंथात मांडले आहे. गांधीजींच्या रूपकातील तीन माकडांच्या कथेचा संदेश इथे लागू पडतो. भारतीय जातिवर्ण चौकटीत संवाद खुंटल्याने सत्य बोलणारा / लिहिणारा सापडणे कठीण होत आहे. सबब परदेशी संशोधक आयात करावे लागतील. आंबेडकर, सावरकर, शाहू वादाच्या स्थानिक चौकटी जागतिकीकरणात स्पष्ट होत जातील, त्याप्रमाणात सर्वसमावेशक गांधीविचाराचा स्वीकार अटळ ठरत जाईल.

तिसऱ्या जगाचा प्रेरणास्रोत आणि दहशतवादावर उतारा

जागतिकीकरण म्हणजे नवसाम्राज्यवादच, असा एक गंभीर आरोप केला जातो. याचा अर्थ गांधीजींची पाश्चात्त्य साम्राज्यवादाविरोधाची लढाई पुढे चालू ठेवावीच लागेल असे दिसते. युरोप – अमेरिकेची बाजारपेठ म्हणून तिसऱ्या जगाचा वापर सुरू आहे. उदाहरणार्थ माहिती तंत्रज्ञानाने आपले पारंपरिक विश्व आमूलाग्र बदलल्याचा अनुभव "आपण गावात जगा आणि जगाकडे बघा" या घोषवाक्याच्या परिघात घेत असतो. परंतु केंद्रच परिघाचे नियमन कसे करते हे सामान्य जनतेला कळत नाही. जगातील माहितीतंत्रज्ञानातील ८०% भांडवली गुंतवणूक युरोमेरिकेचीच आहे. मिडिया मॉनर्क केंद्रातून ज्ञाननिर्मिती करतात. प्रगत देशांचे पडद्यामागून सांस्कृतिक आक्रमण सुरू असते. याचा उलगडा 'इकॉनॉमिक्स' मधील लेखातील आकडेवारीवरून करता येतो. 'जागतिकीकरणाचे मुखवटे फाडायला' गांधीवाद अनेक आधार पुरवतो. स्वदेशीचा गांधीजींचा आग्रह पुन्हा धरावा लागेल. भारतात मोटर गाड्यांच्या उत्पादनांची सुगी सुरू आहे. परंतु त्यांची इंजिने 'आपली' स्वदेशी नाहीत. हॉलंडमधील लायडन विद्यापीठाच्या एका विभागाचा प्रमुख आमच्या स्वागताला रेल्वेस्टेशनवर सायकलवरून आला होता. रेल्वेस्टेशनच्या आवारात हजारो सायकली पाहून आम्ही कोड्यात पडलो. तो विद्वान हसत म्हणाला, "इथे कार खरेदी करणे सोपे आहे, पण ती प्रदूषणमुक्त

ठेवत सर्व नियम सांभाळत जवळ बाळगणे महाकठीण आहे.'' सध्या प्रदूषणाचे कंत्राट आम्ही भारताला दिले आहे? गांधीजी 'रश आवर्स'मध्ये आज आगाखान पॅलेसकडे पदयात्रा करू लागले असते तर त्यांनी काय केले असते? शुद्ध दूध मिळवायला त्यांच्या शेळीला चारा आणायला कुठे गेले असते? फास्ट फूड त्यांना मानवले असते का? हातसडीचा तांदूळ खाणाऱ्या कुसुम कर्णिक व वेणुताई पळशीकर अजून आपल्यात आहेत याचा त्यांना नक्कीच आनंद झाला असता, परंतु एकीकडे लवासा आणि दुसरीकडे बिल्डर, राजकारणी आणि सरकारी अधिकाऱ्यांनी युती करून मांडलेल्या शहरांच्या लिलावात कोणती बोली त्या राष्ट्रपित्याने लावली असती? हे स्खलन कोण थांबवणार?

'शायनिंग इंडिया' किंवा 'सुपर पॉवर इंडिया' हा वादविषय आपण थोडावेळ बाजूला ठेवू. तिसऱ्या जगाच्या संदर्भात साधार सखोल विवेचन करताना, रे केली व फिल मारफ्लिटने अनेक समस्यांना वाचा फोडताना एका महत्त्वाच्या मुद्द्याचा उल्लेख केला आहे. ते जागतिकीकरणाकडे 'एक नवा सिद्धान्त' म्हणून बघत नाहीत. ऐतिहासिक व सामाजिक प्रक्रियांचा एक संच म्हणून त्याच्याकडे बघितले पाहिजे हा त्यांचा आग्रह आहे. जागतिकीकरणाच्या व्याख्येत दोन महत्त्वाचे घटक आहेत. विशिष्ट व्यवस्थेत जगातील देश बसवायचे आणि अन्यत्र घडणाऱ्या घटनांचे पडसाद इतरत्र उमटतील असे पाहायचे. आखाती देशांतील युद्धे आणि त्यांचे अविकसित देशावरील परिणाम या दृष्टीने तपासता येतील. दुसरे वैशिष्ट्य म्हणजे 'स्थळ' व 'काळ' संकल्पनांचा संकोच. क्षितिजेच लोप पावल्याने पृथ्वी सपाट बनली आहे. माहिती तंत्रज्ञान व दळणवळणाच्या उत्तराधुनिक साधनांमुळे मूल्याधारित समाजव्यवस्थेत मोठी उलथापालथ होत आहे. त्यात प्रतिमा व वास्तव यांतील अंतर लोप पावल्याने वास्तवच अर्थशून्य बनले. त्यामुळे स्वत:ची जागा व विश्वाविषयीचा दृष्टिकोन बाळगायला समजच उरली नाही. इतिहासाचा मृत्यू घडला आणि भूगोलाचे श्राद्ध घातले. भौगोलिक फरक व विविधतेचे अवमूल्यन झाले. गांधीजी समाजकारण व राजकारणाचे आध्यात्मिकीकरण करण्यासाठी ज्या नैतिकतेचा आग्रह धरत होते, तिचा दुष्काळ पडला. इंटरनेट व माहिती आधारित समाजव्यवस्थेचीविषयी फार आशावादी चित्र रंगवले जाते. परंतु जगातील ८०% जनता इंटरनेटपासून खूप दूर आहे. जागतिकीकरणात असमान 'विकास' हा कळीचा मुद्दा संघर्ष पेटवत असतो. आंतरराष्ट्रीय कंपन्यांमधील बड्या राष्ट्रांच्या आर्थिक गुंतवणुकीचे राजकारण हादेखील चिंतनाचा व चिंतेचा विषय आहे. जागतिक आरोग्य, पर्यावरणामधील असमतोल, जीवविविधतेचे रक्षण, मानवी हक्करक्षण वगैरेसाठी वर्षाचे तीनशे पासष्ट दिवस प्रत्येकाचा उत्सव साजरा करायला पुरत नाहीत. ही यादी फार मोठी आहे.

जागतिकीकरणात मध्ययुगातील धर्मयुद्धेच नव्या अवतारात सांस्कृतिक संघर्ष म्हणून खेळली जाण्याचे वातावरण तयार झाले आहे. हटिंग्टनच्या ग्रंथाचे शीर्षकच 'कल्चरल

क्लॅश' असे आहे. एका अर्थाने जागतिक संस्कृतिसंकर वाढत आहे. नवे प्रसारमाध्यम तंत्रज्ञान, दूरदर्शन, चित्रपट, चित्रफिती वगैरेमधून जागतिक प्रेक्षकांच्यापर्यंत युरोमेरिकन संस्कृती पसरवण्यात मोठा वाटा उचलत आहे. अर्थात ही नेमकी कुणाची संस्कृती आणि कुणाचा सांस्कृतिक उद्योग हा प्रश्न सामान्य जनांना पडत नाही. परदेशी वस्तू नेहमीच आकर्षक वाटतात. या अमेरिकीकरणाला 'सांस्कृतिक साम्राज्यवाद' असेही म्हटले जाते. या प्रवाहात आपला अभिजन वर्ग मोठ्या प्रमाणावर ओढला गेल्याचा उल्लेख मागे आला आहे. देशी फरक पुसले जातात, तेव्हा सजातीयतेच्या भुलभुलय्यात सृजनक्षमता दुबळी होत जाते, देशी कलांचा उपयोग रिमिक्स होताना नव्या उत्पादनात युरोमेरिकी घटकच वर्चस्व गाजवताना दिसतात. स्वावलंबनाला अपंगत्व येते आणि इमर्सन व गांधीविचारांच्या मुळापासून माणूस तुटत जातो. पश्चिमीकरणाला प्रतिकार करणारे घटक बुलडोझरने चिरडले जातात. मग पश्चिमविरोधी, सनातनी, मागास, प्रतिगामी, सुसंस्कृत लेबल लावून हा बुलडोझर चालवणारा चालक पश्चिमीच आहे. त्यात इस्लाम हा पश्चिमविरोधी दहशतवादी आहे असा जोरदार प्रचार सुरू असल्याची चर्चा काही लेखकांनी केली आहे. 'दहशतवादाविरोधी युद्ध' हा त्या मोहिमेचाच एक भाग असल्याचा दावा ते करतात. आता हिंदू / भगवा दहशतवादही अजेंड्यावर आला आहे. स्वातंत्र्योत्तर जातजाणिवांनी विकृती गंडांचे रूप घेतले आहे.

'साहित्य आणि दहशतवाद' हा स्वतंत्र अभ्यासक्रम प्रगत देशांत शिकवला जातो. त्याची स्वतंत्र चर्चा मी 'समीक्षा अपूहरण' मधील एका लेखात केली आहे. इथे गांधीवाद दहशतवादाचा (घरचा व बाहेरचा) सामना करायला कितपत उपयोगी आहे, याचा विचार स्वतंत्रपणे करणे गरजेचे आहे. त्यासाठी नव्या सांस्कृतिक साक्षरतेची गरज आहे. गांधीजींच्या काळात जातीय / धार्मिक दंगली पेटण्याला स्थानिक संदर्भ आणि फोडा व झोडा हे ब्रिटिशांचे धोरण अधिक जबाबदार समजले जात होते. आज अमेरिकेच्या फंडामधून अनेक जातीय / धार्मिक दंगली तिसऱ्या जगातील देशात पेटवण्यात आल्याचे कित्येक पुरावे उजेडात आले आहेत. नोआखलीत धार्मिक दंगली उसळल्या तेव्हा स्वातंत्र्योत्सवाकडे पाठ फिरवून गांधीजी शांततेचा संदेश देत दंगलग्रस्त भागात फिरत होते. बाबरी मशीद पाडली जात असताना ते असते तर? धर्माचे राजकारण आणि राजधर्म यांतील सीमा फार पुसट असतात. त्या नीट समजत नाहीत तेव्हा 'बेकेट' हे शोकनाट्य जन्माला येते. सर्वच संस्कृती संहाराच्या रक्तामांसावर उभ्या आहेत. स्वसंस्कृतीच्या मुळांपासून अलगीकरण (alienation) झालेला समाज उपऱ्या-परक्या संस्कृतीत जगू लागतो, तेव्हा त्याला परक्यांनी उत्पादन केलेल्या ज्ञानावर जगावे लागते. म्हणूनच खलिल जिब्रानच्या नऊ अनुकंपांना गांधी-विनोबांच्या प्रवचनांची जोड द्यावी लागेल. ते राष्ट्र अनुकंपनीय होय जे दारुबंदी एका राज्यात करते पण शेजारच्या राज्यातील चोरटी दारू

गांधीजींच्या जन्मभूमीत आणते, मान्यतेसाठी परक्या देशाची प्रमाणपत्रे वापरते. म्हणूनच भारतीय वंशाचा नोबेल लॉरिएट विद्याप्रसाद सूरजप्रसाद नायपॉल भारतीयांना 'मिमिक मेन' म्हणतो, ते रास्त वाटते. अशा उथळ अनुकरणांना गांधीजींचा विरोधच होता. मनाचे निर्वासाहतीकरण करायला त्यांचे विचारच उपयोगी आहेत.

नवदेशीवादाला गांधीविचारांचा आधार

आंतरराष्ट्रीय सत्तास्पर्धेत राष्ट्रवाद्याचे अपयशानंतरचे अखेरचे आश्रयस्थान म्हणून देशीवादाकडे पाहिले जाते. मूलतत्त्ववादाचे छुपे शस्त्र म्हणून अल्पसंख्याक त्यापासून दूर राहतात. देशीवाद वर्तुळाकृती मतप्रणालीत अडकण्याने त्याची कोंडी होते असे मत तुलनाकार एडवर्ड सईदने नोंदवले आहे.

जागतिकीकरणातील अँग्लोमेरिकी सांस्कृतिक साम्राज्यवादाचे भय जगभर पसरलेले आढळते. अशा परिस्थितीत 'भारतीयपण' या संकल्पनेचाच पुनर्विचार करावा लागतो. पाश्चात्त्य साहित्याचे वांशिकीकरण (racialization) या विषयावर प्रगत देशांत परिषदा होतात. मग भारतीय साहित्याचे जाति-वर्णीयीकरण हा विषय अजेंड्यावर येणे अटळ आहे. त्यावरचा एक लेख माझ्या 'लिटररी इनटू कम्पॅरेटिव्ह कल्चर क्रिटिसिझम' (२०११) या ग्रंथात आहे. या ग्रंथाच्या प्रस्तावनेत तुलनाकार स्टीव्हन टोटोसीने मला या अंगाने 'होम-ग्रोन' सिद्धान्तन करण्याचा मौलिक सल्ला दिला होता. तेव्हाच माझ्यापुढे धर्मसंकट उभे राहिले. त्यासाठी मला कोणते देशी सांस्कृतिक भांडवल उपयोगी पडू शकते? हा पेच पडला.

मला गांधीजींच्या लेखनातील मुद्दे आठवले. १८१८ ते १९४७ पर्यंतच्या मराठी साहित्यावरील पाश्चात्त्य प्रभावाचे संशोधन दोन तपे मी करीत असल्याने जागतिकीकरणा-आधीच्या वसाहतकालीन आधुनिकीकरण, पाश्चात्त्यीकरण उर्फ इंग्रजीकरण आणि संस्कृतकरण अथवा 'ब्राह्मणीकरण' या जुळ्या प्रक्रियांचा उलगडा होत गेला.

'सत्यपरता नाही धर्म, सत्य हाची धर्म' या ओळी तुकोबा – जोतिबांचा सूर लावून पाठ करणे सोपे आहे. त्या आचरताना तुलनाकाराला आवश्यक अशी नितळ निर्भयता गांधीविचारात मला आढळली. पुढे 'यशवंतराव चव्हाण आणि विश्वसाहित्य' या ग्रंथासाठी संदर्भ शोधताना यशवंतरावांच्या एवढा भारतीय नव देशीवादाचे सखोल चिंतन केलेला अन्य लेखक मला मराठीत सापडला नाही. स्थळा अभावी गांधी व चव्हाण यांच्या भाषणे व लेखनांतील याविषयीचे उतारे समोरासमोर मांडलेले नाहीत. स्वतंत्र ग्रंथाचा हा विषय आहे. थोडक्यात, नवसांस्कृतिक साक्षरतेसाठी जागतिकीकरणात भारतीय सांस्कृतिक वैविध्यातील एकतेचे सिद्धान्तन नवजात-वर्णाधिष्ठित चिन्ह व्यवस्थांच्या सिद्धान्तनाच्या पायावरच करावे लागेल. त्यात संतुलन साधण्यासाठी रामजी बाबांच्या योगमिश्रित

हिंदुत्ववादी राजकारणापेक्षा गांधी-विनोबांच्या सर्वसमावेशक विचारांचे आधार जास्त बळकट आहेत.

'आतल्या आवाज'च्या गांधीजींच्या श्रद्धेवर टीका झाली. त्यांच्या विचारांना वैज्ञानिक आधार नाहीत म्हणून त्यांचे विडंबनही त्यांच्या समकालीनांनी केले. अल्बर्ट आईन्स्टाईननेच म्हटले होते की, धर्माविना विज्ञान आंधळे ठरते आणि विज्ञानाविना धर्म पांगळा बनतो. मागे उल्लेख केलेल्या अँग्लोमेरिकी आधुनिकतावाद व सौंदर्यशास्त्राच्या महाप्रकल्पाचा भाग म्हणून आईन्स्टाईनकडून विज्ञान, कला, साहित्य आणि संस्कृतीचे परस्पर संबंध स्पष्ट करणारा खास ग्रंथ लिहून घेण्यात आला होता. त्या प्रकल्पाचेच १९३० दशकांत मर्ढेकर माध्यम बनल्यामुळे गांधीवादी सौंदर्यविचाराची गळचेपी झाली. [असा तुलनात्मक निष्कर्ष माझ्या ग्रंथात (२०११) मी नोंदवला आहे.] अशा परिस्थितीत गांधीवादाचा विविधांगी विकास करताना युरोमेरिकीकेंद्रिता व वर्चस्व थोडे बाजूला सारून मध्य व पूर्व आशियातील संस्कृती विचारांशी सांधेजोड करण्याची उत्तम संधी जागतिकीकरणाने उपलब्ध करून दिली आहे. गांधी विचारांतील खुलेपणा अमर्त्य सेन आणि रघुनाथ माशेलकर यांच्यासारख्या वैज्ञानिकांनी आता आंतरराष्ट्रीय तुलनावादाकडे वळवला आहे. उदा. प्रवासी भारतीय दिनानिमित्त बोलताना अमर्त्य सेन यांनी जाहीर केले की, भारतीय कधीच 'कूपमंडूक' नव्हते. भारतीय संस्कृती व परंपरा खुली आहे. आपण विदेशातील प्रभाव पचवत आलो आहोत. भारताने अहिंसा पाळली आहे. ते सध्या भारतीय व चिनी संस्कृतीच्या इतिहासाचा तुलनात्मक अभ्यास करीत आहेत.

एखाद्या घटनेचा मूलगामी विचार करताना गांधीजी नेहमीच तुलनांचा आधार घेत. हिंदू-मुस्लीम ऐक्याच्या त्यांच्या प्रयत्नांना यश आले नाही. ते भोळसर धर्मनिष्ठ नव्हते. त्यांचा धर्म खूप विशाल व व्यापक होता. त्याचे नाते अध्यात्माशी होते पण तो 'सेक्युलर' होता. स्वामी श्रद्धानंदांच्या खुनानंतर हिंदूंना शांत करताना मारेकरी मुसलमानाबरोबर इतरांना ते सांगतात :

'मुसलमान लोक सुरे व पिस्तुले यांचा वापर सढळपणे करीत असतात, यात शंका नाही. समशेर ही काही इस्लामची खूण नव्हे. पण इस्लाम अशा परिस्थितीत जन्माला आला की जेथे सर्वश्रेष्ठ कायदा समशेरीचा होता – आणि तो अजूनही आहे. येशूचा संदेश फोल ठरला याचे कारण तो ग्रहण करण्याला परिस्थिती परिपक्व झालेली नव्हती... (यंग इंडिया, ३०-१२-१९२६).

हा तुलनात्मक दृष्टिकोन 'इंडियन ओपिनियन', 'नवजीवन', 'यंग इंडिया', 'इन्डिपेन्डन्ट', 'हरिजन' अशा नियतकालिकांतील त्यांच्या लेखनात सर्वत्र समतोलपणा आणतो. विचाराला आचाराची जोड दिल्याने ग्रंथप्रामाण्य व पुस्तकपांडित्याला दुय्यम स्थान प्राप्त होते. 'बोले तैसा चाले' याला सत्यप्रियता, सच्छीलता, सर्वसमावेशकता,

सेवाभावी तत्परता आणि प्रयोगशीलता अशा अनेक बाजू आहेत. त्यांचे वैयक्तिक जीवन आणि सार्वजनिक जीवन यांत फार अंतर नव्हते. एरवी देशीवादाच्या संधीसाधू पताका मिरवत पाश्चात्त्यांच्या अनुकरणातून अस्तित्ववादी – उत्तराधुनिक वगैरे कादंबऱ्या लिहिणारे टोळीबाज लेखक भारतात कमी नाहीत. गांधीजींच्या अकरा प्रतिमा व व्रते तपासल्यास त्यांच्या प्रतिकारवादी देशीपणाची गुणवत्ता लक्षात येते. १८९७ मध्ये दरबानला स्वतःच्या मुलांना मिशनरी इंग्रजी शाळेत न पाठवून त्यांनी या व्रतांचा जणू प्रारंभच केला होता. आज महाराष्ट्रात कुत्र्यांच्या छत्र्यासारख्या खेडोपाडी उगवणाऱ्या इंग्रजी माध्यमांच्या शाळा ही पश्चिमीकरणाची त्सुनामी आहे. ती थोपवायला नवगांधीवादच हवा. इंग्रजी माध्यमाच्या शाळेत शिकणाऱ्या पाल्य व पालकांना सर्व पुरस्कार नाकारण्याच्या चळवळीत यायला आज किती ग्रंथपंडित महान लेखकराव तयार होतील?

या पार्श्वभूमीवर गांधीजींनी आचरणात आणलेल्या अकरा व्रतांची चौकट या नवदेशीवादाला डोळस व बळकट बनवेल. विनोबांच्या एका रचनेत ती दिली आहेत.

अहिंसा, सत्य, अस्तेय, ब्रह्मचर्य, असंग्रह।
शरीरश्रम, अस्वाद, सर्वत्र भयवर्जन।
सर्वधर्मसमानत्व, स्वदेशी, स्पर्श भावना।
ही एकादश सेवावी नम्रते व्रतनिश्चये॥ (गंधकोश ११५)

या एकादश प्रतिमा बहु आयामी गांधीवादाच्या आधारशिला आहेत. आत्मनिष्ठा व स्वाभिमान ही त्याची मूलभूत तत्त्वे आहेत. तो देशीपणा स्वदेशी मातीत मुरून उगवलेला असतो. उदा. १९१६ मध्ये कस्तुरबांना सोबत घेऊन ते बिहारमध्ये 'चम्पारण'मध्ये शेतकऱ्यासाठी ब्रिटिशांच्या विरोधी आंदोलन करायला गेले होते, तेव्हा एका झोपडीत तीन पैकी एकच स्त्री साडी नेसून बाहेर पडू शकत होती. हे कठोर सत्य कस्तुरबांकडून त्यांना कळले. तिघीत एकच साडी असणाऱ्या देशात आपणाला संपूर्ण पोशाख घालायचा अधिकार नाही. ही जाणीव त्यांना झाली. विदेशी कपड्यांची होळी हा प्रतिकार साधा नव्हता. ते अर्धनग्न पंचाधारी बनले. स्वतःचा संडास साफ करणे हा 'सत्याग्रह आश्रमातला स्वयंशिस्तीचा भाग होता. प्रतिष्ठेच्या 'साहेबी' श्रेष्ठत्व मिरवणाऱ्या संस्कृतीला लावलेला सुरुंग होता. गांधीजींच्या कृती व उक्तीत दडलेले देशी घटक आजच्या संदर्भात असे नव्याने मांडायला हवेत.

भाषा : उक्ती – कृतीचा गैरमेळ आणि ह्यूमन बॉम्बचे युग

जागतिकीकरणात 'कॉस्मॉपॉलिटॅनिझम', 'बहुसांस्कृतिकता' 'वसुधैव कुटुंबकम्' असे शब्द वारंवार कानी पडतात. ग्लोबल इंग्लिशची सध्या जोरात चलती आहे. त्यामुळे 'लोकल' भाषा, साहित्य व संस्कृतीचे मरण ओढवल्याचा उल्लेख मागे केला आहे.

मातृभाषा हा शब्दच हद्दपार झाला आहे. मातृभाषाच अंगातून वारे गेल्यासारखी जीर्ण होत आहे. तीच जणू 'दुसरी भाषा' बनत आहे. शिक्षण जनुकातून वारसा लाभलेल्या भाषेतूनच व्हावे हा गांधीजींचा आग्रह होता. आफ्रिकेत हिंदीतून शिक्षणाची सोय नसल्याने त्यांची स्वत:ची मुले उच्च शिक्षणापासून वंचित राहिली होती. आज इंग्रजी माध्यमाच्या शाळेत मुलांना पाठवणे हे प्रतिष्ठेचे लक्षण मानले जाते आणि अशा शाळा चालवणे हा किफायतशीर सांस्कृतिक उद्योग झाला आहे. अभिजन वर्गामागून गरीब दलिताला आपली मुले सिलीकॉन व्हॅलीत 'कम्प्युटर कुलीज' म्हणून पाठवायची स्वप्ने पडत आहेत हेच भ्रष्टाचाराचे खरे मूळ आहे. 'विकीलिक्स'च्या स्फोटात सर्वांचेच वस्त्रहरण होत आहे.

नेत्याची बोलायची व कृतीची भाषा यात कमालीचे अंतर पडते तेव्हा गरीब श्रीमंतामधील दरी फार वाढते. ओठात एक आणि पोटात तिसरेच असे सातत्याने घडत जाते तेव्हा जागतिक व्यापारकेंद्रे उद्‌ध्वस्त व्हायला वेळ लागत नाही. अमेरिकेतील राजकारण्यांच्या कृती आणि उक्ती यांचा तुलनात्मक अभ्यास करून तसा इशारा डझनभर लेखात भाषावैज्ञानिक नोम चोम्स्कीने दूरदर्शीपणे चालू शतकारंभीच दिला होता. भाषाच मानवी बॉम्बना जन्म देते. तेव्हा अहिंसावादी गांधीवादासारखा दुसरा कुठलाही आधार सापडणे शक्य वाटत नाही. प्रारंभी चातुर्वर्ण्य व्यवस्था मानणाऱ्या गांधींनी पुढे कर्मकांड झुगारले आणि आंतरजातीय विवाहांचे समर्थन केले. गांधीविचारातील ही लवचिकता आजच्या संस्कृतिसंकराचे स्वत्त्व ओळखायची लिटमस टेस्ट ठरेल. भारतात खायचे प्यायचे आणि अमेरिकन ड्रीम बघायचे. "English in taste and Indian in colour" या मेकॉलेच्या धोरणाची परंपरा बळकट करीत जायचे. 'नोबल सॅव्हेज' चे रूपक गोंजारायचे आणि गांधीवादी तत्त्वांना मूठमाती द्यायची. भारतीयपण, आशियाईत्व, संकरित अमेरिकत्व भारतीयत्व बास्टर्ड जनरेशनचे प्रतिनिधित्व अशा अनेक पायऱ्या जागतिकीकरणात तयार झाल्या आहेत. दुहेरी वसाहतीकरण झालेल्या संस्कृतीत अनेक विरोधापत्तींची (Paradoxes) ओझी वागवत जगावे लागते. ते 'फ्लॅग फ्रीडम' खरेच वाटत नाही. हे मान्यता व मुक्तीचे लढे सुरूच ठेवावे लागतात. प्रत्येक भाषेतील ग्रंथ ही त्याची सांस्कृतिक युद्धभूमीच असते.

भोगवादी आणि शरीरश्रमाच्या प्रतिष्ठेचे अवमूल्यन

गांधीजींची एकादश व्रते व प्रतिमांचे जागतिकीकरणातील महत्त्व हळूहळू पटू लागेल अशी परिस्थिती 'स्पेशल इकॉनॉमिक झोन' मुळे निर्माण झाली आहे. परिणामी शेतकरी आणि खेडी उद्‌ध्वस्त होऊ लागली आहेत. सिंगूर, रायगड इत्यादी ठिकाणांच्या विरोधाचे लढे आपण पाहिले. त्यांतही गांधीजींचे सत्याग्रहाचे शस्त्र वापरले गेले. दुसरीकडे नक्षलवाद्यांचे हिंसाचारी लढे सुरूच आहेत. या नव्या वास्तवाचा अर्थ साक्षर: इति राक्षसा

असा लावायचा का? आंतरराष्ट्रीय सहयोगाने उभारल्या जाणाऱ्या विशेष आर्थिक पट्ट्यातील फॅक्टऱ्या, शहरे, इंग्रजी माध्यमांच्या शाळा – कॉलेजे आणि परिघावरच्या झोपड्या, दारिद्र्यरेषा, अज्ञानशोषण आणि भ्रष्टाचाराचे बळी हे द्वंद्व वाढले. इराणी राजकीय मुशीत जन्मलेल्या 'होमवर्क' व इतर चित्रपटांनी 'टिंग्या' जन्माला घातला. यंत्रशरणता वाढल्याने श्रमप्रतिष्ठेचे दिवाळे निघाले. भोगवादी संस्कृतीत टेबल मॅनर्सचे महत्त्व वाढले. टेबलच नसणाऱ्यांच्या सांस्कृतिक भांडवलाचा अभाव हाच मुळी उपहासाचा विषय ठरतो. शरीरश्रम करून विशेष आर्थिक पट्टा पोसणारेच शोषण व भ्रष्टाचाराचे बळी होतात. वैफल्यग्रस्ततेमुळे आज भूमिपुत्रच शरीरश्रम नाकारतो. शेतकरी नवरा नको, शहरातील हॉटेलात टेबल पुसणारा नोकरीवाला नवरा पाहिजे असा हट्ट भूमिकन्या करत आहेत. हा आयटी संस्कृतीचा दुष्परिणामच म्हणावा लागेल. पाश्चात्त्य 'स्वस्त मनोरंजनाच्या आक्रमणाचे' हे फलित आहे. हा धोका गांधीजींचाच समकालीन फ्रांझ फॅनाने अर्ध शतकापूर्वी दाखवला हेता

शेतकऱ्यांच्या आत्महत्या, ओस पडणारी शेती, अमेरिकन कंपन्या प्रायोजित करण्याच्या शक्यता, शरीरश्रमाला नकार 'ईझी मनी' च्या लालसेने होणारे राजकारणाचे गुन्हेगारीकरण सरकारी सवलतींच्या लोण्याच्या गोळ्यासाठी सुरू असणारी जातवार शिरगणना आणि त्यातून होणारे शिरच्छेद अशी ही मोठ्या दुष्टचक्रांची मालिका तयार झाली आहे. ही कोंडी फोडायला गांधीजींचे श्रमप्रतिष्ठेचे धडे पुन्हा गिरवावे लागतील. त्यांच्या संस्कारात वाढलेल्या आणि ते आदर्श जिवापाड जपणारी अखेरची पिढी गतशतकाबरोबरच काळाच्या पडद्याआड गेली. चरखा वस्तुसंग्रहालयात गेला. खादी भांडार चालवणे मुश्किल झाले. गांधींचे आश्रम ही चालती बोलती विद्यापीठेच होती. त्यांचे मॉल्स व कॉल सेंटरमध्ये रूपांतर बिल्डर, बाबू आणि खाबू पुढाऱ्यांची युती कधी करतील याचा नेम नाही. संस्थाने खालसा होताच भव्य दिव्य इतिहास सांगणाऱ्या राजवाड्यांच्या जागी फाइव्ह स्टार हॉटेले उभी राहिली. ही सारी भोगवादामुळे घडलेली स्वातंत्र्योत्तर स्थित्यंतरे श्रमप्रतिष्ठा सांभाळणाऱ्या गांधीजींचा त्यागवाद बाजूला लोटल्यामुळे घडली आहेत. राष्ट्रीय व आंतरराष्ट्रीय धोरणातील गांधीवादाचे आजवरचे स्थान या दृष्टीने तपासावे लागेल. थोडक्यात गांधीजींचे जीवन, कार्य व तत्त्वज्ञान हेच मुळात नव्या पिढ्यांसाठी एक मिथक किंवा कॉमिक बुक बनले आहे. याला कारण 'मीडिया मेड मिडियॉकर' मोठ्या माणसांच्या खोट्या प्रतिमा रचण्याचा सांस्कृतिक मॅचफिक्सिंग च्या उद्योगातील मक्तेदारी हेही आहे. संमती-सहमतीच्या निर्मितीचे पडद्यामागचे राजकारणदेखील त्यासाठी कळायला हवे. आंतरराष्ट्रीय राजकारण आज आपल्या सर्वांगीण जीवनाचे नियमन करीत असते. त्यातील गुंता समजून घ्यायला गांधी तत्त्वज्ञान कितपत उपयोगी पडते याच्या काही बाजू तपासून हे विवेचन आटोपते घेऊ.

मीडिया मेड माणसं, उत्तराधुनिक स्थिती आणि गांधीविचार

साधनशुचिता हा गांधीजींच्या राजकारणाचा कणा होता. स्वत:चे जगणे आणि त्यातून उभी राहिलेली त्यांची प्रतिमा यात सुसंगती होती. त्यातूनच राष्ट्रपित्याची प्रभावी प्रतिमा उभी राहिली. ती लार्जर दॅन लाइफ बनवली गेली नव्हती. ही परंपरा महाराष्ट्रात यशवंतराव चव्हाणांच्या निधनापर्यंत टिकून होती. गत शतकाच्या अखेरीला प्रादेशिक देशी भाषेतील आणि इंग्लिश मधील चॅनेल्स आणि क्रिकेट मॅचचा बाजार शिवाय मीडिया मॅनेजमेंट, पेड न्यूज, पेपर मेड पुढारी आणि प्रसारमाध्यमांना प्रतिमा रचण्यासाठी नादिरा राडिया पंथातील सांस्कृतिक दलालांच्या सांस्कृतिक उद्योगात नवे प्रवाह तयार झाले. त्यांच्या बॅनर्स, पोस्टर्स आणि होर्डिंग्जवरच्या जाहिराती रामायण महाभारताच्या नायकांना मागे टाकतील एवढ्या प्रभावी ठरू लागल्या. स्वकष्टाने स्वत:ला रचत जाण्याऐवजी मिडियॉकर माणसांच्या नेता, लेखक, विचारवंत अशा कृतक प्रतिमा बहुसंख्य 'निरक्षरां'च्या देशात प्रोजेक्ट केल्या जाऊ लागल्या. ग्रंथांनी रचलेली (Built of books) मोठी माणसं मागे पडून वृत्तपत्रांनी वाचाळ बनवलेली उथळ मंडळी सत्तास्थानी मिरवू लागली. याचा एक नमुना म्हणून एक ताजी बातमी पाहा:

कुमारस्वामीवरही टीका : नवी दिल्ली

'आज महात्मा गांधी हयात असते तर त्यांनाही भ्रष्टाचार करावा लागला असता किंवा त्यांनी राजकारण सोडले असते, असे वादग्रस्त विधान करणारे कर्नाटकचे माजी मुख्यमंत्री एस. डी. कुमारस्वामी यांच्यावरही अण्णांनी (हजारे) टीका केली. ते म्हणाले, आमचे नेतेच असे अकलेचे तारे तोडणार असतील तर भ्रष्टाचाराचा नायनाट होणार कसा?'- (महाराष्ट्र टाइम्स १२ एप्रिल २०११)

जागतिकीकरणातील मुक्त अर्थव्यवस्था व विशेष आर्थिक विभागाचे फायदे मिळालेल्या होय रे, आहे रे वर्गाने साधनशुचिता वाऱ्यावर सोडल्याचे हे पुरावे आहेत. यालाच अडाणी खेडूत 'कमरेचे सोडून डोक्याला गुंडाळणे' म्हणतो. गांधीवादाची थोडी बहुत मुळे अडाणी खेडूत बहुजनांनी अढळ श्रद्धेने जपल्याचे पुरावे आजही सापडतात. भारताच्या सांस्कृतिक संचिताचा अर्कच जणू गांधीविचारात साठवला गेला आहे. तोच अशा विपरीत काळात जगाला संजीवनी वाटू लागेल. शिवाय शाहू – आंबेडकरांच्या नावाचा जप करीत, दलित जातीचे भांडवल करीत भारतातील सर्वात श्रीमंत राजकारणी उद्योजक ठरलेली मुख्यमंत्री मायावती आणि आपल्या अल्पाक्षरी संक्षिप्त मृत्युपत्रात स्वत:चा जमीन जुमला इस्टेट पृथ्वीतलावर कुठेही नाही, स्वत:ची स्वतंत्र संस्था नाही, आयुष्यातील तीस लाख रुपयांच्या कमाईवर छोट्या प्लॉटवर सौ. वेणुताई चव्हाण यांचे स्मारक ग्रंथालयाच्या रूपाने उभारावे असे स्पष्टपणे नोंदवणारे थोर नेते यशवंतराव चव्हाण

यांच्यातील फरक व अंतर स्पष्ट करायलाही गांधी तत्त्वज्ञानच फुटपट्ट्या पुरवते. 'मी नथुराम गोडसे बोलतोय' मधील किंवा दलितांच्या लेखनातील डंख गांधीविचाराचा घट्ट पाया हलवू शकलेला नाही. ठाण्याच्या अ. भा. मराठी साहित्य संमेलनाच्या स्मरणिकेतील नथुराम स्तवनामुळे गाजलेला वाद हे त्याचे साधे उदाहरण आहे. आपल्या देशात आणि परदेशात 'गांधीगिरी' या ना त्या रूपात सातत्याने सुरूच असते ती कुणाला कधी प्रेरणा देईल याचे आडाखे बांधता येत नाहीत, हेच तिच्या यशाचे खरे गमक आहे. ('लगे रहो मुन्नाभाई' आणि 'मैंने गांधी को नही मारा' हे हिंदी चित्रपट म्हणूनच लोकप्रिय झाले.) आजच्या उत्तराधुनिक जगाच्या स्थितीची प्रमुख लक्षणे संकर, अस्थिरता, तुकडेफोड, निर्वसाहतीकरण, उपहास, उपरोध, उच्चाटन, सादरीकरण, स्वत्वलोप, नैसर्गिकता, जत्राकरण, रचना आणि सहभाग ही आहेत. भाषा, साहित्यप्रकार, संस्कृती, सिद्धान्त, तत्त्वज्ञान वगैरेंच्या व्याख्याच जागतिकीकरणात आमूलाग्र बदलल्या आहेत. जगणेच संदर्भहीन बनल्यामुळे मागे गोंधळलेली अवस्था निर्माण झाली आहे. ''अंधार तर संपत नाही'', स्थलांतराचे वाढते प्रमाण, जागतिक बाजारपेठेत उभे रहायचे आव्हान, पारंपरिक मूल्यांना सुरुंग, शहरीकरणाचे-मेगासिटीचे पोवाडे, कुठलीही संस्कृती अलग राहिल्यास नष्ट होते. मराठी साहित्य संमेलनात परदेशी प्रकाशकांचे स्टॉल्स, मॉल्स, कुत्र्यांचे आंतरराष्ट्रीय प्रदर्शन आणि विदर्भातील शेतकऱ्यांच्या आत्महत्येच्या सचित्र बातम्या एकाच पानावर..... आपल्या जगण्याचेच आंतरराष्ट्रीयीकरण.... हे सारे विरोधाभास कसे समजून घ्यायचे? जीन्स स्वस्त पण खादी महाग, फेटा घालणारा पुढारी आज दाखवा आणि हजार रुपये मिळवा. गांधीवाद म्हणजे नेमकं काय हो?

निष्कर्ष : स्मृतिभ्रंशाच्या रोगापासून बचाव

जागतिकीकरणात इन्स्टंट आदर्शांची स्थिर व्यवस्था उरलेली नाही. त्याचे विरोधक आणि पुरस्कर्ते यांचे शीत युद्ध सुरूच राहणार. घड्याळाचे काटे उलटे फिरवणे आता शक्य नाही. संयुक्त राष्ट्रसंघानेही जागतिकीकरण 'न्याय्य व समावेशक' करण्याचा आग्रह कसा केला याचा संदर्भ देऊन प्रभाकर रघुनाथ जोशी 'भारताचा भविष्यवेध' या आपल्या ग्रंथात लिहितात :

'१९९५ ते २००५ या दशकातील घडामोडी बघितल्यावर असे लक्षात येते की आता भारताला उलट्या दिशेने प्रवास करता येणार नाही. मात्र आंधळेपणाने उदारमतवादी धोरणांचा पाठपुरावा न करता, अगदी सजग राहून त्या संदर्भात उद्‌भवलेल्या समस्या व अडथळे पार करून ही धोरणे नेटाने राबवली पाहिजेत....'

हा 'आंधळेपणा'दूर करून 'सजग' बनायला गांधीविचार स्मृतिभ्रंश टाळायला, दीपगृहासारखा आहे. तोच नवसाम्राज्यवादापासून प्रेरणा देईल यात शंका नाही. मात्र

त्यासाठी नवगांधीवादाची कालसापेक्ष मांडणी केली पाहिजे आणि हे काम आपण न करण्याचा नाकर्तेपणा दाखवला तर अँग्लोमेरिकन लेखक, चित्रपट दिग्दर्शक, विचारवंत ते करतील हे उघड आहे. यालाच गांधीवादाचे आंतरराष्ट्रीयीकरण म्हणता येईल.

टीपा आणि संदर्भ

(१) अन्य अनेक घटकांप्रमाणे शिक्षणाबरोबर ग्रंथ माणसाला 'रचत' असतात. 'स्वत:लाच रचित गेलो' ही अर्धसत्य सांगणारी रोमॅन्टिक कल्पना आहे. व्यक्तिमत्त्वातील वाङ्मयीन आंतरसंहितांचा (Intertextualities) शोध घेत लेखक – विचारवंतांची 'वाङ्मयीन चरित्रे' (literary biographies) लिहिण्याला किती महत्त्व आहे याचा उलगडा मला एस. एस. प्रॉवरच्या 'कार्ल मार्क्स अॅन्ड वर्ल्ड लिटरेचर' (१९७६) ह्या ग्रंथावर लेख लिहिताना (पाहा तुळव) थोडाबहुत झाला होता. परंतु अलीकडे थॉमस राइट 'बिल्ट ऑफ बुक्स : हा रीडिंग डिफाईन्ड द लाइफ ऑफ ऑस्कर वाईल्ड (२००९) चे न्यूयॉर्क : हेन्री होल्ट अॅन्ड कं.', वाचले आणि 'यशवंतराव चव्हाण आणि विश्वसाहित्य'' या हस्तलिखिताचे पुनर्लेखन करणे मला भाग पडले. गांधीजींनी वाचलेल्या ग्रंथांची यादीच अहमदाबादमधील गांधी अभ्यास संशोधन केंद्राने प्रसिद्ध केली आहे. त्यांच्या विचारधारणांचे मूलाधार त्यात सापडतात. सोपे व साधे इंग्रजी लिहिणे कठीण काम असते. असे प्रभावी गद्य लिहिणाऱ्या जगातील पहिल्या पाच लेखकांत त्यांचा समावेश केला जातो. त्यांचे 'वाङ्मयीन चरित्र' जागतिकीकरणाच्या आराखड्याला पूरक असेच एक साधन ठरेल.

(२) नवॲरिस्टॉटलवादी, नवमार्क्सवादी, नवइतिहासवादी, उत्तराधुनिकतावादी, उत्तरवसाहतवादी, उत्तरसंरचनावादी इ. अनेक संकल्पना गतशतकाच्या मध्यावर लेखक, सिद्धान्त, इतिहास, साहित्य वगैरेंचा मृत्यू जाहीर झाल्यानंतर वेगाने वापरात आल्या. त्या मराठीत नीट न रुळल्याने जागतिकीकरणात फार गोंधळलेली मानसिक स्थिती उद्भवली आहे. 'लगे रहो मुन्नाभाई' या चित्रपटातील 'गांधीगिरी' या संकल्पनेचा नावीन्यपूर्ण वापर 'नवगांधीवादा'ची आवश्यकता स्पष्ट करतो. नवगांधीवाद, नवफुले, आंबेडकर, सावरकर वगैरे वाद ही आजची गरज का आहे याचा उलगडा जागतिकीकरणात बदललेल्या परिस्थितीत त्यांच्या नावाने चाललेल्या चळवळी थंडावल्याने वेगळ्या प्रकारे करावा लागेल. उदा. शेतकऱ्यांच्या बालहत्याविरोधातील चळवळीचा नेता म. फुल्यांच्या 'शेतकऱ्याचा आसूड'मधील निवडक वाक्ये पाठ करून फडमारू भाषणात टाळ्या मिळवेल. दुहेरी वसाहतीकरण झालेल्या अडाणी अथवा साक्षर शेतकऱ्यांना चिथावेल.

परंतु खरी अडचण पुढेच आहे. फुल्यांचा आसूड शूद्रातिशूद्रांना नाडवून शोषण करणाऱ्या ब्रिटिश व 'बामणां'च्या विरुद्ध उगारला होता. आज शेतकऱ्यांना 'नाडवणारे' बहुसंख्य सरकारी अधिकारी हे फुल्यांच्या संकल्पनेतील शूद्रातिशूद्र वर्गातील आहेत. त्या भ्रष्ट अधिकाऱ्यांना रस्त्यावर जिवंत जाळण्याची वेळ का आली आहे? याचा नीट उलगडा करण्याकरिता 'नव' वादांची (Isms) आज गरज आहे. त्यासाठी गांधीवाद अधिक लवचीक, व्यापक व प्रभावी वाटतो.

(३) सिग्मन्ड फ्रॉइडने 'इडिपस गंड', इलेक्ट्रा गंड म्हणजे मुलाला सर्वप्रथम आईचे व मुलीला पिताजींचे व भावाला बहिणीचे लैंगिक आकर्षण असते आणि त्यातून वेगवेगळे गंड (complex) निर्माण होतात असे आगळे मानसशास्त्रीय सिद्धान्तन केले आणि युरोपात गदारोळ उडाला. तेव्हा त्याने म्हटले होते की माझे सुदैव इतकेच मी मध्ययुगात जन्मलो असतो तर आज लोक माझे ग्रंथ जाळत आहेत त्याऐवजी त्यांनी मलाच जाळले असते. समलिंगी संबंधांची व लैंगिकतेची खुली चर्चा करणारे अभ्यासक्रम प्रगत देशांत आहेत. उलट मनुस्मृती व अनेक पुराणग्रंथांनी बंदी घातलेली लैंगिक विषयांची भारतीयांची वैचारिक बैठक हा पाश्चात्त्यांच्या उत्सुकतेचा विषय आहे. या पार्श्वभूमीवर गांधीजींचे स्वत:च्या विषय वासना, आत्मसंयम व धर्मश्रद्धा वगैरे विषयीचे प्रयोग व त्यांच्या उघड्या वाघड्या प्रांजळ नोंदी त्यांना भुरळ पाडतात. यात गांधीजींचा इंग्लंडमधील संस्कार व हिंदू संस्कृतीचा वारसा यांचा संकर झालेला दिसेल. जानस देवाप्रमाणे गांधीजींचे हे दोन चेहरे जागतिकीकरणात अधिक स्पष्टपणे दाखवले जाणार. स्त्री – पुरुष द्विलिंगी भावना एकाच व्यक्तीत अस्तित्वात असतात. लिंगबदल शस्त्रक्रियेने घडवण्याच्या युगात शेक्सपिअर, ख्रिस्टोफर मार्लो, ई. एम. फॉस्टर आदी लेखकांच्या समलिंगी संबंधावर संशोधन झाले आहे. आपल्याकडेही 'गे विवाहास' मान्यता मिळत आहे. 'मुक्त अर्थव्यवस्थेत हे कल्चर शॉक्स' मिळतच राहणार. तेव्हाही गांधीजींचा 'देशीवाद' तारकच ठरेल.

(४) पाहा Jaidev :- The culture of Pastiche : Existential Aestheticism in the contemporary Hindi Fiction. Shimla : IIAS, 1993 या ग्रंथांचा हिंदी अनुवाद कुठल्याही प्रकाशकाने गतशतकात प्रसिद्ध केला नाही. कारण नामवंत जिवंत समकालीन हिंदी कादंबरीकारांची अनुकरणप्रियता, पाश्चात्त्य नमुना शरणता, उचलेगिरी वगैरेंचे वस्त्रहरण होण्याची भीती होती. परंतु काळानेच सूड उगवला आहे. जयदेवचा हा ग्रंथ जगभर मान्यता पावला आहे. जागतिकीकरणाचाच हा परिणाम आहे. ही गांधीगिरी 'लोकल' असली तरी ती या ग्रंथाने 'ग्लोबल' केली. 'सर्वश्रेष्ठ सुसंस्कृत भारतीय' म्हणून गांधी हाच आजच्या

चंगळ रंजनवादी संस्कृतीत कसा एकमेव आधार आहे हे सांगताना तो लिहितो : The cultural crisis in our society, as represented by the proliferation of pastiche, stems from our failure to evolve a legitimate self - definition for ourselves. If it is granted that we are a poor country and that our culture can be a resource of hope in the face of complex cultural crisis, the markers of comman Indian culture are likely to cease to be a site of controversy. It is from this premise that this work upholds Gandhi as a most cultured Indian (Italics added preface, x)

(५) ....The intensification of worldwide social relations which link distant localities in such a way that local happenings are shaped by events occuring many miles away and vice versa. Thus the job of a coalminer in Britain may depend on events in South Africa or Poland as much as or local management or national government decision, (A Giddens, The Consequence of modernity, as quoted by Clark in Preface 3)

(६) पाहा Joseph E - Stiglitz, Globalization and Discontent, Harmandsworth, Penguin 2002, पहिल्याच प्रकरणाचे शीर्षक 'ब्रोकन प्रॉमिसेस' लेखकांच्या स्वानुभवकथनातील प्रांजळपणा दर्शविते. जागतिक बँकेचे ब्रीदवाक्य आहे, ''गरिबीविना विश्व हे आमचे स्वप्न आहे.'' गांधीजींना देशातील अखेरच्या गरीबाचे अश्रू पुसायचे होते. इंदिरा काँग्रेसच्या 'गरिबी हटाओ'' या घोषणेचे उगमस्थान गांधीवादातच आहे. 'गांधी टोपी' ही खादी कुर्ता व पायजमा या काँग्रेसवाल्यांच्या चिन्हव्यवस्थेचा महत्त्वाचा घटक होता. नव्या पिढीने आज तिचा अव्हेर उपरोधाने केला. कारण साधी राहणी आणि उच्च विचारसरणी हे बापूजींचे तत्त्वज्ञान आचरणात आणणे हे व्रत भ्रष्टाचारी पुढाऱ्यांना जाचक ठरू लागले. असाच प्रकार जागतिक बँक व पैसा फंड या जागतिक संस्थात घडतो. खायचे दात वेगळे आणि दाखवायचे वेगळे असल्याने दिलेली वचने मोडावी लागतात. जागतिक बँकेचे उपाध्यक्ष स्टिग्लिट्झ यांचा हा ग्रंथ महत्त्वाचा आहे.

(७) पाहा लंडनच्या रूटलेज प्रकाशनाची उत्तर वासाहतिक अभ्यासाविषयीची जवळ जवळ पन्नास पुस्तके. त्यात बिल ॲशक्रॉफ्ट व इतरांनी संपादित केलेले 'द पोस्टकलोनियल स्टडीज : रीडर' (१९९५) महत्त्वाचे आहे. या उत्तरवसाहतवाद्यांचे आद्य गुरू फ्रांझ फॅनाने The Wretched of the Earth आणि Black Skin, White Mask या दोन ग्रंथांत मनोवैज्ञानिक व मार्क्सवादी दृष्टिकोनांतून समग्र वसाहतवाद व साम्राज्यवादाच्या सर्वांगीण परिणामाचे आफ्रिकनांच्या संदर्भात

सर्वोत्कृष्ट सिद्धान्तन केले आहे. हिंसेचा पुरस्कार व साम्राज्यवादाचा प्रतिकार करणाऱ्या या अल्जेरियन मनोवैज्ञानिकाच्या सिद्धान्तांशी गांधीवादाची तुलना केल्यास एक मोठी मर्यादा जाणवते. साहित्य व संस्कृतीत पाश्चात्त्यांच्या भाडोत्री दलालांचा वर्ग (comprador class) भारतात वाढायला अहिंसावादी गांधी विचाराने हातभारच लावला असे खेदाने म्हणावे लागते. त्यामुळे भारतात. 'प्रॉस्पेरे – कॅलिबन' गंडाचे बळी अनुकरणात कसे अडकतात याचा उलगडा आजवर कुणीही केलेला नाही. संकल्पनात्मक व सांस्कृतिक संवादात तुलनांच्या अभावामुळे मराठी मन अपंग बनत गेल्याचे दिसते. पर्यायाने स्थानिक साम्राज्यवादी संरचना बळकट होत युरोमेरिका केंद्रिततेला खतपाणी मिळत गेले. प्रतिकारवादी सौंदर्यशास्त्र त्या विशाल केंद्राशी टक्कर घेत आकार घेण्याऐवजी स्थानिक नवजातवादी साहित्य, संस्कृती व समाजगट यांत विखुरले. गांधीवाद हा त्याचा बळकट केंद्रबिंदू बनू शकला नाही हे मोठे अपयश म्हणावे लागेल.

गांधीवादाला किती बाळबोध व संकुचित वर्णनात्मक अडाणी रूपात सादर केले जात आहे याचे शेकडो नमुने भारतभर सापडतात. 'गांधीजी' हे एक चिन्ह मार्केटमधील सांस्कृतिक उद्योगात किफायतशीर साधन बनले आहे.

(८) Ray Keily and Philiph Marfleet eds. Globalization and the Third World, Londan : Routledge, 1998. हा ग्रंथ आपल्या दृष्टीने अत्यंत महत्त्वाचा आहे. त्यातील धार्मिक चळवळी, संगीत आणि संस्कृती संदर्भातील प्रकरणे फार उद्बोधक आहेत. विशेषत: भारतातील समकालीन राजकारण, धर्मकारण, संगीत, संस्कृती इ. क्षेत्रांतील बदलांचे सैद्धान्तिक विवेचन जिज्ञासूंनी पाहावे.

आणखी काही ग्रंथ असे :

(1)James Petras and Henry Veltmeyer, Globalization Unmasked (2001)

(2)The Economist : Globalization and Making Sense of an Integration world (2001)

(3)Ian Clark. Globalization and Fragmentation : International Relations (Oup, 1997)

(4)Ray Keily and Phil Narfleet eds. Globalization and the third world, London, Routledge (1998)

ही यादी अपूर्ण आहे. तिच्यामधील शेवटचा ग्रंथ प्रस्तुत तुलनांच्या दृष्टीने

जास्त महत्त्वाचा आहे. स्पेशल इकॉनॉमिक झोन्सना गांधीजींनी नक्कीच विरोध केला असता. वसाहतवादी ब्रिटिशांनी थंडहवेची ठिकाणे वसाहतीवरील वर्चस्व टिकवायला वॉच टॉवर म्हणून बांधली. गांधींनी त्यांचे अनुकरण आज करणाऱ्या नववसाहतावाद्यांविरोधी सत्याग्रह केला असता. गरीब व श्रीमंत यांच्यामधील वाढती दरी त्यांनी एवढी वाढू दिली नसती. पण ही शेवटी 'जर-तर'ची भाषा...

युगा-युगांची अक्षरयात्रा...

घे शब्दकोष, 'ई'-ईश्वर शोधूनि काढ
तो आत्मा दडला, कुठल्या शब्दाआड ।
अर्थाला असते, बंधन का शब्दांचे
कोसळून पडले, इमले अक्षरतेचे ॥

या इथेच सुचली, भगवंतांना गीता
या इथेच वाहुनि आली अभंग गाथा ।
प्रवरेत नाहली, इथे न्हाणुली ओवी
अन् प्रदक्षिणा घातली, विटेला डावी ॥

जागृतीस पडले, इथेच पहिले स्वप्न
माणूस म्हणाला, परब्रह्म हे अन्न ।
गौतमास घडला, इथेच साक्षात्कार
एकदाच जळते ज्योत, पुढे अंधार ॥

खांद्यावर घेऊ नको, सोन्याचा सूळ
चार्वाक म्हणाला, पुनर्जन्म हे खूळ ।
देहाला कसले आहे, पुण्य नि पाप
आत्म्यास भोगू द्या, अमरत्वाचा शाप ॥

गेले पैगंबर, येशू-बुद्धही गेले
श्रीकृष्ण, रामही गेले, म्हणजे मेले ।
चुकणार नसे ते, देवालाही मरण
वाचले कुणी का, आभाळाचे पान ॥

ख्रिस्ताने नेला, वाहुनि येथे सूळ
सिद्धार्थ वदे, दुःखाला तृष्णा मूळ ।
जन्म आणि मृत्यु, देहाचे हे नृत्य
सौंदर्य जळे, सरणावर जळते सत्य ॥

ऋण नक्षत्रांचे, असते आकाशाला
ऋण फळाफुलांचे, असते या धरतीला ।
ऋण फेडायाचे, राहून माझे गेले
ऋण फेडायाला, पुन्हा पाहिजे मेले ॥

ही युगायुगांची, आहे अक्षरयात्रा
एकदाच भरते, स्मशानातली जत्रा ।
खांद्यावर घेऊनि शव, फिरतो हा जन्म
राखेत अश्रूला, फुटला हिरवा कोंब ॥

- रॉय किणीकर

तू एकाकी राहिलास तरी आज तुला जगाशी सामना देणाऱ्यासाठी
उभे ठाकलेच पाहिजे. ज्यासाठी तू जगलास त्यासाठी
तुला शेवटच्या श्वासापर्यंत लढले पाहिजे, मेलेही पाहिजे.

कॅलिडोस्कोपमधील कोलाज : रॉय किणीकर

'पूर्वरात्र, एक वेदना घेऊन येते,
मध्यरात्र एक स्वप्न देऊन जाते,
आणि उत्तररात्र
म्हणजे जागर यात्रेचं पुनः प्रस्थान....'

स्वत:ची ही कविता, एक प्रकारचा भारदस्तपणा येतो म्हणून रवींद्रनाथ टागोर यांच्या नावानं लिहिणारा हा कवी म्हणजे रॉय किणीकर.

आयुष्य जगताना अशा काही गूढ, रहस्यमय आणि अतर्क्य घटना घडत असतात, की त्यामुळे जीवनाचं अस्तित्वच अपुरं, अर्धवट, विसंगत आणि स्वप्नवत असं वाटू लागतं.

वास्तव कुठे संपतं? स्वप्न कुठे सुरू होतं? स्वप्न फुकट देणारे आणि स्वप्न विकत घेणारे रॉय किणीकर हे एक स्वप्नयात्री होते......

काळ्या जाकिटाच्या खिशात एक हात कोंबून कुठेही हिंडताना किणीकर दिसत असत. डोक्यावर पांढरे भरकटलेले केस जणू कंगव्याचं काम बोटांवरच सोपवलेलं, नेहरू कुडत्याच्या बाहीतून लोंबणारे हात, तरातरा चालत जाणारे पाय, झरझर रस्ता क्रॉस करून कोणत्यातरी कोपऱ्यावर तंबाखू पान खात ते कधी कधी उभे असत.

भोवताली गर्दी असतानादेखील, काळ्या फ्रेमच्या चष्म्यातील डोळ्यांतून मिस्किलपणे हसत हसत, ते जाता जाता चिठोऱ्यांवर काहीतरी लिहीत असत.

किणीकरांच्या लेखणीने साहित्यक्षेत्रात सर्वत्र मनसोक्त संचार केला. कथा, कविता, श्रुतिका, एकांकिका, नाटक, चित्रपटकथा – पटकथा संवाद – गीते, वैचारिक लेख असे सर्व वाङ्मयप्रकार त्यांच्या लेखणीतून उतरले. किणीकरांनी साहित्यक्षेत्रात जसा मुक्त आणि मनसोक्त संचार केला, तसाच आयुष्य जगताना बेधुंद कलंदरपणाही अनुभवला. किणीकर जे जगले ते अस्सल होते. म्हणूनच त्यांचे लेखनही अस्सल असेच झाले, अभिजात झाले. जीवनयात्रेत ते अनेकांना ते अनेक रूपांनी भेटले. विचारवंत, मित्र,

संपादक, लेखक, पिता, नवरा आणि अवलिया अशी त्यांची अनेक रूपे होती.

रॉय किणीकर हे एक पुरोगामी लेखक होते. १९३० च्या सुमारास खांडेकर, माडखोलकर, दौंडकर, काणेकर आणि किणीकर असे 'पंचकर' लेखक साम्यवादी दृष्टिकोनातून साहित्य लिहीत होते. मानवेंद्रनाथ रॉय यांच्या विचारांनी प्रभावित होऊन किणीकरांनी रॉय हे नाव स्वीकारलं.

किणीकर कितीही बेफिकीर आणि कलंदर वृत्तीचे असले तरी साहित्यावर मात्र त्यांचे खरे प्रेम होते. ते जगाशी काही संबंध नसल्यासारखे वागताना दिसत असले तरी जगाच्या व्यवहारात आणि माणसाच्या जगण्याकडे त्यांचे बारकाईने लक्ष होते, हे त्यांच्या लेखनातून जाणवते.

१९३५ – ४० च्या काळात उमरखय्याम, खलील जिब्रान आणि रवींद्रनाथ यांच्या कवितेनं तरुण पिढी वेडी झाली होती. या कवींप्रमाणेच छोटी सुटी, स्वतंत्र अशी कविता करण्यात धन्यता मानणारी ही पिढी होती. रॉय किणीकरांची 'उत्तररात्र'मधील कविता ही खास त्यांची अशी 'स्व–तंत्र' कविता आहे. त्यांच्या कवितेच्या तळाशी संतकाव्याची ओल आहे. भारतीय मराठी मनाची ओली माती आहे. किणीकरांच्या कवितेच्या आकाशाला देश कालाचं बंधन नाही, पण तिची पावलं मराठी मातीत उमटत गेलेली दिसतात. ते सर्व देशांचे आणि सर्व कालांचे जरी असले तरी ते अ–भारतीय आणि अ–मराठी नाहीत. त्यांची शब्दकला आणि त्यांच्या प्रतिमा संस्कृतीच्या गाभ्यातून आणि मराठी मनाच्या अंत:कोषातून सहजोद्रेकानं प्रकटत असल्याचे प्रत्ययास येते. त्यांची ही कविता प्राचीन, की अर्वाचीन? ग्रामीण की लोकधाटीची? हे प्रश्न येता येता विरून जातात. कारण ही अस्सल मराठी भारतीय कविता आहे, आणि जे जे अस्सल असतं, ते सर्वांचं, सर्व कालाचं होत असतं.

बहरलेल्या प्राजक्ताची फुलं जशी अनासायास, अलगद गळून पडतात. तसं किणीकरांच बोलणं होतं. त्या बोलण्यात प्रसन्नता होती, ताजेपणा होता, मिस्किलपणा होता. जीवनाच्या अटळपणाचं एक व्याकुळ भान होतं. तत्त्वचिंतन होतं, पण विद्वत्तेचं, पांडित्याचं ओझं मात्र मुळीच नव्हतं. करून सरून नामानिराळा अशीच त्यांची दृष्टी होती. आणि एक विचित्र सिनिसिझमही त्यांच्या बोलण्यात होता.

किणीकरांबरोबरच्या गप्पा म्हणजे एक अनुभव होता. त्यांच्या मैफिलीत नाना तऱ्हेच्या गमतीजमती ऐकायला मिळायच्या. मनाला अंतर्मुख करून टाकणारे आधुनिक विचारही मिळायचे. त्यांचं वाचन आणि चिंतन दोन्हीही अफाट! इंग्रजी साहित्याचं त्यांचं वाचन

तर अद्ययावत होतं. इंग्रजी साहित्यातली मार्मिक आणि समर्पक अशी उदाहरणं ते देऊ लागले की, नुसतं ऐकत बसावं! बसल्या बैठकीत ते तुम्हाला त्रिखंड हिंडवून आणतील आणि बोलता बोलता कुठे चकवा देतील ते कळायचंसुद्धा नाही! अनुभव तर त्यांनी एवढे घेतले होते, की त्यातच त्यांची जिंदगी गेली! जणू भटक्या जमातीतील एक साहित्यिकच!

किणीकरांना फिरायला जाणं आवडायचं ते प्रामुख्यानं एस. टी. स्टँडवरच रात्री – अपरात्री एस. टी. स्टँडवरच्या झकास वातावरणात एखाद्या बाकड्यावर बसून सिगारेट ओढताना ते पुस्तकं वाचत असत. बहुतेक वेळा गप्पा मारताना काहीतरी शोधत असल्यासारखे ते भिरीभिरी बघत असायचे. एस. टी. स्टँडबाबत ते म्हणायचे, ''एस. टी. स्टँडसारखी सुंदर जागा नसते. कुठली कुठली किती प्रकारची माणसं येत असतात. आणि कशा – कशासाठी कुठं कुठं जात असतात. किती असंख्य प्रकारचे भाव त्यांच्या चेहऱ्यांवर असतात. आपण आपले कुठल्यातरी बाकड्यावर बसून बघत रहावं, फार काही बघायला मिळतं.''

'एस्टॅब्लिशमेंट' हा शब्दच किणीकरांच्या शब्दकोशात नसावा. आयुष्यभर ते कुठंच बंदिस्त झाले नाहीत. सतत फकिरासारखे भटकत राहिले. या शहरातून पलीकडच्या शहरात भणंग म्हणवून घेताना जिवंतपणी सारे पचविण्याची शक्ती मोठी लागते. घर, प्रेम, नातेसंबंध शरीरापासून दूर ठेवायचे याकरता तुमच्याकडे खरे प्रश्न असावे लागतात. येड्या बाभळीचं रूप घेऊन किणीकर उभे राह्यले. जमिनीत मुळं पक्की रोवून जमिनीतल्या विश्वात ते शोध घेत फिरले. गर्दी नाही, पराभव नाही. चिंतन करायला एक शांत जागा त्यांनी तिथं शोधली. शरीर वर ठेवून ते आत फिरत राहिले. आपले घर, आप्त त्यांनी तिथे शोधले. त्यांच्या डोक्यात कसलेही गच्चपण नसायचे. आवश्यक तेवढंच त्यांनी ठेवलं आणि बाकीचं रद्दीच्या भावात विकून ते मोकळे झाले.

साहित्यातल्या भटक्या जमातीचं प्रतिनिधित्व करणाऱ्या किणीकरांनी संसारी असूनदेखील रुढार्थानं संसार केला नाही. लेखक असूनही सरसकट आपली लेखणी राबवली नाही. आणि संपादक असूनदेखील संपादनाची ठरीव चाकोरी मळली नाही. कारण मुळातच हा चारचौघांसारखी चौकटी मोडणारा माणूस नव्हता. तर तो आपणच मांडलेल्या चौकटी मोडणारा माणूस होता. आखीव, व्यवहारी जगणं हे त्यांच्या स्वभावातच नव्हतं. आणि त्यामुळेच अस्थिरतेचं त्यांच्या व्यक्तिमत्त्वावर शिक्कामोर्तब झाले. सायंकाळ ते रात्र, रात्र ते उत्तररात्र ह्या प्रवासात किणीकर अनेक ठिकाणी हिंडले. ह्या अंधारातल्या प्रवासात ते कुठे जेवले, कोणत्या पायरीवर रात्र काढली, कुठे पेपर विकले, कधी भुकेपोटी फुटाणे खाल्ले तर कधी उद्ध्वस्त संसार पाठीवर घेऊन बेवारशासारखे सतत वणवण भटकत राह्यले. त्यांच्या आयुष्यातली खरी सकाळ त्यांच्या साहित्याने केली.....

''हे शून्य भयंकर घनता न दिसे त्याची । शून्याला एकच भीती असते अस्तित्वाची।
प्रलयंकर शून्ये फिरती विश्वाभवती । अन् आकर्षुनि गिळतिल विश्वातिल ती वसती ॥

हे 'नेकेड ट्रुथ' म्हणजे 'नागडं सत्य' सांगणारे किणीकर स्वभावाने आणि वृत्तीने निखळ, बिनधास्त होते! त्यांच्या बिनधास्तपणात एक प्रकारचा प्रामाणिकपणा होता आणि हा निर्मळ प्रामाणिकपणा हेच प्रतिभावंताचे प्रमुख लक्षण असते. असे प्रतिभावंत आपला 'स्वत:चा' असा आवाज ऐकत असतात, चांगल्या – वाईट परिणामांचा विचार न करता, तो आवाज फक्त ऐकत नाहीत किंवा सोडून देत नाहीत तर त्या स्वत:च्या आवाजाप्रमाणे आचरणही करतात. स्वत:च्या प्रामाणिक विचाराप्रमाणे प्रामाणिक आचार करणे हेच प्रत्येक क्षेत्रातील प्रतिभावंताचे भागध्येय असते. असे प्रतिभावंत काळाच्या फार पुढे असतात. समकालीन समाज अशा प्रतिभावंतांनाच समजावून घेऊ शकत नाही. प्रतिभावंताला समजावून घेण्यासाठी 'काळ' हे औषध असते!

किणीकरांसारखे हे असे जीव 'प्रतिभेचे पुत्र' असतात. कल्पनेच्या विश्वात वावरताना ठराविक काम, रोजंदारी, बारा आकडे आणि चोवीस तासांच्या घड्याळावरच्यां आयुष्य, नेहमी नीती – नियम; या जीवांना कुचकामी असतात. 'प्रतिभेचे पुत्र' म्हणतात,

का कुणी पाहिले सत्याचे ते रूप। कुणी सांगितले रे असत्य म्हणजे पाप । सत्यार्थ जन्मते असत्य व्यभिचाराचे । फुलतात अग्निकण त्यातुन संघर्षाचे॥

साहित्याची एक अत्यंत वेगळी अशी अलौकिक पातळी असते. कोणत्याही पिढीत ती पातळी आपली भूमिका जपणारी असते. दु:ख, आनंद आणि उत्कटता या वेळेप्रमाणे वहातच असतात. भूक, दारिद्र्य आणि मृत्यू अखंड चालत असतो. येणाऱ्या प्रत्येक क्षणाची अस्वस्थता आणि नवीन क्षणाला सर्वार्थानं सामोरं जाणं हाही त्यातलाच एक भाग. इतिहासातील हे एक सर्वव्यापी सूत्र आहे. अलिप्त राहून ह्या सूत्राकडे पाहण्याचा दृष्टिकोन स्वच्छ असला की 'सुंदर' कलाकृती निर्माण होत असते आणि ती कलाकृतीच काळाच्या ओघात आपले स्वतंत्र अस्तित्व दाखवू शकते.

किणीकर अचाट जगले, अफलातून जगले आणि त्या जगण्याला अफाट वाचनाची, प्रचंड व्यासंगाची आणि प्रगल्भ जाणिवेची जोड मिळाली. किणीकरांनी 'जाणिवेच्या' आणि 'नेणिवेच्या' पातळीवर माणसं 'वाचली', पुस्तकं-ग्रंथ वाचले, म्हणूनच त्यांची जीवनजत्रा आनंद – यात्रा झाली!

थोडक्यात, रॉय किणीकर ही एक विलक्षण असामी, होती. एक अशी असामी, की ती

एखाद्या कादंबरीच्या किंवा नाटकाच्या जागी छान शोभून दिसेल. हुशार आणि तल्लख बुद्धीचा हा माणूस साहित्य आणि कला यातला जाणकार होता. कितीतरी नवीन नवीन कल्पना त्यांच्या मनात सदैव खदखदत असत.

या माणसानं आपल्या आयुष्यात काय केलं, असा प्रश्न मनात आला, की मागोमाग उलटा प्रश्न मनात येतो, या माणसानं आयुष्यात काय केलं नाही? तर या दोन्ही प्रश्नांची उत्तरं अशी : त्यांनी सर्व काही केलं आणि त्यांनी काहीही केलं नाही...

संकलन : अनिल किणीकर

रॉय किणीकर : कर्तृत्वपट

१९०७-१९७८

संपादक, लेखन

साप्ताहिक

१. कॉलेज / पुणे

२. एकजूट / सोलापूर

३. खराटा / बार्शी

४. नॅशनल डिफेन्स
बुलेटिन : इंग्लिश-मराठी, मुंबई

५. आझाद / हैद्राबाद

६. प्रतिज्ञा / कोल्हापूर

७. सत्याग्रह / धुळे

संपादक-लेखन

दिवाळी अंक : वार्षिक : मासिक

१. दीपावली (संस्थापक), मुंबई

२. रचना / मुंबई

३. यामिनी / मुंबई

४. चिमुकली दिवाळी / पुणे
(लहान मुलांसाठी)

५. द्वारकाबाई / मुंबई

६. धरती / कोल्हापूर

७. आरती / पुणे

८. राष्ट्रशक्ति / सांगली

संपादन, लेखन / रविवार आवृत्ती

१. अजिंठा / औरंगाबाद

२. विशाल महाराष्ट्र / बेळगाव

३. गर्जना / कोल्हापूर

लेखन : कथा-कविता-ललित

दैनिक/साप्ताहिक/मासिक

१. लोकमान्य / मुंबई

२. मौज / मुंबई

३. धनुर्धारी / मुंबई

४. संदेश / मुंबई

५. यशवंत / मुंबई

६. ज्योत्स्ना / मुंबई

७. चित्रा / मुंबई

८. प्रतिभा / मुंबई

९. मुंबई मराठी पत्रकार संघाचे एक संस्थापक

चित्रपट : कथा, पटकथा, संवाद, गीते

१. भक्त पुंडलिक, मराठी

२. ताई तेलीण, मराठी

३. शिरडीचे श्री. साईबाबा, मराठी

४. झाला महार पंढरीनाथ, मराठी

५. धन्यवाद, मराठी

६. पन्ना, हिंदी
७. दिनरात, हिंदी
८. नीरा और नंदा, हिंदी
९. ललत (अपूर्ण)

प्रकाशित पुस्तके

१. उत्तररात्र (कविता)
२. येगं येगं विठाबाई (नाटके)
३. खजिन्याची विहीर (नाटके)
४. किती रंगला खेळ (नाटके)
५. मंगलसूत्र (नाटके)
६. देव्हारा (एकांकिका संग्रह)
७. साऊंड ट्रॅक (एकांकिका संग्रह)
८. आंधळे रंग, पांगळ्या रेषा (कथा)
९. फुलराणी (किशोर कथा)
१०. जंगलजत्रा (किशोर कथा)
११. शिल्पायन (संस्कृती लेख)
१२. रॉय किणीकर : माणूस आणि साहित्य

अनुवाद

१. रम्य ते बालपण, ग्रामीण कादंबरी
२. अँड नाऊ मिगेल, ग्रामीण कादंबरी
३. दर्यावर्दी कोलंबस, साहस कादंबरी
४. एकदाच अशी रात्र येते, व्हिएतनाम युद्ध कादंबरी
५. इथे जगण्याची सक्ती आहे, चीन युद्ध कादंबरी

अभिनय

१. साष्टांग नमस्कार, नाटकर
२. नीरा और नंदा, चित्रपट
३. झाला महार पंढरीनाथ, चित्रपट
४. शिर्डीचे श्री साईबाबा, चित्रपट

आकाशवाणी मुंबई केंद्र

१. एकांकिका - श्रुतिका लेखन - सुमारे : ८०
२. मेघदूत : साऊंड मॅगेझिन्स
३. वाऱ्यावरची वरात : श्राव्य नियतकालिक
४. भाषणे, मुलाखती : अनेक-असंख्य
५. संगमरवरी अश्रू : एकांकिका / बा. सी. मर्ढेकरांमार्फत ऑल इंडिया रेडिओ मुंबई वरून सादर
६. 'उत्तररात्र' कविता वाचन : ऑडिओ कॅसेट आणि सीडी

पुरस्कार

१. १९६३ : नाटक, येगं येगं विठाबाई महाराष्ट्र शासन लेखन
२. १९५५ : चित्रपट शिर्डीचे श्री साईबाबा, राष्ट्रपती : दुसरे (पाथेर पांचाली : पहिला, झनक झनक पायल बाजे : तिसरा)
३. १९६४ : कादंबरी - रम्य ते बालपणचा अनुवाद
४. प्रियदर्शनी : आंतरराष्ट्रीय महिला वर्ष : कर्तृत्वाचा आलेख (इंग्लिश) - इंदिरा अॅकॅडमी
५. महाराजा ऑ जव्हार - इंग्लिश अॅकॅडमी

युक्ती प्रकाशन, दिल्ली, हिंदीमध्ये

१. चरित्र : सुनो भाई साधो

संपादक परिचय

किणीकर अनिल (१९४४)

- साक्षेपी संपादक
- मेहता पब्लिशिंग हाऊस (सुमारे ११ वर्षे), मॅकमिलन इंडिया लि. (सुमारे अडीच वर्षे), आणि राजहंस प्रकाशन, पॉप्युलर प्रकाशन, पद्मगंधा प्रकाशन, प्रतीक प्रकाशन, शब्द प्रकाशन, कॉन्टिनेन्टल प्रकाशन, डायमंड पब्लिकेशन्स, नंदादीप प्रकाशन इ. प्रकाशकांच्या अनेक पुस्तकांचे संपादन.
- वाङ्मयीन चळवळीचा कार्यकर्ता
- आतापर्यंत स्वत:ची ५० पुस्तके प्रकाशित
- विविध प्रकारचे लेखन–कथा, अनुवाद, लेख, व्यक्तिपरिचय
- साहित्यिकांच्या मुलाखतीचे कार्यक्रम
- रॉय किणीकरांचे साहित्य प्रकाशित करण्यासाठी अखंड परिश्रम
- 'उत्तररात्र' या काव्यवाचन कार्यक्रमाचे संहितालेखन

पुस्तके :

- पॅपिले : कथासंग्रह (नंदादीप)
- अंकल वान्या : नाटक, अनुवाद (नंदादीप)
- हाऊस ऑफ ब्ल्यू मँगोज : कादंबरी, अनुवाद (चिनार)
- ट्रेन टू पाकिस्तान : कादंबरी, अनुवाद (चिनार)
- उमराव जान : कादंबरी, अनुवाद (चिनार)
- राहुल द्रविड : चरित्र, अनुवाद (चिनार)
- सेक्स, स्कॉल अँड स्कॉलरशिप : लेख-अनुवाद (मेहता)
- पंचतंत्रकथा : चार भाग - अनुवाद (मेहता)
- अभिनव बिन्द्रा : चरित्र (डायमंड)
- सूर्यास्ताची किरणे : व्यक्तिचित्रे (स्पर्श)

मीना किणीकर (२३ फेब्रुवारी १९४८)

- एम.एस्सी. (भूगोल)
- भूगोल प्राध्यापक, जैन कॉलेज, चिंचवड, एस. पी. कॉलेज, पुणे.
- विज्ञान, मुलांच्या कथा, व्यक्तिमत्त्व विकास या विषयांतील ३२ पुस्तके.
- सहलेखिका - ३ पुस्तके.
- दिवाळी अंकांतून लेखन.
- दिवाळी अंक आणि काही पुस्तकांच्या साहाय्यक संपादक.
- 'द हॉबिट' या जगविख्यात कादंबरीचा अनुवाद (डायमंड पब्लिकेशन्स).

गाडगीळ वसंत गोविंद (२५ एप्रिल १९५२)

- एम. ए. (मराठी).
- ग्रंथालयशास्त्राची M.Lib Sc. ही पदवी
- ग्रंथालयक्षेत्रात ३० वर्षाहून अधिक काळ कार्यरत
- सर परशुरामभाऊ महाविद्यालय पुणे, येथून साहाय्यक ग्रंथपाल म्हणून निवृत्त
- 'परशुरामीय' या महाविद्यालयीन नियतकालिकात संपादनसहाय्य (१९८४ ते २०००)
- वसंत व्याख्यानमाला, पुणे.

www.ingramcontent.com/pod-product-compliance
Lightning Source LLC
LaVergne TN
LVHW050652051026
849532LV00002B/614
* 9 7 8 8 1 8 4 8 3 4 0 6 2 *